सगळं काही तिच्याबद्दल

दिलीपराज प्रकाशन प्रा.लि.™

२५१ क, शनिवार पेठ, पुणे - ४११०३०.

दिलीपराज प्रकाशनाची सर्व पुस्तके आता आपण Online खरेदी करू शकता.

आमच्या Website ला कृपया एकदा अवश्य भेट द्या. अथवा Email करा.

Email - diliprajprakashan@yahoo.in

www.diliprajprakashan.in

सगळं काही तिच्याबद्दल

(कथासंग्रह)

गिरिजा कीर

TM

दिलीपराज प्रकाशन प्रा. लि.

२५१ क, शनिवार पेठ, पुणे - ४११ ०३०.

सगळं काही तिच्याबद्दल
Sagala Kahi Tichyabaddal

ISBN : 978 - 93 - 82988 - 77 - 9

प्रकाशक । राजीव दत्तात्रय बर्वे । मॅनेजिंग डायरेक्टर ।
दिलीपराज प्रकाशन प्रा. लि.। २५१ क, शनिवार पेठ, पुणे ४११०३०.
दूरध्वनी क्रमांक (फॅक्ससहित)
२४४७१७२३ । २४४८३९९५ । २४४९५३१४

लेखिका - गिरिजा कीर
५, झपूर्झा साहित्य सहवास । म. कालेलकर मार्ग, बांद्रे (पू) ।
मुंबई ४०००५१
दूरध्वनी ०२२-२६५९०८८२

मुद्रक Repro India Ltd, Mumbai.

प्रथमावृत्ती । १५ मार्च २०१४

प्रकाशन क्रमांक । २१०४

अक्षरजुळणी । सौ. मधुमिता राजीव बर्वे
पितृछाया मुद्रणालय । ९०९, रविवार पेठ । पुणे ४११००२.

मुद्रितशोधन । मिलिंद बोरकर

मुखपृष्ठ । अनिल उपळेकर

अर्पणासंबंधी थोडेसे–
(पण गमतीचे)

ही अर्पणपत्रिका नेहमीपेक्षा वेगळी आहे. हक्क सुरक्षित आहेत, तेव्हा उचलाउचली करू नये.

'मी'...

जगातला प्रत्येक 'मी' दुसऱ्याला 'तू' म्हणतो
आणि प्रत्येक 'तू' स्वत:ला 'मी' संबोधतो...
म्हणजेच, मी = तू!
या कथा 'ती'शी संबंधित आहेत. अर्थात 'तो' आलाच. हा पुन्हा 'मी'च्या भूमिकेत जाऊन तिला 'तू' म्हणतो. म्हणजे, 'मी' तूनच 'तू' आली. त्याचाच अर्थ 'मी = तू' मधूनच सर्व कथासृष्टी निर्माण झाली. माझी पहिली कथा लिहून झाली आणि ही 'मी-तू'ची कल्पना डोक्यात आली. या कथांमध्ये प्रेम आहे, राग आहे, लोभ आहे, समर्पण आणि त्यागपण आहे... जीवनव्यापी सर्व भावनांचा हा प्रकट उच्चार आहे.
तेव्हा...

'तू'
म्हणजेच–'मी'
मी-तू = तू-मी
९ ऑक्टोबर २०१२

ता.क. – या अर्पणपत्रिकेसाठी हे पुस्तक स्वत:ची सही ठोकून कुणीही, कुणालाही भेट द्यावं.

कृतज्ञता

या कथा ज्या विविध अंकांतून प्रसिद्ध झाल्या आहेत,
त्या सर्व संपादकांचे आभार!

—लेखिका.

अनुक्रम

१. तू-मी आणि मी-तू !

लाटांचं तांडव जेवढं मोहिनी घालत होतं, तेवढंच एक मजेदार थरार निर्माण करत होतं. सूर्याची तप्त किरणं त्यावर स्वार होत होती. लाट उसळली की, चांदीचा वर्ख सांडावा तशी लाटेच्या अंगावर शतगुणित होत होती. एखाद्या नृत्यांगनेलासुद्धा हेवा वाटावा, तसं ते रुपेरी नर्तन चाललं होतं. त्यातून एक गंभीर, अनाकलनीय असा ध्वनी उमटत होता– शांत होत होता.

ती दोघं शेजारी-शेजारी बसली होती खरी, पण शब्द हरवल्यासारखी. जराशानं त्यानं विचारलं, ‘‘बोलत का नाहीस?’’

‘‘मी तेच विचारणार होते.’’

‘‘कधी कधी न बोलणंसुद्धा बोलकं असतं, नाही?’’

‘‘हं! आपलं लग्न झाल्यावर रोज-रोज तरी आपण काय बोलणार?’’

‘‘म्हणून तर मी म्हणतो, आपण लग्नच करायचं नाही.’’

‘‘म्हणजे, नुसतं भेटत राहायचं? समुद्र पाहत राहायचा, बरिस्टात कॉफी घ्यायची, फोन करायचे, फोन नाही आला की रागावायचं, रुसायचं, भेटलो की भांडायचं...’’

‘‘बघ, लग्न केलं नाही की, आपल्याकडे केवढे कार्यक्रम आहेत! लग्न झाल्यावर काय; मी कामावरून दमून-भागून येणार, तू पण थकून येणार. मग हे संपलं, ते संपलं. तू स्वयंपाक करणार, मी टीव्ही बघणार– नाही तर डोळे मिटून राहणार. कॉफी करतेस प्लीज, म्हणून मी विचारणार–’’

‘‘पण उलटंच केलं तर?’’

‘‘म्हणजे?’’

‘‘म्हणजे– मी दमून येणार, कोपऱ्यात पर्स टाकून कॉटवर लोळणार, तुला विनंती करणार– आज तूच कर ना पोहे आणि कॉफी... मी थकले रे!’’ तिनं बाजू मांडली.

‘‘मग आपण बाहेर जाऊ.’’ –त्याचं लगेच उत्तर.

"उगाचच खर्च करायचा? त्यापेक्षा कामं वाटून घेतली, तर काय बिघडलं?"
–तिचा प्रतिवाद.

"ए, आपल्याच्यानं ही घरकामं नाही होणार बाबा. मग मी माझ्या क्लायन्ट्सचं काय करू? लेटेस्ट जर्नल्स येतात, ती केव्हा वाचू?"

"मग मी सतत कामाखाली मरायचं? मला करिअर नाही?"
दोघं भविष्यात जाऊन पोचले होते.

"अगं, पण तुला बाळ झाल्यावर?"

"बाळ काय माझं एकटीचं असणार?"

"अगं, पण पोटात तुझ्याच असणार ना? तूच नऊ महिने भार वाहणार? तूच जन्म देणार ना?"

"आणि तू काय करणार?"

"ए, काही तरी भांडण काढू नकोस हं! हे काय मी केलं? देवानं केलंय. मी तुझ्या केसांतून हात फिरवेन. तुला थोपटेन. पोटातल्या बाळाशी बोलेन–"

"त्याच्याशी खेळेन, खेळणी आणेन, त्याचे लाड करेन... आणि मी आपली बाळाची अंगडी–टोपडी बदलेन, औषधं पाजेन, डॉक्टरकडे नेईन, रात्र-रात्र जागरणं करेन आणि असं करता-करताच म्हातारी होईन."

"रागावतेस काय अशी? आपण मूल होऊच दिलं नाही तर?" त्यानं तिला खस्सदिशी वर्तमानात खेचलं.

"शट् अप्! अभद्र मेला. चांगला संसार करशील रे बाबा!" तिनं रागानं तोंड फिरवलं.

"हे बघ– हे बघ... अजून कशास काय पत्ता नाही तर एवढी भांडतेस, प्रत्यक्षात लग्न होऊन बाळ झाल्यावर काय करशील?"

"काय करेन? बघशीलच तू!"

"जगदंबाच आहेस! हे बघ– मला भांडणं, आरडाओरडा अजिबात आवडत नाही. माणसाला शांतपणं जगता आलं पाहिजे. जगण्याचा आनंद–"

"हे बघ नंदन, आपण लग्न करू आणि हिमालयात जाऊ. शांत, नीरव वातावरण. जगण्याचा आनंद घ्यायचा."

"तू हे अती करतेस हं! आणि माझं नाव नंदन नाही; रघुनंदन आहे. घरी मला सगळे 'रघू' म्हणतात."

"पण मला रघू नाव आवडत नाही."

"वा रे तू! माझ्या आई-बाबांनी ठेवलेलं नाव तुला आवडत नाही?"

“मग तुला तरी कुठं आवडतं माझं नाव? चांगलं ‘यशोधरा’ नाव आहे; येशू म्हणतात.”

“पण मला मग येसाजी कंक आणि तानाजी मालुसरे आठवतात ना! ढाल-तलवार आणि हर हर महादेव!”

“काही तरी पांचट विनोद करू नकोस. मी काय येसाजी कंक वाटले तुला? एवढी दांडगी आहे!”

“अगं बाई, तू एवढी नाजूक आहेस की, तुला असलं नाव सूट होत नाही.”

“काय ‘सूट’ होत नाही? मग काय सफारी होते?”

“अगदी एक अंक आणि पाच रुपये बक्षीस-विनोद केलास गं! तुला त्या नावानं हाक मारलेली मला आवडत नाही.”

“मग काय नुसतं अगं-अगं करायचं? निनावी?”

“खरं सांगू?”

“कधी तरी खरं बोल माझ्याशी!”

“मी सहसा खोटं बोलत नाही!”

“हेच तर धादांत खोटं बोललास. आता मला कुठल्या तरी नावानं हाक मार.”

“चला, आज आपण तुझं बारसं करू या.”

“माझ्या एकटीचं नाही, आपल्या दोघांचं.”

“जरा ऐक तर माझं. तुझं यशोधरा नाव वाईट आहे, असं कुठं म्हणतो मी?”

“मग?”

“इतरांनी हाक मारून-मारून शिळं केलेलं नाव मला नको आहे. काही तरी वेगळं– फक्त माझं हक्काचं, माझ्यासाठी असं स्पेशल नाव हवं की नको? आता कसं हसू आलं चेहऱ्यावर! वेडू!!”

“मला तू वेडू म्हणणार? शी: बाई!”

“अगं, तुला मी वेडू म्हणणार नाही; मी कौतुकानं तसं बोललो. तुला लाडात बोललेलं पण कळत नाही का? हे मला ठाऊक नव्हतं. चुकलं. मी महामूर्ख आहे ना, यशोधराबाईसाहेब!”

“असं रे काय करतोस? केवढा रागावतोस! बोलू नकोस ज्जा!”

“नाही बोलत जा!”

"जा! भांडकुदळ, दुष्ट. भेटायचं आणि लागट बोलायचं. असं रे काय? मी रडेन हं मोठ्यानं. सारखं आपलं ए आणि अगं! आता म्हणे बाईसाहेब!"

"बाकी तू छान चिडतेस हं! मी आता नक्की तुझं, म्हणजे आपलं बारसं करणार. मला एक २४ तासांचा अवधी देशील– छान नावं शोधायला?"

"चालेल."

"पण... पण एक अट आहे."

"कसली?"

"त्या नावानं फक्त तूच मला हाक मारायची आणि त्या नव्या नावानं फक्त मीच तुला हाक मारणार?"

"कबूल, कबूल, कबूल!"

दोघं दोन दिशांना पांगली.

बघ-बघ म्हणता बारा तास तर संपले. रघुनंदनचा फोन नाही, निरोप नाही. भेटण्याचं तर नावच नाही. हे आणखी त्रांगडं होऊन बसलं. यशोधरेला कळेना की, 'आपण काय भलता हट्ट धरला की काय? पण त्याच्याकडे नाही हट्ट करायचा, तर कुणाकडे करायचा? आणि याला तरी एवढा फुगा कशाला यायला हवा? म्हटलं, नावानं हाक मार; तर बिघडलं कुठं? प्रत्येक गोष्टीत याचा हक्क, याचा हट्ट. तो म्हणेल, तेच खरं. मुळी दुसऱ्याचं ऐकूनच घ्यायचं नाही. नको मारूस नावानं हाक. मी पण आता 'ए, ए' आणि 'अरे, अरे'च करेन, म्हणजे कळेल कसं वाटतं ते.'

'आज २४ तास पूर्ण झाले. त्याचा फोन नको यायला? मी पण करणार नाही. गेला उडत! समजतो कोण स्वत:ला? मुळी दुसऱ्याची पर्वाच नाही...' यशोधरेच्या मनात संवाद चालू होता. त्याच्यापर्यंत पोचत होता की नाही, कोण जाणे.

पूर्ण चार दिवस गेले. दोन्ही आघाड्यांवर सामसूम. खरं तर रघुनंदन नाव सांगणार होता. मग त्यानं तिला संकेतस्थळी बोलवायला नको? आणि समजा– त्यानं नाही बोलावलं; तिनं रागावून का होईना, फोन करायला नको? पण कमीपणा घ्यायचा कुणी? आग आपली धुमसतेय. शेवटी आठवडाअखेर एक जाडजूड पाकीट आलं. तिला ठाऊक होतं, पत्र रघूचंच असणार. हाकेच्या अंतरावर राहत असताना हे पत्र कशाला? पण पत्रात मायना तर असेल ना? त्यात नाव नक्कीच असणार. तिनं घाईघाईत पाकीट उघडलं. आणि मिनिटभर

बघतच राहिली. पत्रावर तारखेचा पत्ता नाही. 'प्रिय' लिहायला हात जड झाला असावा. सुरुवातच मुळी–

'तू!' अरे, ही काय पद्धत झाली लिहायची? याला काय एक छानसं नाव सुचलं नसेल? नसेल तर नसेल; मी थोडीच अडलेय याच्या हाकेसाठी? तिरसट कुठला! तिनं रागारागानं पत्र वाचायला सुरवात केली–

तू,

अरे, हं....'मी'–'तू' ही अक्षरं मी रजिस्टर केली आहेत; आता तू करू नकोस. Application reject होईल. आता एक लक्षात घे– लहान मुलांना आणि मोठ्या माणसांना ही मधली माणसं खूप उपदेश करत असतात. त्याचं काय माहिताय ना, हल्ली उपदेश हा मुख्य 'देश' सोडून कुठेही फिरत असतो; म्हणून तो द्यायला लोक खूप आसुसलेले असतात... मीसुद्धा घरी बसल्या-बसल्या बराक ओबामा, मनमोहन (जमल्यास अण्णा) यांना उपदेश करत असतो. पण ही लहान-मोठी माणसं एवढी हुशार असतात की, ती कुणाचाच उपदेश ऐकत नाहीत. तेव्हा तूसुद्धा असा उपदेश पदरात पाडून घेऊ नकोस. आपल्या या बारशाबद्दल लोकांना काय म्हणायचं ते म्हणू दे. दुर्लक्ष कर. (हासुद्धा एक उपदेशच की! जाऊ दे....)

आता थोडं इकडचं-तिकडचं.

गेले काही महिने मी जेव्हा माझं, समाजाचं निरीक्षण करतो आहे, तेव्हा अनेक गोष्टी जाणवतात. Let me share with you. कदाचित माझी Observations चुकीची असू शकतील, त्याची दुरुस्ती करता येईल. बघ हं, तुला काय पटतं ते–

यंत्र, विज्ञान, तंत्रज्ञान यांनी गेल्या दशकात किती तरी सोई, सुखं दिली आहेत. साहित्य, तत्त्वज्ञान, समाजशास्त्र, दर्शनं यांनी मानव नावाच्या प्राण्याची बौद्धिक आणि मानसिक भूक शांत करण्याचा प्रयत्न केलाय, मार्ग दाखवलाय; तरीसुद्धा माणूस सुखी का होत नाही? भौतिक मागण्या पूर्ण झाल्या, त्याही उच्च दर्जाच्या– तरी तो संतुष्ट का नाही? एके काळी आपला देश गरीब होता; तेव्हा आपण कदाचित असमाधानी होतो, हे म्हणणं सयुक्तिक झालं असतं. पण आज आपला देश किती वेगानं प्रगती करतो आहे, समृद्धी आहे... गरिबांकडेही सुखाची, चैनीची साधन-सुविधा आहे; तरी तो सुखी नाही.

आणि युरोप, अमेरिका, ऑस्ट्रेलिया यांसारख्या देशांनी यशाची, सम्पन्नतेची परमोच्च शिखरं गाठली आहेत– ते देशही असंतुष्टच आहेत. सगळं काही मिळूनही काही तरी कमी आहे, असंच त्यांना वाटतं. काही तरी राहून गेलंय, ही दाट हुरहूर आहे. आणि हे 'काही तरी' आहे ना, याचा मी शोध घेतोय. मन आणि बुद्धी यांच्या पलीकडे हे जे काही तरी आहे, ते पकडता येत नाही. तो प्रकाश आहे की अंधार आहे, याचा अंदाज येत नाही. त्याचा आवाका लक्षात येत नाही, तोवर मी अस्वस्थ आहे. कदाचित माझी निरीक्षणाची, समजण्याची दिशा चुकीचीही असेल.

बदलांचा वेग अमर्याद आहे, त्यामुळे समाजमन आपल्याला कळत नाही. तसं आपलं मन तरी आपल्याला कुठं कळतं? ते कळण्याची Methodolgy process सहज उपलब्ध नाही. कारण ज्याची-त्याची Process वेगळी असणार.

खरं सांगू? कधी वाटतं, आहे ती स्थिती ठीक आहे. यापेक्षा अधिक उन्नत, प्रगत अवस्थेची आस कुणी बाळगत नाही. ज्याला-त्याला इंद्रियगोचर उपाधी हव्यात. त्यापलीकडे जाण्याची कुवत तना-मनात नाही.

माझ्यापुरतं बोलायचं तर–
"ज्ञाना, तुका, एकाचे
आशीर्वाद माझ्या पाठी" – तरीही समाधान नाही. कालानुरूप सर्वच गोष्टींच्या मर्यादा जाणवतात. प्रश्न आहेच;

पुढे???
थांबतो!

मी.

ता. क.– 'मी'–'तू' या नावांचं पेटंट मी घेतलं आहे, हे नीट लक्षात घे.

पत्र वाचून यशोधरा हसली. तो ये बात! ठीकाय बच्चमजी! पत्र लिहून नाव कळवतोय, विद्धत्तेचा उजेड पाडतोय! अनेकदा ऑफिसला येता-जाता तर त्याची कार तिच्यासाठी तिष्ठत असायची आणि आता मोठा शिष्टासारखा पत्र टाकतोय! तिनं पत्रानंच उत्तर टाकलं. रोजच्या वेळेला ती बसच्या रांगेत जाऊन उभी राहिली. त्याची गाडी आली. तिनं दुर्लक्ष केलं. हॉर्न वाजला. तिनं दुसऱ्या दिशेला तोंड वळवलं.

शेवटी शेजारच्या माणसानं सांगितलं, “अहो मॅडम, ते गाडीतले साहेब हॉर्न वाजवातायत.”

“अरे, माझं लक्षच नव्हतं. थँक्स हं!” असं कसंबसं म्हणून ती गाडीत चढली. तिचा एकूण नूर बघत तो मोठ्यानं हसला. “आज काय या कारचं भाग्य! तू माझ्या कारमध्ये?” व्हीलवरचे हात बाजूला करत तो चीत्कारला, “याऽऽहूऽऽ”

“आधी समोर बघ. मला ॲक्सिडेंटमधे मरायचं नाहीये!”

“मला पण.”

पुन्हा कल्पान्तापर्यंत शांतता.

“संध्याकाळी भेटशील?”

“नाही, नको. पत्राचं उत्तर पाठवलंय.” ती उतरून गेली.

आता पत्राचं उत्तर, वाट पाहणं. दोन दिवसांनी ते उत्तर मिळालं. ‘आऊट’ची पट्टी बाहेर झळकवून तो आरामात खुर्चीवर रेलला. “काय म्हणतेय रुसुबाई?” असं मजेत पुटपुटत त्यानं पत्र उघडलं...

प्रिय ‘मी’,

आधी हसून घे आणि मग विचार कर. कसा छान फसलायस बघ. स्वत:ला मोठा हुश्शार समजतोस ना? तुझ्या शब्दांनी तुला चकावा दिलाय. बारसं करून पेटंटसुद्धा घेतलंस. सही काय केलीयस? ‘मी’! आणि माझं नाव काय– ‘तू’? खरं ना? आता सांग, याच नावानं एकमेकांना संबोधायचं ना? म्हणजे, मी तुला ‘मी’ म्हणायचं आणि तू मला ‘तू’ म्हणायचं. म्हणजे मी तू आहे आणि तू मी आहेस. पण लोक तुला ‘तू’ म्हणणार, म्हणजे तू ‘मी’ पण आहेस आणि ‘तू’ पण आहेस. आणि मी ‘मी’ पण आहे आणि ‘तू’ पण आहे. म्हणजे तुझं हे ‘मी’पण ‘तू’पणात असं कसं रे विरघळलं? म्हणजे मी, तू नव्हे! ‘तू’ ‘मी’! बोल, हरलास की नाही? आता शोध वेगळी नावं.

बाबा, हे जगाच्या आतापर्यंत न सुटणारं ‘मी-तू’चं कोडं आहे. तू म्हणतोस–

“ज्ञाना–तुका–एकाचे
आशीर्वाद माझ्या पाठी”
मी म्हणते – ज्ञाना-तुका-एका तुझ्यापाठी
परि तू उभा मृगजळाकाठी ॥

तुला 'काही तरी'चं उत्तर सापडत नाही. मी तुला विनोबांचं एक वाक्य सांगते, 'आपला शब्दगर्भापर्यंत शिरकावच राहिलेला नाही. आपण सारे ओसरीवरच वावरतो.' या साध्याच शब्दांत विनोबा केवढं सांगून गेलेयत बघ! शब्दाला स्वत:चा अर्थ आहे, त्याचं असं सामर्थ्य आहे– हे आपण विसरूनच गेलोय. उदाहरण देते– नमस्कार पाठोपाठ आशीर्वाद येतो. कुणी काही दिलं की, माणसं आशीर्वादाला वाकतात; नाही तर केवळ वय बघून वाकतात. हे किती चूक आहे! यात आशीर्वादाचं आणि नमस्काराचंही अवमूल्यन आहे. नमस्कारातलं पावित्र्य आणि आशीर्वादाचं थोरपण लक्षात घ्यायला नको?

जग झपाट्यानं बदलतंय आणि मूल्यविचार बदलतायत; मग जुन्या समजुती, संकेत, श्रद्धांविषयीच्या कल्पना बदलायला हव्यात. (ही तुझी मतं) मग सर्व संत–महंत आशीर्वच उच्चारायला उभे राहिले, तरी तुझ्या अस्थिर मनाचं काय? त्या 'काही तरी'च्या शोधात तू असा भिरभिरलायस का? तुझा स्वत:वरचा विश्वास डळमळीत झालाय, म्हणून तू असा वागतोस का? तू तुकोबाही वाचलायस आणि शेक्सपिअर अभ्यासलायस. मग विटेवर युगे अठ्ठावीस उभ्या असलेल्या त्या सावळ्यावर तरी विश्वास ठेव, नाही तर तागडी घेऊन हृदयाचा तुकडा तोलायला सांगणाऱ्या पोर्शियाचा वकिली बाणा तरी अंगीकार.

तुला नाही वाटत, तू दोन व्यक्तिमत्त्वांत विभागला गेलायस? एकात तू हसऱ्या, आनंदी, तरुण मनानं वावरतोयस आणि दुसऱ्यात तू पैलतटावर उभा राहून आकाशाकडे डोळे लावून बसलायस– जगण्यातलं स्वारस्य संपल्यासारखा! या द्विधा मनोवस्थेतून बाहेर ये.

आपणा सर्वांनाच तोल सांभाळत जगावं लागतंय. पण तोल जाईल म्हणून कुणी धावणं सोडत नाही, की शिखरावर चढताना आकाशाचे रंग पाहणं नाकारत नाही. तुला आवडणार नाही, तरी विंदांच्या ओळी ऐकवतेच –

"तू बाविशीत बुड्ढा
त्यांना विचार ज्यांची,
उद्या असेल साठी"

– कळलं?

पण मूळ मुद्दा राहिलाच. माझं नाव! हाक मार तर– मी, 'मी' आहेच आणि 'तू' तर कुणीही दुसऱ्याला उद्देशून हाकारतं. थोडा कोशातून बाहेर ये.

'I' स्पेशालिस्ट होऊ नकोस. आपण कुणी खास वेगळे आहोत, ही पोझ कशाला? पत्रं हवी तर रोजच लिही रे, पण भेटशील तेव्हा मोकळा-ढाकळा

बोलशील तर! मनाला सीलबंद करू नकोस.

कळावे,

तुझी,
'तू'–मी

--*

संध्याकाळी त्याची गाडी ऑफीसच्या गेटशी उभी होती. ती मुकाट आत चढली. त्यानं डोळ्यांच्या कोपऱ्यातून तिचा अंदाज घेतला. "एऽ तूऽऽ"– ती आपली हुप्प.

"बोलायचं नाही? मी तुला हाकारतोय."

"बोल रे 'मी'."

"अगं, मी गम्मत केली. मज्जा."

"ही कसली मज्जा?"

"अगं, तूच म्हणतेस ना, मी असा बुद्धा... आणि काय गं तुझं ते, पैल-तीर आणि–"

"चूप. वाचलंस ना पत्र?"

"वाचलं बाबा. आता मी ठरवलंय, तुला रोज एक पत्र लिहायचं आणि भेटलीस की द्यायचं."

"म्हणजे जन्मभर आपण असा प्रवास करत राहायचं आणि तू पत्रं लिहीत राहणार?"

"हो!"

"हो काय? आणि समज– एक दिवस मी पट्दिशी मेले–"

"ए, यू शट् अप्! अशी कशी मरशील माझ्या परवानगीशिवाय?"

"म्हणजे? मरायला पण तुझी परवानगी हवी?"

"ऑफकोर्स! तूच निघून गेलीस, तर माझी पत्रं कोण वाचेल?"

"तुझी पत्रं वाचण्यासाठी मी तुला जिवंत हवी? म्हणजे माझं जगणं किंवा मरणं हे तुझ्या उपयोगावर, तुझ्यासाठी? उपयोग संपला किंवा– आणि कुणी 'वाचक' मिळाला की, तू मला फेकून देणार? हसतोस काय? थांबव, आधी गाडी थांबव."

"थांबवणार नाही."

"मी ओरडू मोठ्यानं– तू मला पळवून नेतोयस म्हणून?"

"ओरड, ठणाणा कर. मी पण सांगेन, ही मला धाक दाखवून पळवून नेतेय म्हणून. तुला ठाऊक नाही, मी किती मस्त ॲक्टिंग करतो ते!"

"म्हणजे... तू माझ्यावर प्रेम करतोस, हेसुद्धा ॲक्टिंगच आहे?"

"मी कधी म्हटलं, मी तुझ्यावर प्रेम करतो म्हणून?"

"म्हणजे आपण रोज भेटतो, बोलतो आणि...."

"अगं वेडी, तू रडतेस काय? मी गम्मत केली तुझी. आधी डोळे पूस. आपण समोर कॉफी घेऊ. चल, प्लीज—"

तो बोलत होता आणि ती ऐकत होती.

"आता मी सबर्बनमध्ये एक छोटासा फ्लॅट घेणार आहे तुझ्यासाठी."

"हं!"

"म्हणजे अशी हसलीस ना, की मला तुझी समजूत काढता येईल. आणि आपण ना, कध्धी कध्धीच भांडायचं नाही."

"हं!"

"बाहेर खूप कटकटी असतात. तुला बघितलं की... एऽ कॉफी घे आधी. थंड होतेय."

तिनं कॉफी घेतली. त्यानं घरापर्यंत तिला सोडलं.

"शांत झोपशील? उद्या भेटू?"

दुसऱ्या दिवशी ती ऑफिसला गेलीच नाही. तिनं कुसुमाग्रजांची एक कविता त्याला पाठवून दिली—

"तू दिलेल्या
चाफ्याच्या फुलांतच
मी तुला पाहते आहे
अनुभवते आहे
आणि माझ्या अस्तित्वात
शोषते आहे
उषेच्या सत्त्वात
आकारलेले हे गंधमार्दव
.....आणि यातलं तुला काहीच माहीत नाही
त्या फुलांपासून
तू केव्हाच अलग झाला आहेस..."

(मूळ कवितेत मी फक्त मात्रेचा बदल केलाय.) तुला कळते का बघ कविता.

--*

उलटटपाली कुरिअर आलं. मायना नाहीच. पत्राच्या ललाटी एक ओळ–

''चाफा बोलेना–''

कुसुमाग्रजांच्या कवितेत त्या चाफ्याचं जे काय झालं ते होवो, पण माझी फुलं ओंजळीतच आहेत; कधीच अलग होणार नाहीत माझ्यापासून आणि मी त्यांच्यापासून. एऽ तू–

'तू'चा,
मी.

सोबत छोट्याशा पिशवीत ताजी, टवटवीत चाफी. हसरी, गंधभारली, बोलणारी. तिनं हळूच ती ओंजळीत घेतली. मनभर श्वासली. पापण्या अलगद मिटल्या. पापणीआड तो आणि आता दारातही तोच!

२. तिचा निर्णय

मनकर्णिकेनं रिसीव्हर उचलला. विश्वजित न्यू जर्सीहून बोलत होता, "मन्ना–"

"बोल. बरं वाटलं तुझा आवाज ऐकून."

"कशी आहेस गं?"

"कशी...? आता ठीकच म्हणायची."

"सावरलीस ना? सावरायला हवंच तुला. एवढ्या लहान वयात...! अगं, वेडी! रडतेस तू? खरं तर तू केवढ्या धीराची. रडून काही फरक पडणाराय का? आणि हे बघ, मुलांसमोर अजिबात डोळे गाळायचे नाहीत."

"नाही रे, स्वत:ला खूप आवरलंय मी. बऱ्याच दिवसांनी तुझी हाक ऐकली आणि–"

"असं होतं. सांभाळ स्वत:ला. गुड गर्ल! नाऊ आय विश, आय शुड बी देअर! कार ॲक्सिडंट म्हणजे काय गं! मी कल्पनाच करू शकत नाही–"

"तुला कुणी सांगितलं?"

"आपला अभिमन्यू बोलला. काल त्याचा फोन आला होता. आय वॉज शॉक्ड. दुर्दैव हेच की, अशा गोष्टी आपल्या वाट्याला याव्यात. एक बोलू?"

"हं!"

"काही दिवसांकरता इकडे का येत नाहीस?"

"तिकडे? अशी....एकटी–"

"प्लीज– रडू नकोस ना! अगं, तेच वातावरण, तीच माणसं... तुला सगळं पुन: पुन्हा आठवत राहणार. मला कल्पना आहे, तुला काय वाटत असेल. सॉरी... पण जरा वेगळ्या ठिकाणी आलीस की, तुलाच बदल जाणेवल. पुढं एवढं मोठं आयुष्य पडलंय, मुलं मोठी व्हायचीयत... तुला खचून कसं चालेल?"

"हं!"

"हं काय? गोष्ट सांगतोय मी? काल अभिमन्यू आणि मी बराच वेळ बोलत होतो. त्याचंही मत हेच पडलं. तुला चेंज फार आवश्यक आहे."

"तुझ्या आमंत्रणाबद्दल मी आभारी आहे. पण–"

"आता पणबीण नको आणूस मधे. महिनाभर जरी राहिलीस ना, तरी खूप बरं वाटेल तुला."

"अरे, पाहुणा दोन दिवस बरा. महिनाभर राहिले तर–"

"तर काय? इना कंटाळेल? घालवून देईल? की भांडेल माझ्याशी?"

"जस्ट शट अप्? काय वेड्यासारखा बोलतोस! इना माझी समजूतच काढेल. स्त्रीचं दुःख स्त्री अधिक समजू शकते. पण खरं सांगू? मला कुणाची सहानुभूती नकोय. तुझे मित्र-मैत्रिणी येणार आणि ओळख झाली की 'सॉरी' म्हणून.... आय जस्ट हेट दॅट वर्ड– 'बिच्चारी'! काय करायचंय सहानुभूती गोळा करून? माझं दुःख कमी होणाराय का?"

"तुझी ही फिलॉसफी मी लहानपणापासून ऐकतोय. इथं काही तसं होणार नाही. तू फ्रेश होऊन जाशील. माणूस एकटं-एकटं अधिक दुःखी होतं. त्यातून बाहेर नको पडायला? आयुष्य फेस नको करायला? आपण पुढचाही विचार करू. तू यायचं ठरवच. मी तिकीट पाठवतोय."

"आताच नको. मी कळवेन." विश्वाजितच्या फोननं तिला खूप बरं वाटलं. पण आहे या स्थितीत तिला घर सोडणं शक्यच नव्हतं. गणाधीश सात वर्षांचा, तर चारुता चार वर्षांची. मुलं, त्यांची शाळा– सगळं सोडून जायचं कुठं? शिवाय कुठं जावं, अशी मनःस्थितीही नव्हती.

विश्वजित तिचा बालमित्र. शेजारी. डबा ऐसपैस एकत्र खेळलेले, पत्र्यातले भिडू, चोरून कैऱ्या खाल्लेले आणि जोडीनं मारही खाल्लेला. अगदी के. जी. पासून एस्‌एस्‌सीपर्यंत एकाच वर्गात शिकलेले. पुढे कॉलेजात गेल्यावर मित्र विचारायचे, "त्या म्यॉवबरोबर जन्मगाठ बांधणारायस?"

"छट्! पेलायची नाही असली कडकलक्ष्मी! संसाराला आपल्या लेव्हलची मुलगी हवी. उगाच असला नाकापेक्षा मोती जड–" मन्ना बाजूने जातेय, हे बघून विश्वाजित मुद्दामच मोठ्यानं म्हणायचा. आपली स्कूटी थांबवून त्याच्या टपलीत मारत ती पण म्हणायची, "आपल्याला पण असली पचपचीत अळूची भाजी नाही परवडणार. जोरू का गुलाम होणारा नवरा मला नको रे बाबा!" यावर सगळेच हसायचे.

आणि शेवटचं वर्ष संपता-संपता एक दिवस विश्वजितच्या घरी लग्नपत्रिका

आली. हे सगळं इतकं आकस्मिक होतं... मुलगा इंजिनिअर होता. दिसायलाही तिला साजेसा असणार. सर्वांनाच उत्सुकता होती.

विश्वजित लग्नाला गेला. तिचा नवरा तिला शोभेसाच होता. देखणा. कसा डॉमिनेटिंग वाटत होता. मंचावर अभिनंदन करायला विश्वजित गेला. तेव्हा फक्त त्यालाच कळेल अशा हुशारीनं मन्नानं त्याला अंगठा दाखवला. 'जिंकले ना?' हेच तिला सुचवायचं होतं. विश्वजित हसला होता खरा, पण आतून कुठं तरी नकळत उसवला होता. आइस्क्रीम न खाताच तो बाहेर पडला होता.

पुढे तो अमेरिकेला गेला. तिथंच स्थायिक झाला. एका भारतीय मुलीशी त्याचं लग्न झालं. विश्वजितचा आणि मनकर्णिकेचा अधून-मधून फोन व्हायचा. भारतात आला की, आवर्जून आपल्या मैत्रिणीला भेटून जायचा. तसा स्नेहाचा धागा टिकून होता. आताही त्याचा अमेरिकेतून आठवणीनं फोन आल्यावर मनकर्णिकेला बरं वाटलं. कुणा तरी जवळच्या माणसाची हाक अशा दुःखात दिलासा देऊन जाते खरी.

अभिमन्यूचा विषय विश्वजितनंच काढला होता. तिला बँकेत जायचं होतं. नीलच्या पीएफची, एलआयसीची, एफडीची खूप कामं अडली होती. तिला कुणा विश्वासू जाणकाराचा सल्लाही हवा होता. अभिमन्यू ज्या बँकेचा मॅनेजर होता, तिथंच नीलकान्तच्या ऑफिसचं खातं होतं. त्याचा पगार तिथंच जमा व्हायचा. मन्नाला कधी जायचं कारण पडलं नव्हतं. पण नीलकान्तच एकदा म्हणाला, "अगं, तो मॅनेजर तुझा वर्गमित्र होता म्हणे कॉलेजमध्ये."

"असं? काय नाव?"

"नाव....? नाव लक्षात राहिलं, आडनाव विसरलो बघ. कुणी तरी अभिमन्यू----"

"हां– हां! अभिमन्यू सरपोतदार का?"

"होय. त्यामुळे कामं झटपट झाली. वर कॉफी. जेवायला या म्हणाला."

"त्यालाच बोलाव कधी तरी–" पण ते तेवढंच राहिलं.

आणि आता, अशा स्थितीत ती अभिमन्यूसमोर जाणार होती. तिला आधार तर वाटत होताच, पण वाईटही वाटत होतं.

त्याच्या असिस्टंटला फोन करून तिनं आधी कल्पना दिली होती. ती आली तसा तो उठून उभा राहिला. "ये मन्ना, बस. मला कळलं होतं, पण तुला भेटायचा धीरच होत नव्हता. काय बोलायचं? ऑफिसकडून कागदपत्रं आलीयत. आपण फॉरमॅलिटीज पुऱ्या करू, मग बोलू."

तेवढ्यात प्यूननं कॉफी आणून ठेवली. ती हळूहळू एकेक घोट घेत होती आणि अभिमन्यू बोलत होता. पैसे कुठे अन् कसे गुंतवायचे, पुढची तजवीज करणं का आवश्यक आहे, घराच्या व्यवहारासंबधी– अनेक गोष्टी. पॉलिसीचे पैसे मिळवून द्यायला तो मदत करणार होता.

मग या ना त्या कारणानं ती दोघं भेटत राहिली. या कठीण प्रसंगी तो तिचा मार्गदर्शक झाला होता. कामं मार्गी लागली. मात्र ती दोघं भेटत राहिली– स्नेही म्हणून. मन्नालाही तिच्या एकाकीपणात त्याच्या सोबतीचा आधार वाटला. नातेवाईक चार दिवसांपुरते आले आणि उपदेश करून गेले. प्रत्येकाचं सांगणं एकच– ''लहान वय आहे तुझं, जप बाई!''

अभीनं कधी उपदेश केला नाही, की लक्ष्मणरेषा ओलांडली नाही. दोन-तीन वर्षं झाल्यावर एकदा त्यानं सुचवून बघितलं. तशी ती म्हणाली, ''मला पटतं तुझं बोलणं. पण तू बघतोस, मुलं लहान आहेत. त्यांची जबाबदारी पूर्ण होईतो मला वेगळा विचार करता येणार नाही.''

''मन्ना, तुझी जबाबदारी ती माझी नाही का? मुलांना मी वाऱ्यावर कसा सोडेन.''

''तसं नाही अभी, मी तुझाही विचार करते. घरच्या जबाबदारीमुळं एवढी वर्षं तू तसाच राहिलास. आता सोबत मिळूनही तुझ्या डोक्यावर जबाबदारीचं ओझं. तू स्वत:च्या आनंदासाठी केव्हा जगणारायस? मुलं आणि तू– यात माझीही कुतरओढ व्हायला नको. आता आपण एकमेकांच्या आयुष्यात यायचं ते एकमेकांसाठी. कर्तव्याची कोणतीही ओझी नकोत. जी उत्साहाची दहा-पंधरा वर्षं मिळतील, ती आनंदात घालवू या.''

त्याला तिचं म्हणणं पटलं. दुसरा आणखी विचार त्याला करायचा नव्हता. चारुता आणि गणाधीश यांच्या लग्नात तो स्वत: कर्तव्यभावनेनं जबाबदाऱ्या उचलत होता. मन्नाला एकटेपणाचं ओझं त्यानं कुठेही जाणवू दिलं नाही. मुलांनीही या सुस्वभावी काकाला हरकत घेतली नाही.

पूर्ण वीस वर्षं दोघं अलिप्त राहूनही एकमेकांची होती. एकमेकांना आधार देत होती. आश्वासक शब्द, धीराचा उबदार स्पर्श, प्रेमाची स्नेहशील हाक– यांत दोघांनी समाधान मानलं होतं. खरं तर तो काळ उभयतांच्या कसोटीचा तर होताच, परस्परांना पारखण्याचाही होता.

अभिमन्यूच्या वृद्ध माता-पित्याचा विरोध असण्याचा प्रश्नच नव्हता. मुलगा उशिरा का होईना, जोडीदारीण आणतोय, यातच त्यांना समाधान होतं.

मन्नाला त्यांनी पाहिली होती. त्यांच्या अनुभवी डोळ्यांनी अंदाज बांधला होता. पण मुलगा सांगेपर्यंत आपण बोलायचं नाही, असंच दोघांनी ठरवलं होतं.

...आणि कळलं, त्याच दिवशी सासवेनं सुनेला बोलावून साक्षगंध केलं. परंपरेनं चालत आलेली पैठणी आणि दागिन्यांची पेटी तिच्या हवाली केली. तशी मन्ना म्हणाली, "मी तुमचीच आहे. हक्कानं घरात पाऊल टाकेन, तेव्हाच शकुनाचं म्हणून तुमच्या हातानं अंगावर चढवा. सध्या राहू दे." तिचा संयम आणि अनासक्ती अभिमन्यूला फार आवडली.

आता मुलांच्या कानावर हे घालणं मनकर्णिकेला फार आवश्यक वाटलं. या निर्णयाचं स्वागत कसं होईल, याबद्दल ती साशंक होती. म्हणून तिनं अभिमन्यूला या बैठकीला न बोलावता फक्त कानावर घालून ठेवलं. लेकीला आणि जावयाला दोन दिवस राहायलाच बोलावलं. गणाधीशला आणि सुनेलाही. "काही बोलायचंय", एवढंच सांगितलं. त्या चौघांनाही कल्पना नव्हती. अभिकाका आणि आई नेहमी भेटतात, फिरतात– हे त्यांना माहीत होतं. तिलाही कुणी तरी समवयस्क परिचित स्नेही आहे यात त्यांना गैर वाटलं नव्हतं. त्यामुळे आज काय विशेष बोललं जाणार आहे, याची चौघांनाही कल्पना नव्हती. बाहेरही काही वदंता नव्हती. चौघंही आपापल्यापरीनं विचार करत होती. आपसातही कुणी चर्चा करत नव्हतं. एखादी पॉलिसी मॅच्युअर झाली असेल किंवा घरासंबंधी काही सह्या हव्या असतील, एवढीच बाळबोध कल्पना.

जेवणं आटोपली. गणाधीश, त्याची बायको, चारुता, तिचा नवरा– अशी चौघंही बडिशेप चघळत बाहेरच्या हॉलमध्ये आली. चारुतानं सवयीनं रिमोट हातात घेऊन बटणं दाबायला सुरवात केली. गणानं किंचित रागानं बहिणीकडं पाहिलं.

"तू कधीच शहाणी होणार नाहीस का?"

"आता टीव्ही लावण्यात शहाणपण ते कसलं?"

"टीव्ही लावण्यात शहाणपण नाही; तो केव्हा लावायचा, याचं तारतम्य हवं. आईनं काही महत्त्वाच्या कामासाठी आपल्याला बोलावून घेतलंय, हे ठाऊक नाही तुला?"

"ठाऊक आहे बाबा! पण ती अजून बाहेर कुठं आलीय? तोवर–"

"तोवर काय? तू इथं नाच-गाणी लावणार? वेळेचं काही गांभीर्य?"

"गांभीर्य? तू कधी एवढा बुड्ढा झालास?"

आपल्या बायकोला मधेच थांबत विहंग म्हणाला, "तो म्हणतोय ना, तू

थांबायला काय घेशील? एक दिवस नाही बघितल्यास त्या सीरियल्स, तर आपले पितर काय स्वर्गात जायचे थांबणार आहेत?''

''तू लगेच स्वर्ग आणि पितर वगैरे काय काढतोस रे!'' चारुता फुरंगटून बाजूला झाली. रिमोट दूर फेकला. मनकर्णिका आत येता-येता हसून म्हणाली, ''अरे, अरे– इथं काय महाभारत चाललंय? अजून कुरुक्षेत्रावर यायचंच आहे.''

''अगं आई, तुझ्या लाडोबाचा नेहमीचा पोरकटपणा. लग्न झालं तरी अजून स्वत:ला लहानच समजते.''

''समजू दे रे! तू का एवढा रागावतोस? चारू, विहंग– आपण बोलायचं का आता?'' मनकर्णिकेनं अंदाज घेत विचारलं.

''जरूर!''

तिनं सुनेकडं पाहिलं. ती थोडी पुढे सरकून बसली.

''आज मुद्दामच तुम्हा चौघांना मी इथं बोलावलं. काही महत्त्वाच्या गोष्टी सांगायच्या आहेत आणि निर्णयही घ्यायचे आहेत.''

तेवढ्यात चारुता बोललीच, ''निर्णय वगैरे घ्यायला तू काय म्हातारी झालीयस का?''

''म्हातारी नाही, म्हणून तर! चारे, प्रत्येक निर्णय म्हातारपणीच घ्यायचा असतो, हे कुणी सांगितलं तुला? वेळ यावी लागते. त्या-त्या वेळी ते-ते निर्णय घेणं आवश्यकच असतं.

''चारू, गणा आणि तुम्हीही दोघं– मी आधी बोलते. माझं बोलून झालं की, तुम्ही विचार करून तुमचं मत सांगा. मी फक्त तुमचं मत विचारतेय; स्वत:च्या निर्णयाशी मी ठाम आहे, कारण तो माझ्या आयुष्याविषयीचा आहे.

''तुम्हा दोघांची शिक्षणं पूर्ण झाली, तेव्हा एका मोठ्या जबाबदारीतून मी मोकळी झाले. तुमच्या बाबांच्यामागे ते अवघड काम कसं पार पडेल, याची फार मोठी चिन्ता होती मला. दिवसभर मी नोकरीमुळे घरी दमून-भागून यायची. कामावर असले, तरी तुमचीच काळजी असायची. नीट खाल्लंत की नाही, खेळून वेळेवर घरी आलात की नाही, तुमचे मित्र-मैत्रिणी कोण आहेत, ते चांगल्या संस्कारांतले आहेत की नाहीत, तुमचा अभ्यास नीट चाललाय की नाही... अनंत गोष्टी! पुन्हा वडिलांची उणीव भरून काढण्यात मी कितपत यशस्वी होईन, तुम्हाला पोरकेपण तर येणार नाही ना– या चिन्तेनं मी पोखरली जात होते. मी तुमच्यासाठी आणि तुमच्यातच जगत होते. कधी माझा विचार केलाच नाही....''

"आई, वुई आर ग्रेटफुल. तू खरंच खूप केलंस आमच्यासाठी. आम्ही जे काय आज आहोत, ते तुझ्यामुळं. आम्हाला तुझा अभिमान वाटतो." गणा बोलता-बोलता भावविवश झाला.

मनकर्णिकेनं हळूच त्याच्या पाठीवर हात टाकला. "तुम्ही दोघंही गुणी निघालात. मला यश दिलंत. आपापले जोडीदार शोधून मला एका संकटातून वाचवलंत. नाही तर मी एकटी एक कुठे शोध घेत राहिले असते? पुन्हा सगळं नीट मार्गी लागेल ना, ही विवंचना. सगळे प्रश्न चटपट सुटले. आता–" चौघांनीही वर मान करून आईकडे पाहिलं. ती गंभीर होती. "आता मी माझा विचार करायचं ठरवलंय.

"मी व्हीआरएस घेणाराय, म्हणजे हाताशी थोडी रक्कम येईल. त्याची मला गरज आहे. शिवाय बँकेत तसा थोडा पैसा आहेच. हे घर आहे–"

"आई, तीर्थयात्रेला निघाल्यासारखी सगळी आवराआवर काय करतेस?"

"तीर्थयात्रा नाही, पण मी वेगळ्या मार्गानं निघालेय-"

"म्हणजे?" चौघंही आश्चर्यानं उदगारले.

"म्हणजे... मी अभिमन्यू सरपोतदारशी लग्न करणार आहे." एवढं बोलून ती एकदम थांबली.

"आई, तू–" एवढं कसंबसं बोलून गणाधीश एकदम गप्प झाला. चौघंही आईकडे अवाक् होऊन पाहत राहिले.

"अभीची आणि माझी मैत्री गेली वीस वर्षं; म्हणजे तुमचे बाबा गेल्यानंतरची आहे. तुम्हा सर्वांना ठाऊक आहे, तो अनेक कारणामुळं अविवाहित राहिलाय. मी विवाहित, दोन मुलांची आई आणि आता विधवा; तरीही तो मला स्वीकारायला तयार आहे. म्हणून आम्ही असा निर्णय घेतला."

"पण मी म्हणते, तुला लग्न करायची काय गरज आहे आता?"

"आहे, गरज आहे. तुम्हाला आपापली माणसं आहेत. तुमचं जग वेगळं आहे. माणूस आयुष्यात एकटा नाही जगू शकत."

"उद्या माझी मुलं किंवा गणाची मुलं ही तुझी नातवंडं असतील ना? त्यांच्यात नाही तू रमू शकणार?"

"चारू, डोन्ट टॉक नॉनसेन्स!" विहंगनं तिला गप्प केलं.

"म्हणजे चारू, तुला मुलं सांभाळणारी आया म्हणून मी हवीय?"

"आई, प्लीज– चारूचं बोलणं मनावर घेऊ नकोस. पण आई, लग्न ही तुझी गरजच आहे का? अभिकाका तुला भेटतात, तुम्ही फिरायला जाता, गप्पा

मारता– आम्ही आडकाठी केली का?''

''आडकाठी? तू काही तरी फनी बोलतोयस, असं नाही वाटत तुला गणा? आडकाठी करायला आम्ही कुणी विशीतली मुलं आहोत का?

''अरे, मी ४८ वर्षांची बाई आहे. संसारातल्या सगळ्या जबाबदाऱ्या मी पूर्ण केल्यात. आता मला एकटेपण भेडसावतंय. माझ्या वयाचं कुणी मला समजून घेणारं माणूस हवं, असं वाटतं. तुम्ही फिरायला जाता, मित्र-मैत्रिणींकडे जाता, सिनेमाला जाता, पिकनिकला जाता; तेव्हा आई एकटी असते, एकटी पडते, याचा विचार केलात?''

''अगं... पण आई, तू आमच्या एज-ग्रुपमध्ये बसत नाहीस!''

''मला तेच म्हणायचंय. एज-ग्रुप वेगळा, जगण्याची पद्धत वेगळी, विचार करण्याची तऱ्हा निराळी. मी कोणत्याच दृष्टीनं तुमच्यात समरस होऊ शकत नाही– फक्त 'आई' या नात्याव्यतिरिक्त. आणि हे नातं आज आहे तसंच उद्याही राहणार आहे. मला माझं माणूस, माझं जग शोधायला नको? तुमची नक्की काय अडचण आहे?''

''आई, नात्यातले– आजूबाजूचे काय म्हणतील? माझ्या सासरची माणसं–'' चारू तक्रारीच्या सुरात बोलली.

''त्यांचा माझ्या खासगी आयुष्याशी किती आणि कसा संबंध येतो? तुझ्या सासूबाई साठीतसुद्धा तुझ्या सासऱ्यांबरोबर ट्रिपला जातात ना? दोघं तासन् तास बोलत बसतात ना? त्या दोघांना स्वतंत्र खोली कशाला हवी? त्यांचे स्नेही सोबती जेवायला, गप्पा मारायला येतात ना? गळ्यात फक्त मंगळसूत्र असलं की, स्त्रीच्या अस्तित्वाला अर्थ असतो तुमच्या मते. तू किती अविचारानं बोलतेस! तुझ्या आईच्या आयुष्याचा स्वतंत्र विचार तुला करताच येत नाही का?''

''आई, चारीला नीट मांडता आलं नाही. आजूबाजूचे, नातेवाईक यांना तू पूर्ण तोडून टाकणारायस का?''

''कशाला तोडायचं? आपण त्यांचा विचार करतो, तसा त्यांनी आपला विचार करावा ना! आपल्या जगण्यात कशाचा, किती बागुलबुवा करायचा– हे आपण ठरवायचं. मी समाजाविरुद्ध काही करत नाहीय. अनैतिक वागत नाहीय. माझ्या जबाबदाऱ्या मी पूर्णपणे पार पाडल्यायत. अशा वेळी मी माझं हक्काचं माणूस, माझं हक्काचं जग मिळवलं; तर चुकलं कुठं?''

तेवढ्यात विहंग पुढे सरसावून म्हणाला, ''आई, तुमचा विचार योग्यच

आहे. व्यक्तिश: मला तरी यात काही गैर वाटत नाही. चारू किंवा गणाधीश यांना हीच काळजी वाटत असावी की, आजूबाजूच्या लोकांना तुम्ही कशा तोंड देणार? नाही म्हटलं, तरी लोक बोलणार– त्यांचा संबंध असो-नसो. आजवरची तुमची एक वेगळी इमेज त्यांच्या डोळ्यांपुढे आहे. चुकीची असली, तरी आपल्या समाजाची मानसिकताच तशी आहे. आई म्हटलं की त्याग, शुचिता, माया वगैरे गोष्टी आल्याच. त्यात जरा कुठे फरक झाला की, हे लोक बडगा उगारणारच. आता शांतपणे स्थिर आयुष्य जगण्याच्या वयात तुम्हाला कसला मनस्ताप होऊ नये, हीच आमची सर्वांची इच्छा! इफ यू आर डिटरमाइंड वुई हॅव नो ऑब्जेक्शन! निदान, माझी तरी काही हरकत नाही. तुम्हाला तुमच्या आवडीप्रमाणं जगण्याचा हक्क आहे. ए, चल ऊठ चारू– काही तरी शंका काढू नकोस.'' विहंग उठून आत गेला. चारू जागीच चुळबुळत राहिली.

''तुला काही बोलायचंय?''

''हो. आई, तू इथंच राहणार? याच जागेत?''

आई हसली. ''गणा, तुला काही विचारायचंय?''

''नाही, तू ठरवलंयस तर... पण आई, तू आणि अभिकाकांनी लग्न करून इथं राहावं, हे मलाही आवडणार नाही. बाबांच्या जागेत–''

''तर तुझ्या माहितीकरता सांगते– जागा मूळची माझी, माझ्या नावावर आहे. आमच्या संसाराच्या सगळ्याच खुणा इथं-तिथं आहेत. मलाही इथं नवा संसार मांडायला आवडणार नाही. आम्ही दोघं मुंबईला शिफ्ट होणार आहोत. अभीच्या वडिलांचा डोंबिवलीला फ्लॅट आहे. तो त्यांनी अभीच्या नावावर केलाय. मी लग्नाच्याच दिवशी तिकडे जाईन, इथली काडीही न घेता. पण तुला हेही सांगते, जागा माझ्या नावावरच राहील. मी निरवानिरव करत नाहीये, कळलं चारू?

''या २४ तारखेला आम्ही रजिस्टर लग्न करणार आहोत. माझ्या मैत्रिणी आणि अभीचे मित्र सह्या करणार आहेत. मग आम्ही सगळे हॉटेलात जेवण घेणार आहोत. तुम्ही जॉईन होऊ शकता किंवा टाळूही शकता. तुमच्याशी पुढेही नातं ठेवायला मला आवडेल. पण तुमच्या प्रतिष्ठेला बाध येणार असेल, तर तुम्ही–''

''प्रतिष्ठा गेली झाडमीत!'' विहंग बाहेर येत ओरडला. ''कसा विचार करता रे तुम्ही? थोडा त्यांच्या दृष्टीनं विचार करा की! त्या आज एक पाऊल पुढे टाकताहेत, अशा वेळी घरच्यांनी काव-काव करायची? जग नावं ठेवतच असतं;

आपण घरच्यांनी पाठीशी उभं राहायला हवं.

"काय कमी केलंय रे त्यांनी तुमचं? सगळं तरुण वय मुलांसाठी गेलं; आता स्वत:चा विचार केला, तर कुठे चुकलं? लोक काय म्हणतील, नातेवाईक काय म्हणतील... छे! या असल्या बुरसटलेल्या विचारांतून आपण केव्हा बाहेर पडणार आहोत? चारूचं ठीक आहे; मी समजू शकतो. पण गणा, यू टू? तू इतका कचखाऊ असशील, असं वाटलं नव्हतं मला.

"आई, गो अहेड! वुई आर प्राऊड ऑफ यू! आम्ही तिघंही तुमच्या पाठीशी आहोत.''

चारूनं विमनस्कपणं नवऱ्याकडे पाहिलं. सून तर मघाशीच उठून आत गेली होती. गणाधीश स्वत:शीच विचार करत होता.

आईनं तिघांवरून नजर फिरवली. तिचा निश्चय ठाम होता. बोलायचं ते बोलून झालं होतं. एक अवघड काम पार पाडल्याच्या समाधानानं ती उठली आणि शांतपणे आपल्या खोलीकडे वळली.

३. आपण बोलू या–

ढगांनी काळी सावली धरली होती. त्याला रात्रीच्या अंधारानं साथ दिली. सगळा आसमंतच काळवंडून गेला. त्याचा अंदाज घ्यायला एखादी रुपेरी रेषा लखलखून जायची. क्षणभर डोळे दिपायचे. दिसायचं नाही काहीच, पण किती तरी वेळ ढगांचा कल्लोळ कानी यायचा. छातीत उसवल्यागत व्हायचं.

काय झालं? कुठे वीज पडली? माळरानावर, शेतावर, घरावर....? आणि मग तिला एकदम हृदयाचा ठोका चुकल्यागत झालं. मागे तिला एका माणसानं कोरड्या डोळ्यांनी सांगितलं होतं, ''तो माळावर गेल्ता. खेळत होती पोरं-पोरं आणि वीज कोसळली. बाकीची पोरं आवाजासरशी धावली. हा येड्यासारखा तिथंच उभा राहिला.''

''आणि?''

''कोळसा झाला त्याचा... काही राहिलं नाही शिल्लक. आमची माय छाती फुटेस्तो रडली.''

तिला वाटलं– उठावं आणि पळून जावं, या कडकडाटापासून अन् विजेपासून. पण कुठं? त्या माळरानावर?... ती बेचैन, हैराण, घाबरलेली. मग धुवांधार पाऊस, सरीवर सरी– मन भिजवणाऱ्या... शांत करणाऱ्या. निसर्गाशी केवढं नातं असतं आपलं! कुठल्याही जवळच्या माणसापेक्षा अधिक. भावनांचा कल्लोळ उठवणारं. पुन्हा गारवा देणारं, तदाकार व्हायला लावणारं.

दार वाजलं. रात्रीचे किती तरी वाजून गेलेत. अशा वेळी कोण? हा यशोधनच असणार, झपाटलेला. त्याला बोलायचं असतं– अगदी पोटातलं. एवढी वर्षं तो माणूस शोधत होता. त्याला पोट असलेली माणसं मिळाली. दोनच कोटीतली– एक पोट बिघडलेली आणि दुसरी ते भरण्यासाठी धडपडणारी. तिनं दार उघडलं.

''यश, अशा वेळी?''

''अशाच वेळी काय काय सुचतं... मन बेचैन होतं, झोप उडते. भडाभडा

बोलावंसं वाटतं. कुणाशी बोलू? म्हणून–''

''मग योग्य ठिकाणी आलास. बस. कॉफी घ्यायचीय?''

''आवेडल.''

''आत्ता पाच मिनिटांत आणते, तोवर हीटरजवळ बस. केस भिजले असतील, तर टॉवेलनं पूस. जेवलायस?

''नसावा... बहुतेक नाहीच. पण काही नको?'' ती हसली. ''बरं, ठीक. मग वाटलं तर बघू. आधी सगळं बोलून मोकळा हो.''

तो खुर्चीवर बसला. ती कॉटवर उशीला टेकून थोडी सैलावली. कॉफीचा एकेक घोट घेत त्याच्याकडे बघत राहिली. त्यानं मोठा दिवा विझवला. टेबल-लँप लावला. 'चालेल ना', अशा अर्थानं तिच्याकडं पाहिलं. ''डोन्ट माइंड.'' त्याचा मूड लक्षात घेऊन ती म्हणाली.

''मॅडम, जगात चांगलं कुणाला म्हणायचं?''

''जो वाईट नसतो, तो चांगला. सोपं उत्तर आहे.''

''हे उत्तर आहे?''

''हे स्थूल मानानं आहे. माणूस तपासून बघायला हवा. अनुभव हा मोठा गुरू असतो; बाकी सगळं वरवरचं असतं.''

''म्हणजे जन्मभर अनुभव घेत, ठेचा खात राहायचं?''

''होय. जन्मभर आपण विद्यार्थीच असतो. अरे यश, तुला श्वेतकेतूची कथा ठाऊकाय?''

''नाही. ती सांगाच. पण कथा आणि कथन, म्हणजे करमणूक. मी काही तरी खूप सीरियस बोलतोय.''

''हे सीरियसच आहे. तुला हे समीकरण कुणी सांगितलं? आयुष्य ही जर क्षणकालाची करमणूक नसेल, तर कथा हीदेखील करमणूक नव्हे. आणि ती सांगणं म्हणजे ऐकणाऱ्याच्या हातात आपलं मन देणं. कळलं? तू चारचौघांसारखं ढोबळ बोलू नकोस.''

''तुम्ही श्वेतकेतूबद्दल सांगत होतात.''

''होय. श्वेतकेतू हा उद्दालकमुनींचा मुलगा. मुनीश्वरांनी त्याला जगातलं सर्वश्रेष्ठ ज्ञान दिलं आणि सांगितलं, 'जा. आता जग जिंकून ये.' त्यानं गुरूंचा आशीर्वाद घेतला. श्वेतकेतू सभा जिंकत गेला. स्वत:चं श्रेष्ठत्व सिद्ध करत गेला. नावलौकिक मिळवत गेला. त्याच वेळी जन्मेजय राजाच्या यज्ञाचं त्याला आमंत्रण आलं नाही. तो अपमानित झाला. उद्दालकमुनी त्याचे वडील तर होतेच, गुरूही

होते. त्यांनी आदेश दिला. 'तू जा आणि तुझं श्रेष्ठत्व सिद्ध करून ये.' तो जाबालीऋषींच्या आश्रमात गेला. म्हणाला, 'मी ज्ञानाने परिपूर्ण आहे. मला विद्वानांनी तो मान दिला पाहिजे.' ऋषींनी त्याच्याकडे पाहिलं. ज्ञानानं संपन्न असलेला हा मुलगा दुरभिमानानं परिपूर्ण आहे, हे त्या ज्ञानी माणसानं जाणलं. ते म्हणाले, 'मी तुला काही प्रश्न विचारतो.'

"तो म्हणाला, विचारा.

"यांनी विचारलं, 'तुला सत्‌चा अर्थ कळतो? मला सत्याची फोड करून सांग.' श्वेतकेतू गडबडला. ऋषींनी पुढचा प्रश्न विचारला– 'तुला 'स्व'चा शोध लागला आहे?' श्वेतकेतू विचारात पडला. त्यांनी तिसरा प्रश्न केला, 'तुला जन्म-मरणाचं रहस्य उकललंय?' श्वेतकेतू संभ्रमित अवस्थेत परतला. झालेली हकिगत त्यानं गुरूंना सांगितली. ते म्हणाले, 'अरे वेड्या, ज्ञान कधी संपत नसतं. त्याला मर्यादा नाही. आपण दोघंही जाबालीमहाराजांच्या आश्रमात जाऊ. त्यात कमीपणा कसला?' आणि उद्दालकमुनी आपल्या शिष्याला घेऊन जाबालीऋषींच्या आश्रमात गेले. त्यांच्या पायाशी बसून त्यांनी या विश्वाचं कोडं समजून घेतलं.

"तर यश, जन्मभर आपण शिकायचंच असतं रे!"

"मॅडम, एवढ्याशा शंकेचं उत्तर किती छान दिलंत! आणि हेही न सांगता शिकवलंत, कथेच्या रूपानं दिलेलं ज्ञान हे हृदयापर्यंत पोचतं. मी एक दुःखद अनुभव घेऊन आलो–" तेवढ्यात लख्खकन वीज चमकली. त्याचे डोळे दिपले.

"सांग तर! माणसानं बोलावं, मन मोकळं करावं. संवादातून आपण एकमेकांना कळतो. ज्ञानात भर पडते. स्वतःचंही मूल्यमापन करता येतं."

"आमच्या कॉलेजात खूप दुरून मुलं येतात. गरीबही असतात. आपली स्वप्नं प्रत्यक्षात आणायला धडपडतात. मी गरीब मुलांना मदत करतो. पण शिकवणाऱ्यांचे कधी कधी दारुण अनुभव येतात. स्वतःवरचा, जगावरचा विश्वासच उडतो. मुळात मार्गदर्शन करणाऱ्यांच्यातच मूल्यांचा अभाव असेल, तर ते घेणारी पिढी ध्येयवादी निपजणार कशी? एक दुःखद अनुभव सांगतो–

"माझ्या ओळखीचे एक प्राध्यापक ५००रु. घेऊन एक पेपर विकायचे. पेपर बायकोतर्फे संकेतस्थळी पोचवायचे. पास झालेली धेंडं भेटवस्तू पोचवायची, ते निराळंच. अशा लोकांना गाडी, मोठमोठे फ्लॅट्स परवडले तर नवल नाही. अरे, प्राध्यापकांचे पगार काय– त्यात हे कसं शक्य आहे? पण हा विचार करतो

कोण? सर्वांची तोंडं सीलबंद. असे प्राध्यापक विद्यार्थ्यांना कोणती मूल्यं देणार?'' याला उत्तर नव्हतं.

बाहेरचं वातावरणही गढूळलेलं. आता धो-धो पाऊस. समोरचं माणूसही दिसत नव्हतं. नुसतं पाणी-पाणी आणि छपरावर होणारे जोरदार आघात. पाण्याच्या लोंढ्याबरोबर सगळंच वाहून चाललं होतं– केर-कचरा-घाण आणि सनातन मूल्यंदेखील.

तीही अस्वस्थ झाली. बाहेरचा पाऊस डोळ्यांत झेलत राहिली. काय उत्तर द्यायचं? मूल्यांची ही घसरण आत्ताचीच, या पिढीतली– की हळूहळू, वर्षानुवर्षं ही क्रिया चालूच आहे? केव्हापासून? कशी? याला आपली पिढीही जबाबदार आहेच की! स्वत:ला सावरत ती म्हणाली, ''बस. मी आलेच.'' आत जाऊन ती ग्वाव्हा ज्यूस घेऊन आली. तिला विषय बदलायचा होता.

''एवढ्या पावसात चिल्ड?'' त्यानं ग्लासला हात लावत विचारलं.

''घे रे. तरुण आहेस. घेता-घेताच छान वाटून जाईल बघ. मी नेहमी घेते.'' एखादा क्षण गप्प-गप्पसा गेला. मग तीच चट्कन म्हणाली, ''तू काही तरी सांगायला आलास. खरं ना? बोल–''

''हो. तोच विचार करतोय– कुठून नि कशी सुरुवात करू? तुम्ही गैरसमज करून घेऊ नका. मी स्वत:च गुन्त्यात अडकलोय. तुमच्याकडून उत्तर मागायला आलोय. तुम्ही माझी थोरली मैत्रीण आहात. तुम्हीच वाट दाखवा.''

ती हसली. त्याचा विश्वास आणि स्वत:ची कुवत याचा विचार करत राहिली.

तसा यशोधन तिचा विद्यार्थी नव्हे. कॉलेजमध्ये एका प्राध्यापकांबरोबर आला. ओळख झाली. बोलत राहिला आणि एक दिवस अचानक तिच्यासमोर येऊन उभा राहिला. ''अरे, तुम्ही! इकडे कुणीकडे?''

''तुमच्याचकडे. बोलावंसं वाटलं. आजकाल बोलावं, अशी माणसं भेटतच नाहीत; भेटतात ते मुखवटे. कोरे चेहरे, रंगवलेले चेहरे, खोटे चेहरे. माणूस हाती लागतच नाही.''

''आता लागला?''

''हो. तुम्ही!''

ती खूप हसली.

''मी खरंच बोलतोय. विश्वासानं बोलावं, सल्ला घ्यावा, आपले विचार पडताळून पाहावेत– असं खूप वेळा वाटतं. पण तसं कुणी भेटतच नाही. फार

कोंडमारा होतो. त्या दिवशी तुमच्याशी बोललो आणि ठरवलं, तुमच्याशी मैत्री करायची.''

"माझ्याशी? माझी इच्छा न विचारता?''

"तुम्ही माझी थोरली मैत्रीण व्हाल? पाहिजे तर विचार करून सांगा.''

"तुम्ही नेहमी असंच बोलता?''

"अहो, मैत्रीत विचार कसला? विचार पटले, सूर जुळला तर मैत्री टिकेल; नाही तर आपोपआप संपेल.''

"तर मग प्रॉमिस?''

"प्रॉमिस!'' त्याचं लहानपण तिला भावलं. त्याचं सरळ-स्वच्छ बोलणं, थोडे आग्रही विचार, आत्मविश्वास ती समजून घेत होती. आपल्या मनात थोडी जागा द्यायला हरकत नाही, असं तिला केव्हा तरी वाटून गेलं. तो येत राहिला.

अगदी लहानसं कारण त्याला पुरायचं. एखादं व्याख्यान छान झालं तरी तो फुलून-फुलून बोलायचा. गड जिंकल्याच्या आविर्भावात सांगत राहायचा. कधी दुखावल्या मनानं यायचा. आपला कटू अनुभव उदासल्या चेहऱ्यानं सांगत राहायचा.

या छोट्या मित्राची तिला गम्मत वाटायची. केवढंसं त्याचं मन! अजून जगाचा कडू-गोड अनुभव न घेतलेलं, न पोळलेलं. त्याचं फुलणं, त्याचं यश बघायला तिला आवडायचं. कधी तो म्हणायचा, "तुम्ही किती चांगल्या आहात! माझ्यासारख्या लहान माणसाला समजून घेता.''

"तू लहान नाहीस आणि मी थोर नाही. आपण स्नेही आहोत. आमचे विंदा काय सांगून गेलेत, ठाऊकाय ना?

"मोठ्यास मोठे मान तू, त्याहून मोठे चिन्तता,
पण आपणहि फार छोटे, तू उगा मानू नको!''

"मी मोठा होणार आहे– खूप मोठा. पाहा तुम्ही. फक्त तुमचे आशीर्वाद हवेत.''

आताही तो असाच आला होता, विस्कटलेलं मन घेऊन.

"माझी एक मैत्रीण आहे...'' त्यानं सांगायला सुरवात केली.

"थोरली की धाकटी?''

तो मनापासून हसला. "बरोबरीची. आम्ही एकमेकांची सुखः-दुखं शेअर करतो. एकत्र खातो-पितो, हिंडतो, भांडतो. मला ती आवडते. मी पण तिला आवडतो. काल तिनं... माझ्याकडून सेक्सची अपेक्षा केली...'' आणि तो

एकदम थांबला.

"तू काय केलंस?"

"मी तिला दूर लोटलं. आय जस्ट हेट हर. आय कान्ट डायजेस्ट द व्हेरी आयडिया."

ती ऐकत होती. त्याच्याकडे न पाहताच तिनं विचारलं, "गुड! तू हीरो झालास. एक सांग– ती जवळ यावी, एवढी सलगी तू आधी करू दिलीस? तुझ्या मनात असं कधीच काही आलं नव्हतं? प्रामाणिकपणे स्वतःलाच उत्तर दे. जन्मभर काय तू असाच खात-पीत-हिंडत-फिरत राहणार होतास?"

"ते कसं शक्य आहे?"

"मग केव्हा तरी तुम्ही एकत्र येणार होतात ना?"

"तिच्याबाबतीत मी कधी तसा विचारच केला नाही. मी शुद्ध मनानं–"

"एक मिनिट– मग उद्या लग्न झाल्यावर तू शुद्ध मनानं तिला असाच बरोबर घेऊन फिरणार आहेस? ...उत्तर दे."

"ते शक्य होणार नाही, असं वाटतं. पण आमची मैत्री राहील."

"कशी? कुठपर्यंत? तुझ्या पत्नीनं 'नको' म्हणेपर्यंत? मग तू तिला दूर ढकलणार आहेस? काय कारण सांगून?"

"......"

"मला एक सांग, तुला मित्र आहेत?"

"खूप. माझं सगळं आयुष्य मित्रांचंच तर आहे."

"गुड! मग लग्न झाल्यावर तुझ्या मित्रांना तू सोडून देणार असशील?"

"काय कारण?"

"मग हिला सोडण्याचं काय कारण? तू इतर मित्रांना घेऊन असाच हिंडतोस-फिरतोस-खातोस-पितोस?" तिनं त्याच्याकडे रोखून पाहत विचारलं.

"असाच म्हणजे?"

"तुझी सदसद्विवेकबुद्धी साक्ष ठेवून सांग–"

"मी तुमच्यापुढं कधीच खोटं बोलत नाही."

"मग सांग– मित्रांबरोबर जो आनंद मिळतो, तोच तिच्याबरोबर– त्याच डिग्रीचा आनंद तू तिच्या सोबत असताना मिळवतोस? की काही निराळा?"

"नक्कीच निराळा. हवासा वाटणारा. मी व्याख्या नाही करू शकत?"

"मग तिची काही चूक होती का अपेक्षा करण्यात?"

"पण मी तसा कधी वागलो नाही."

"नीट विचार कर. मला उत्तर नको देऊस; स्वत:चाच शोध घे. थोडं स्पष्ट बोलते. तू कधी तिचा हात आवेगानं दाबला नाहीस? कधी भावनेच्या भरात तिला जवळ घेतलं नाहीस? मला उत्तर नकोय. तू तिला चाचपलंस आणि मग धूर्तपणे स्वत: विरक्तीचा आव आणलास– असंच असणार. त्याशिवाय स्त्री असा पुढाकार घेणार नाही. ती देते ते सर्वस्वानं.

"विरक्ती म्हणजे काय असते, ते सांगते. ऐक– पुन्हा एक घटनाच सांगते. तीही गोष्टच. त्या एका माणसाच्या आयुष्यातली, पण इतरांना खूप काही शिकवून जाणारी."

"बोल ना!"

ती एकदम हसली. "तू भावनेच्या भरात मला 'अगं' म्हणून गेलास."

"ॲम सॉरी... व्हेरी सॉरी!"

"काही हरकत नाही रे. इंग्लिशमध्ये आपण कुठे 'अहो' म्हणतो? तू मला एकेरीच संबोध. एक सांग, मला 'अगं' म्हणणं आणि तिला तसं म्हणणं सारखंच आहे का?"

"छे: छे:– काही तरीच! तिच नातं वेगळं आहे. तुम्ही... तुम्ही फार मोठ्या आहात. मी तुम्हाला मानतो."

"थँक्यू! तर, काय सांगत होते... एक कॉलेजमधला प्रथम वर्षाचा वर्ग. नुकतंच कॉलेज सुरू झालेलं. शाळेच्या कुंपणातून बाहेर पडलेले अल्लड हसरे चेहरे. मुक्त झालेले. एकमेकांकडे कुतूहलानं पाहणारे. उत्सुक. त्यात 'तीही' सर्वांच्या नजरा खेचणारी. त्याची जाणीव असणारी. त्यामुळंच थोडी चढेल. त्यातून श्रीमंत. मुलींना असूया वाटावी, अशी.

"सर्वांनाच तिच्याशी बोलायचंय. मैत्री करायचीय. पण तिला कुणाचीच फिकीर नाही. ती स्वत:ला अनभिषिक्त सम्राज्ञी समजतेय. प्राध्यापकांच्याही नजरा ठेचकाळतात. शेवटी तीही माणसंच.

"एक ट्यूटर वर्गावर येतो. तो इतरांपेक्षा वेगळा आहे. काळा कोट, पांढरा सदरा, पांढरा लेंगा. डोक्यावर चक्क गांधी टोपी. चेहऱ्यावर स्वच्छ हसू. जुई-पुष्पासारखं निर्मळ. मुलांच्या चेहऱ्यावर प्रश्नचिन्ह– कोण हा? असा कसा? तिच्या ओठांआड हसू. 'बावळट्ट दिसतोय' हा भाव. त्याच्या हातात ट्युटोरियल्सचा गठ्ठा. त्यातून लायकी ठरणार आहे. सगळे गंभीर. ती बेफिकीर. न मार्क देऊन सांगतो कुणाला, हा विश्वास.

"एकेकाचा पेपर दिला जातो. तिचा नंबर सर्वांत शेवटी. तो नंबर

पुकारतो. ती हंसगतीनं पेपर घ्यायला येते. हात पुढे. त्याची नजर तिच्या चेहऱ्यावर. ती फटकारते, 'पाहताय काय?' त्याच्या चेहऱ्यावर मजेदार हसू. तो शांतपणानं एकेक शब्द उच्चारत, पण ठामपणं म्हणतो, 'मी तुम्हालाच पाहतोय. मनात आलं, इतका सुंदर चेहरा असणाऱ्या या स्त्रीचं मन आणि विचारदेखील सुंदर असते, तर किती बरं झालं असतं!'

"वर्ग स्तब्ध, नि:शब्द. तो पेपर तिच्या अंगावर टाकतो. शून्य मार्क! ती पेपर उचलते. धडपडत जागेवर येते. ओंजळीत तोंड लपवते....

"प्राध्यापकाचं नाव सांगायला हवं?"

"नको. मी ओळखतो, सगळा महाराष्ट्र ओळखतो."

"मला एवढंच सांगायचंय– दुसऱ्याला हीन लेखताना आपण नेमके कुठे आहोत याचाही अंदाज घ्यावा, मग दुसऱ्याला तोलावं."

"म्हणजे मी नकार द्यायला नको होता का?"

"असं कुठं म्हटलं मी? तू केलंस ते तुझ्या दृष्टीनं योग्यच. पण इथं अनेक उपप्रश्न निर्माण होतात."

"कुठले?"

"ती बाजारू बाई आहे का?"

"मुळीच नाही. फार चांगली आहे."

"म्हणूनच तू मैत्री केली असशील ना?"

"नक्कीच."

"मैत्री वाढवतानाही तुझं तिच्याविषयीचं मत ठाम होतं?"

"ऑफकोर्स!"

"मग ऑल ऑफ अ सड्न– तिनं तुझ्याकडे मागणी केली? कांदे-बटाटे मागावेत, तशी?"

"न....नाही." तो थोडा थांबावला.

"ती अगदी जवळची मैत्रीण ना रे तुझी? मग तुम्ही एकमेकांशी मोकळे झालाच नाहीत? तू नक्की कुठपर्यंत पोचलास, याचा विचार कर. आणि हाही प्रश्न स्वत:ला विचार– ती नक्की काय बोलली? कोणत्या शब्दांत? चुकीचा तर समज करून घेतला नाहीस? तसं असेल तर केवढी मोठी चूक! तिच्या स्त्रीत्वाचा, अस्मितेचा केवढा अपमान! तू शांतपणे विचार कर. बोल तिच्याशी. त्यात इगो आड आणू नकोस. आणि मैत्री तोडायची असेल, तर तीही एकमेकांशी संवाद साधून मग तोड. पार्ट ॲज फ्रेंड्स. कदाचित तूही चुकला असशील.

तिच्याशी लग्न करता येणार नाही म्हणून किंवा करण्याची इच्छा नाही म्हणून किंवा मैत्रीच्या नावाखाली शरीरसंबध ठेवायला हवे असतात ते शक्य नाही, हे लक्षात आलं म्हणून तू तिला दोषी ठरवत नाहीयेस ना? कदाचित तिचीही काही बाजू असेल– नक्कीच असेल.

“मी पुन्हा एक हकिगत सांगते–

“माझ्या माहितीतल्या एका मुलानं एक मुलगी पसंत केली. अगदी पाहून, ठरवून लग्न. ती रंगानं सावळी होती, पण हेल्दी. लांबसडक केस. टपोरे डोळे. गोड होती मुलगी. पण लग्नाच्या पहिल्या रात्रीच सगळं बिघडलं. ‘तू एवढी काळी असशील याची कल्पना नाही आली,’ म्हणत त्यानं तिला दूर सारली. काय बोलणार ती? पूर्ण दहा वर्षं वनवास काढला बिचारीनं, पण घर सोडलं नाही. हक्क सोडला नाही. सासू-सासऱ्यांचं करत राहिली. स्वत:चं शिक्षण पूर्ण केलं. नोकरी धरली, वरच्या पदावर चढत गेली. आणि एक दिवस तो म्हणाला, ‘आपण सगळं विसरू या. नव्यानं आयुष्याला सुरवात करू या.’

“ती म्हणाली, ‘जरूर! मी याच दिवसाची वाट बघत होते. मला नव्यानं आयुष्य सुरू करायचंय, पण तुझ्याशी नाही. माझ्यापेक्षा कमी प्रतीचा मुलगा माझा नवरा म्हणवून घ्यायला मला आवडणार नाही. तू सुंदर शरीराची जोडीदारीण जरूर बघ.’

“त्याच रात्री तिनं त्यांचं घर सोडलं. माहेरी निघून गेली.”

“तिनं मग दुसरं लग्न केलं?” –त्याचा उत्सुक प्रश्न.

“नाही रे! दोघंही जन्मभर तशीच राहिली, एकमेकांची कुणी नसलेली. एकेकटी... आयुष्य मोठं विचित्र असतं. माणसाचं मन हे फार अवघड कोडं आहे. त्रैराशिक मांडून त्याचं उत्तर चट्कन शोधू नये. लहान आहेस अजून. खूप जग बघायचंय, अनुभव घ्यायचेयत.”

“म्हणून तर तुमच्याकडे येतो. तुमच्या शब्दांवर माझा विश्वास आहे.”

पाऊस थांबला होता. हवेतला गारवाही कमी झाला होता. तिनं त्याची छत्री आणून दिली. “आणखी काही बोलायचं होतं?”

“आज नको, पुन्हा कधी. साध्या बोलण्यातूनही तुम्ही आयुष्याचं सत्त्व आणि तत्त्व सांगता, विचार देता. तुमचं बोलणं ऐकत बसावंसं वाटतं.”

“थँक्स; पण आता नीघ. जपून जा. हे सगळं आपण दिवसाही बोलू शकलो असतो.”

“नसतो. मला बोलायचा धीर झाला नसता. येतो मी.”

ती त्याला 'राहून जा' म्हणाली नाही. कदाचित उद्या आपल्याबद्दलही असाच विचार त्याच्या मनात आला तर? स्वत:कडे थोरपणा, चांगुलपणा घेणाऱ्या अशा पुरुषीवृत्तीचा काय भरवसा? तिनं बाहेर नजर टाकली.

चिकचिकाट झालेला रस्ता तुडवत तो अंधारात एकटाच चालला होता.

४. संघमित्राची कविता

संघमित्रानं गाडीत पाऊल ठेवलं आणि गाडी हलली. तिला केवढी तरी धाप लागली होती. दारातूनच तिनं हात हलवून पोचावायला आलेल्यांचा निरोप घेतला. आपली जागा बघून ती त्यावर निवान्त टेकली. हातातली ज्यूटची बेंगरूळ पिशवी समोरच्या आकड्याला लटकवली. तिच्या साध्या जाड्या-भरड्या पोशाखाला शोभेशीच ती पिशवी होती.

तिचं एकूणच रूप बाळबोध होतं. त्या सेकंड एसीच्या अन्य प्रवाशांच्या नोकझोकाला न शोभणारं. संमेलनाच्या लोकांनी आरक्षण ज्या वर्गाचं केलं होतं, तिथं ती येऊन बसली होती. तिच्या स्वत:च्या कोणत्याच अटी नव्हत्या. जे मिळालंय ते घ्यायचं, नाही त्याच्यामागे धावायचं नाही. 'बुद्धं सरणम् गच्छामि' एवढा एकच ध्यास तिच्या मनाला होता.

पिशवीतून बाटली काढून ती दोन घोट पाणी प्यायली आणि दोन मिनिटं डोळे झाकून स्वस्थपणे मागे टेकली. जराशानं डोळे उघडून खिडकीबाहेर पाहिलं. कुतूहलानं ती पुढे झुकली. पडदा मागे सारला. समोरच्या मखमली हिरवाईवर तिची नजर स्थिरावली. विश्वकर्म्याची ती अथांग लीला ती विस्मयानं पाहत राहिली. अरे, भगवन्त देतो-देतो ते किती! आपण कद्रूपणानं सगळी दारं मिटून घेतो. बाहू पसरून आकाशाला ह्रदयात साठवणारे हे वृक्ष... त्यांना समर्पित झालेल्या या नाजूक वेली... मधेच डौलानं डोकं वर काढणारी लहान-लहान झाडं... त्यांच्या बाजूला उभे असलेले काळेकभिन्न डोंगर... आणि त्यांच्या ह्रदयातून वाहणारे पाण्याचे शुभ्र स्रोत... केवढं सुंदर! केवढं उदात्त!

हे डोळ्यांत साठवत असतानाच तिला कालच्या समारंभाची आठवण झाली. पुरस्कार स्वीकारताना झालेला टाळ्यांचा प्रचंड कडकडाट आणि त्यामागून 'कविता वाचा–'चा झालेला आग्रह. तिनं दोनच कविता वाचल्या. त्यातून स्त्रीची वेदना बोलत होती. श्रोते टाळ्या वाजवायलाच मिनिटभर विसरले. मग पुन्हा टाळ्यांचा श्रावण बरसला. आता सगळ्या नजरा तिच्यावर. ती अधोवदन. मऊ

उबदार शालीनं तिचं दुःख कवेत घेतलं होतं.

बाकी जगात होतं कोण तिला कवेत घ्यायला? तिचं न संपणारं दुःखच तिच्या सोबतीला होतं. नजर ठेचकळावी, असं तिच्या रूपात काहीच नव्हतं. वयही पन्नाशीचं. व्यथेचं दान देऊन दैवानं ते आणखीच पुढे नेलं होतं. पण तिची कविता तरुण होती, लावण्यवतीदेखील! ऐकणाऱ्याचं मन ताब्यात घेणारी. आताही तेच झालं होतं. आयुष्यात कधी नव्हे ते आता ती तृप्तीनं न्हात होती...

ती झट्‌कन उठली. पुस्तक बाहेर काढलं. बाळाच्या मऊ रेशमी जावळातून हात फिरवावा, तसा तिनं त्या पुस्तकाच्या मुखपृष्ठावरून फिरवला. पहिलं-वहिलं पुस्तक! त्याचं नवलाईचं स्वागत! तिनं त्याचा कुवार वास मनभर श्वासला. बैठक नीट जमवली... आणि पान उघडलं. अर्पणपत्रिका...

'माझ्या वेदनेस; जिनं जन्मभर माझी पाठराखण केली.'

तिचे डोळे जड झाले. कुणाला दिसू नये म्हणून तिनं पुस्तक आणखी वर धरलं. कवितेचं पान उघडलं. पाचच मिनिटांत समोरून आवाज आला, "एक्सक्यूज मी–" तिनं पुस्तक बाजूला केलं. "मी सहज म्हणून कोणतं पुस्तक वाचताय ते पाहिलं... तर मागे फोटो आहे. तो तुमचाच आहे. तुम्ही लेखिका आहात?" उत्तरादाखल ती हसली. "मला द्याल एक कॉपी?" त्यानं पाकिटातून दोनशे रुपये काढले. ते पैसे घेऊन तिनं पुस्तक त्याला दिलं. त्यानं लगेच वाचायला घेतलं. किंचित खाकरून ती म्हणाली, "त्याची किंमत एकशे साठ रुपये आहे. परत करायला माझ्याकडे सुटे पैसे नाहीत."

"मला सुटे नकोयत. आताच पहिली कविता वाचली. चांगली आहे. चांगल्या गोष्टीची किंमत कशाला ठरवायची? राहू देत."

"आभार!"

"कुठवर जायचं आहे?"

"जळगावला."

"तिथल्याच, की–?"

"तिथलीच."

"मी पण जळगावचा. बरं झालं."

त्यात बरं काय असायचंय? आजवर आम्ही दोघे जळगावात असून काय फरक पडला? आणि आता तरी काय घडणार आहे? पण ती बोलली नाही काहीच. खिडकीबाहेर बघत राहिली. मात्र मधेच डोळ्यांच्या कोपऱ्यांतून तिनं अंदाज घेतला. तो वाचण्यात मग्न होता. ती सुखावली. तासाभरानं त्यानं डोकं वर काढलं. ती अजून

खिडकीबाहेरच पाहत होती. थोडं पुढे सरसावून तो म्हणाला, "चांगलं लिहिता. एक काम करा–" तिच्या चेहऱ्यावर प्रश्नचिन्ह.

"तुम्हाला म्युनिसिपालिटीचं कार्यालय ठाऊक आहे?"

"म्हणजे, मी गेले नाही कधीच– पण येता-जाता पाहिलंय."

"त्याच्या नाक्यावर एक महादेवाचं मंदिर आहे."

"हुं!"

"तिथंच मागल्या बाजूला औदुंबराचं झाड आहे पाहा–"

"त्या झाडाचं काय?"

"झाडाचं काही नाही हो, १६ ता. ला दुपारी २।-२।। च्या दरम्यान तिथं याल?" तिनं नुसतंच एकदा त्याच्याकडे पाहिलं. तिच्या चेहऱ्यावर शंका नव्हती. 'होय-नाही'चा गोंधळ नव्हता.

"माझ्या मनात कोणताही गैरविचार नाही. काही तरी चांगलंच होईल. विश्वास ठेवा."

तिनं मानेनंच होकार दिला.

"याच! मी वाट बघतो."

स्टेशन आल्यावर दोघं आपापल्या वाटेनं निघून गेले.

ती येईल की नाही, याची त्याला शंका होती. असं एखाद्या स्त्रीला बोलावणं, हे गैरच होतं. अव्यवहारीही होतं. मधले दिवस तो अस्वस्थ होता. त्याची काही योजना होती. त्यासाठी तो उतावीळ झाला होता. त्याच्या मनात होती तशी ती होती– दुःखी, उदास, जगापासून तुटलेली, गरीब. अनेक दिवस तो असा चेहरा शोधत होता. त्याला तो अचानक भेटला. आता काही तास.... काही मिनिटं.

तो घड्याळाकडे पाहत होता. कारण नसताना हृदयाचे ठोके जलद पडत होते. हे काही प्रेमिकांचं मीलन नव्हतं. कसला व्यूह रचलेला नव्हता. तरीही ही साधी गोष्ट घडणं आवश्यक होतं. काटा अडीचवर आला. त्यानं दूरवर नजर टाकली. खाली मान घातलेली संघमित्रा हातातली पिशवी सांभाळत हौदाच्या दिशेनं येत होती. तो आनंदानं पुढे सरकला.

संघमित्रा हौदाशी पोचली. तिथंच झाडाच्या आडोशाला तो उभा होता. "नमस्कार!" पुढे होत तो म्हणाला. "तुम्ही येता की नाही, म्हणून साशंक होतो. बरं झालं आलात... आला नसतात तर... अरे, तुम्ही काहीच बोलत नाही!"

तिचा चेहरा नेहमीप्रमाणं उदास. नजर विचारांत गढलेली.

"तुम्ही भेटायला बोलावलंत; माझं काहीच काम नाही, तुम्ही बोलायचं."

"हो, मी बोलतो." त्यानं हातातली ब्रीफ उघडली. त्यातून एक बंद लिफाफा बाहेर काढला. तिच्यासमोर धरत तो म्हणाला,

"हे ठेवा."

"काय आहे?"

"हे... अकरा हजार रुपये आहेत. तुमच्यासाठी घ्या."

तिच्या चेहऱ्यावरची रेषही हलली नाही. हात जागीच होते. "माझ्यासाठीच तुम्ही का पैसे द्यावेत? आणि ते मी का घ्यावेत?"

"मी विनंती करतो म्हणून घ्या. मला तुमच्याकडून काहीही नकोय. मी कुणी थोर पुरुष नाही. मी एका सरकारी ऑफिसात काम करतो. बायको, दोन मुलं असा माझा तृप्त संसार आहे. मला चांगला पगार आहे, तो मी पूर्ण बायकोच्या हाती देतो. वरकमाईचे पैसेही भरपूर येतात. इच्छा असो-नसो, आम्हाला ते घ्यावेच लागतात. माझे पाच-सहा मित्र आहेत. आता त्यांना मित्र म्हणायचं म्हणजे मूर्खपणाच. मला असे वरचे पैसे मिळतात, हे त्यांना ठाऊक आहे. मग एकाच्या घरी आमचा अड्डा जमतो. खायचं-प्यायचं, पैसे लावून पत्ते कुटायचे. कधी दारू, कधी जुगार. मी पैसे देतो, ते चैन करतात. मलाही अशा चैनीत ओढतात. तो पैसा मी बाहेरच्या बाहेर उडवतो. व्यसनं पुरवायलाही सोबती लागतात. हे सोबती म्हणजे, 'शिते तवर ती भुते भोवती' म्हणतात त्यातले ना, ते त्यांनाही ठाऊक आहे आणि मलाही. एकटा माणूस पाप करायला भितो. सोबतीनं तो धीट बनतो. माझं तसंच आहे.

"त्या दिवशी तुम्हाला पाहिलं. तुमचं पुस्तक पाहिलं. ते वाचलं आणि वाटायला लागलं– ज्या बाईचं मन इतकं चांगलं आहे, तिच्या हाती हा पैसा गेला तर तो शुद्ध होईल. तुमच्याकडे बघून तुमच्या आर्थिक स्थितीची कल्पना येते. तुम्हाला असंच एखादं चांगलं पुस्तक काढायचं असेल, तर या पैशानं थोडा हातभार लागेल."

संघमित्रानं प्रथमच वर मान उचलून त्याच्याकडे पाहिलं. तिच्या चेहऱ्यावर आनंदाची एकही रेष नव्हती. हातही पुढे होत नव्हते. "समजा, मी हे पैसे घेतले आणि भर घालायला आणखी पैसे नाहीत म्हणून मी ते पुस्तकासाठी न वापरता अन्य कामासाठी वापरले तर?"

तो हसला. थोड्या मऊ आवाजात म्हणाला, "किती प्रामाणिक आहात!

जगात अशी माणसं भेटत नाहीत. तुमचं साधेपण हेच तुमचं सौंदर्य आहे. तुम्ही कोणत्याही कामासाठी ते वापरले, तरी ते चांगल्या हेतूनंच वापराल; माझा विश्वास आहे. आयुष्यात एक तरी चांगलं काम केलं, हा आनंद मला मिळू दे. घ्या हे पैसे.''

तिनं पाकीट घेतलं. ज्या माणसानं आपल्या सद्भावनांवर एवढा विश्वास टाकला, त्याचं नावही आपण विचारलं नाही– या जाणिवेनं ती वरमली. म्हणाली, ''आपण एवढं औदार्य दाखवलंत; आपलं नावही मी विचारलं नाही. समजा, उद्या एखादं पुस्तक निघण्याचा योग आलाच, तर त्यात आपल्या नावाचा कृतज्ञ उल्लेख तरी करता येईल.''

''नाही, चुकूनही माझा उल्लेख करू नका. मी हे दान दिलं नाही किंवा तुम्हाला दयाबुद्धीनं मदतही केली नाही. तुमच्या कलागुणाचा हा मी सत्कार केला. कलावन्तांचं, साहित्यिकांचं कौतुक व्हायला हवं. माझ्या डोक्यात हे आलं आणि मी लगेचच ते कृतीत आणलं. हे पैसे आजच्या तारखेला माझ्या हातात येणार होते, मला माहीत होतं; म्हणून त्याला फाटे फुटण्याआधी मी ते तुमच्या स्वाधीन केले. आज मी शान्त झोपेन. हे जनतेचे पैसे– ते मी एका चांगल्या माणसाच्या स्वाधीन केले; मी फक्त मध्यस्थाची भूमिका पार पाडली. माझं नाव मध्यस्थ! येतो.''

संघमित्रा भारावली. तिचे हात आपोआप जुळले. तो कुणी एक जसा आला तसाच निघून गेला. संघमित्रा त्याच्या पाठमोऱ्या आकृतीकडे पाहत राहिली. तिच्या मनात आलं– खरंच, जगात अशी चांगली माणसं आहेत, म्हणूनच हे जग सुंदर आहे!

५. ओरखडा

तिचं नाव मुक्ताबाई आणि माझं मालवती. सगळे आम्हाला 'मुक्ता-माला' म्हणून ओळखायचे. कॉलेजची पूर्ण चार वर्षं आम्ही एकत्र होतो. एका बाकावर, शेजारी-शेजारी. जिथं मी तिथं ती किंवा जिथं ती तिथं मी. नावाप्रमाणे आमचे स्वभावही भिन्न होते. मी अति भावुक बडबडी, उतावळी; तर ती कमालीची शांत, संयमी आणि मोजकंच बोलणारी. मी फटकळ, तर ती मृदुभाषी. दोघींच्याही घरी ऐकू यायचं– "शीक जरा तिचं." पण असं कुणी कुणाचं शिकून बदलत नाही. या परस्परविरोधी स्वभावामुळे की काय, आमची अगदी घट्ट मैत्री होती. विरोधी मतं तर नेहमीच मांडली जायची. कधी टोकापर्यंत वाद व्हायचे. मग तीच हसायची. म्हणायची, "बरं, पुरे. ही चर्चा आहे. तू एवढी पोटतिडिकीनं कशाला बोलतेस? आपण लाईमज्यूस नाही तर बोर्नव्हिटा घेऊ या?"

"नको."

"का नको पण?"

"मी म्हणते, म्हणून नको."

"पण मी म्हणते ना– घेऊ या." दोघी मुकाट्यानं चालू लागायच्या. कोपऱ्यावरच्या 'स्टुडंट कॉर्नर'शी आलो की ती पायऱ्या चढायला लागायची. मी मुकाट्यानं तिच्या पाठून जायची. "काय मागवू?" ती विचारायची.

"तुला हवं ते." मग ती काही तरी मागावायची– एकच ग्लास. तो अर्धा-अर्धा करायची आणि एक ग्लास माझ्यापुढे सरकवायची. मग मी मुकाट्याने घ्यायची. ती छान हसायची. वाटायचं, जाई-जुई फुलतायत. तिचं हसणं मोठं लोभसवाणं असायचं. तिच्या स्वभावातल्या सगळ्या रेषान् रेषा त्यात उमटलेल्या असायच्या. ही एवढं जादूभरलं कसं काय हसू शकते? कदाचित तिच्या निर्मळ मनाचं ते प्रतिबिंब असावं.

एकदा अशीच कॉफी घेत-घेता ती म्हणाली, "कशी सट्‌कन निसटली ना चार वर्षं? मग आपल्या वाटाही वेगळ्या होतील."

"होईनात! आपण भेटात जाऊ ना!"

"असं होत नाही गं! आयुष्याचं वळणच बदलतं. परवा सहज माझ्या मनात आलं– आपण कुठं तरी जाऊन येऊ या सहलीला. पुन्हा कधी जमेल, न जमेल–"

"पुन्हाचं पुन्हा. सध्या हा विचार करायला हरकत नाही."

आठ दिवस नकाशा घेऊन आमची ठरवा–ठरवी चालली होती. शेवटी मनालीला जायचं ठरलं. आश्चर्य म्हणजे, दोघींचं एकमत झालं. मग सामानाची यादी सुरू झाली.

"नाडी बंडल..." मी पहिला नग लिहिला.

"अगं, आपण ट्रीपला चाललोय. हे नाडी बंडल कशाला?"

"मला बांधून ठेवायला!"

"वेड्यासारखी बोलू नकोस. नीट काय ते सांग."

"अगं बाई, हॉटेलमध्ये कपडे वाळत घालायला ते उपयोगी पडतं. शिवाय एखादी बॅग मधेच तोंड उघडं टाकते. तिला कम्बरपट्टा लागतो. आणखी–"

"कळले, सगळे उपयोग लक्षात आले. पुढं लिही."

"डांबर गोळ्या, सेफ्टी पिन्स–"

"ही काय सामानाची यादी? अगं, महत्त्वाची यादी करायची. गरम कपडे किंवा हॅण्डबॅग यापैकी काही–"

"होल्ड ऑल, टेबल-खुर्ची, गॅस सिलिंडर.....तूच कर यादी. म्हणे महत्त्वाचं! पैशाचं पाकीट, त्यात पैसे–" ती गालभर हसली. त्या हसऱ्या चांदण्यांत मी राग विसरलेच.

एकदाच्या आम्ही मनालीला पोचलो. शेवटच्या टप्प्याला 'बियास' सोबत होतीच. आकाशाचं प्रतिबिंब झेलत शांतपणे वाहणारी नितळ नदी पाहताना भान हरपलं. तेव्हाच ठरवलं– जिथून बियास पाहता येईल, तीच खोली घ्यायची! सामान उतरवून खोलीत नेऊन ठेवायचं काम मुक्तानं घेतलं. मी काऊंटरवरच थांबले.

"ही खोली आम्हाला नको–" मी विरोधानंच सुरवात केली.

"का नको?"

"बाकीच्यांना चांगल्या-चांगल्या खोल्या दिल्यात, आम्हाला कोपऱ्यातली. एका बाजूची. बियास दिसायलाही नको."

"पण मालकांनी तुमच्या नावापुढं तीच लिहिलीय."

"कोण मालक?"

"मी–" मागून आवाज आला. मी वळून पाहिलं.

"अगं, तू?"

"आणि तू मालक कधी झालास? आम्हाला शेंड्या लावतोस काय? आपल्याला हवं त्यांना रांगेनं तिकडच्या खोल्या दिल्यास आणि आम्हाला त्या अंधाऱ्या बोळकंडीतली खोली."

"मी या ट्रीपचा इनचार्ज आहे. तिथून निघतानाच मालकांनी सूचना दिल्या होत्या, तशी खोल्यांची वाटणी केली. माझी खोली तुमच्या शेजारचीच आहे."

"दिवसभर काय तुझ्याशी गप्पा मारायला आलोय?"

"नाही, बोळकंडीत राहायला आलोय." तेवढ्यात मुक्ता आलीच.

"आता इथंही वाद घालत बसलीस? चल बघू. आपली खोली अशी मस्त आहे!" त्यावर धनंजय हसला. म्हणाला, "तुम्ही सांगा हो तिला. ही अशीच. वाऱ्याशीसुद्धा भांडेल!"

मी स्वत:ला सावरलं. "अगं, हा धनंजय. माझ्या मावशीचा मुलगा. त्याच्या चेहऱ्यावर जाऊ नकोस; महाभांडकुदळ आहे. पण मी ऐकून घेत नाही."

"बरं करतेस. चल आता–" तिनं हसत-हसत मला खोलीकडे नेलं. सामान लावून होईतो कॉफी आली. पाठोपाठ धनंजय.

"या खोलीत काय हवं-नको यावर नीट लक्ष ठेवा रे बाबांनो! मामला कडक आहे." त्यावर मुक्ता हसली. त्या हसण्यातच धनंजय विरघळला. "माझी कॉफी इकडेच आण रे–" म्हणत खुर्ची ओढून तिथंच बसला.

मग काय, पुढचे ३-४ दिवस आम्हाला रॉयल ट्रीटमेन्ट. आमची ट्रीप छानच झाली. विशेष म्हणजे, कधी तरी तीन-चार महिन्यांतून येणारा धनंजय आता दर रविवारी आमच्याकडे हटकून यायचा. आई म्हणायची पण, "धन् कसा प्रेमळ आहे बघ. दर रविवारी मावशीची विचारपूस करायला येतो. नाही तर तुम्ही!" मी आईला काय उत्तर देऊ?

आता धन्, मी आणि मुक्ता एकत्र गप्पा मारायला, खायला बसत असू. कधी तो आमच्याबरोबर फिरायलाही यायचा. कधी कधी समुद्राची वाळू मुठीतून खाली सोडताना तो म्हणायचा, "तुम्ही छान गाता, असं माला नेहमी म्हणते. काही तरी म्हणा ना!"

"काय म्हणू? नाट्यगीत–" आम्ही सरसावून बसायचो. समोर समुद्राला

उधाण आलेलं असायचं. मावळतीची तांबूस-सोनेरी किरणं लाटांवर नाचत असायची. तो खेळ बघत, ती सुरवात करायची–

"प्रशांत चंदेरी नभात गंऽऽ" त्या शांत वातावरणात गाणं दूरवर पोचायचं. आमची मनं त्या स्वरालीत न्हाऊन निघायची.

कधी चंद्र वर चढत असायचा आणि तीहून सुरवात करायची,

"हा चांद उगवतीला, बघ आला

भरती आली दरियाला....."

आमच्या भावनांनाही उधाण आलं असायचं. न बोलताच आम्ही तुडुंब मनानं परतायचो.

आता आईलाही थोडी शंका यायला लागली. तिनं मला विचारलं. मी काय उत्तर देऊ? "अगं, ती आपणहून काही सांगतच नाही."

"ती कशी सांगेल? तू विचार."

"आणि तिच्या घरच्यांनी नाही म्हटलं तर? त्यातून मावशी कशी पोलीस-पाटील आहे, तुला ठाऊकाय. तिच्यापुढं यानं शेपूट घातली तर? त्यापेक्षा त्यांचं त्यांना ठरवू दे ना!" पण आईला काही राहवेना. एक दिवस तिनं मावशीला बोलावून घेतलं. त्यांचं नेमकं काय बोलणं झालं, मला ठाऊक नाही. मी बाहेरून आले, तर दारातच मला बोलण्याचा आवाज आला. "हे बघ बगे– त्याला आवडली याला काही अर्थ नाही. हिच्यापरीस आणखी उजवी मिळाली, तर ती पण आवेडल.

"आणि आपली मुलं म्हणजे काय– बंदा रुपाया, अगदी खणखणीत! तेव्हा हुंडाही तसाच मिळायला हवा. मानपान, देणं-घेणं सगळं आम्हाला शोभेसं व्हायला हवं. आम्हीही तिच्या अंगावर घसघशीत घालू."

"म्हणजे अक्का, तू दरखोरी करणारायस? मुलगी महत्त्वाची की हुंडा, मानपान?"

"सगळंच महत्त्वाचं. आम्हाला लंकेची पार्वती नको. आमच्या घराण्याला शोभेशी–"

"घराणं-घराणं काय गं अक्का? तू काय स्वत:ला छत्रपतींची वारस समजतेस?" आईचा आवाज तापला होता.

"हे बघ बगे, तुझे भिकेचे डोहाळे मला ठाऊकायत. तू म्हणतेस म्हणून मला मुलगी मुळीच पदरात बांधून घ्यायची नाहीय."

आई गप्प झाली, हे बघून तिला आणखीच अवसान आलं.

मावशी नेहमीप्रमाणे मोठ्या, घोगऱ्या आवाजात ठासून म्हणाली, "बगे, मला सावळी मुलगी सून म्हणून बिल्कुल चालणार नाही. सून गोरीच हवी. नाही तर पुढची पिलावळ उंदरासारखी व्हायची. आणि चस्‌मिस्‌ पोरगी तर मुळीचच नको."

"अगं, पण त्याला आवडली असेल तर?"

"त्याला काय कळतंय– माती? सून मी निवडणार; त्यानं लग्नाला उभं राहायचं."

"आणि नाही म्हणाला तर?"

"त्याचा बाप हो म्हणेल! बिशाद आहे माझ्यापुढं बोलायची?" आईनं तोंड मिटलं. हे सगळं प्रकरण काय वळण घेणार, मला कळत नव्हतं. विशेष म्हणजे, मुक्ता किंवा धनंजय कुणीच विषय काढत नव्हते. धनंजय मुली पाहत होता. वीस-पंचवीस मुली बघून एक मुलगी आईनं निवडली. साखरपुडा झाला. मला धनंजयची मनस्वी चीड आली. लग्नाला आम्ही दोघीही गेलो नाही. पण त्यानंतर एका रविवारी मुक्ता यायच्या वेळी धनंजय आला. इकडचं-तिकडचं बोलून होईतो मुक्ता आली. मला अवघड वाटलं. कॉफी करण्याच्या निमित्तानं मी आत सटकले. मुक्ता आत न येता बोलत बसली.

कॉफी घेऊन धनंजय लगेच उठला. म्हणाला, "त्यांना घेऊन ये एकदा." मी ऐकलं, न ऐकलंसं केलं. आश्चर्य म्हणजे, मुक्ताच म्हणाली, "रविवारी त्यांनी जेवायला बोलावलंय." मला नवल वाटलं. मी विचारलं, "मग? जायचं?"

"हो. लग्नाचा आहेर राहिलाय–" मला अशी चीड आली. ही बाई आहे का कोण? इच्छा नव्हती तरी पाय ओढत मी मुक्ताबरोबर गेले.

घरावर नवेपणाची झकाळी होती. अजून-अजून घर लागत होतं. बायको दिसत नव्हती. "माहेरी गेलीय. पुष्य नक्षत्रात नवऱ्याचं तोंड बघायचं नसतं ना!"

"मग स्वयंपाक कुणी केला?"

"मीच!" तो मोठ्या दिमाखात म्हणाला.

"कशाला त्रास घेतलात?" मुक्ता हळहळली.

"जे केलंय, ते आवडून घ्या."

भात-आमटी-बटाट्याची भाजी-कांद्याची कोशिंबीर. बायकोनं पोळ्या करून ठेवल्या होत्या. जेवायला बसलो खऱ्या, पण मला कुठल्या कुठे जेवण जाईना. तोंड कडूसं झालं होतं. "जेवत का नाहीस?" मी उत्तर दिलं नाही. "श्रीखंड विकतचं आहे. ते पण कडू लागतंय का?" धनंजय खवचटपणे म्हणाला. "हो." मी पण म्हणाले. "लहान नाहीस आता. मोठ्यांना अशी उत्तरं देऊ

नयेत.'' तो शिष्टपणानं बोलला. ''मोठ्यांनी मोठेपण टिकवावं, मग उपदेश करावा.'' मी फटकारलं.

घर दाखवण्याच्या निमित्तानं तोही उठला. त्याची अभ्यासिका, मग त्यांची बेडरूम. नीटनेटकी. चुरचुरीत पलंगपोस, मऊ उशी, वर 'फर्गेट मी नॉट'चा अभ्रा. मी मोठ्यानं वाचलं. धनंजयनं रागानं माझ्याकडे पाहिलं. मुक्ता काकुळतीनं म्हणाली, ''मी पाया पडते. तू गप्प बसायला काय घेशील?''

''ती लहानपणापासून अशीच, फटकळ. अति लाडावून ठेवलंय मावशीनं.'' त्याच्या आवाजात चीड होती.

''आणि तू रे? अंगात नाना कळा, पण आईपुढं बावळा!''

''तुम्ही दोघं भांडतच राहणार का? चल, निघू या.'' निघू या म्हणाली तरी तिचा पाय निघत नव्हता. नक्की ती काय साठवत होती डोळ्यांत? कसला विचार करत होती?

समोर दोघांचा लग्नातला फोटो लावला होता. तिचे पाय थबकले. ''चांगल्या आहेत.'' काही तरी बोलायला हवं म्हणून ती बोलली. तिचा आवाज जड झाला होता का? धनंजयलाही अवघडल्यागत झालं. आम्ही हॉलमध्ये आलो.

बाहेर आल्यावर तो म्हणाला, ''मुक्ता, खूप दिवसांत तुमचं गाणं ऐकलं नाही. म्हणता?'' ती लगेच मांडी मोडून बसली. किंचित गुणगुणून तिनं गायला सुरवात केली. पण नेहमीची गाणी नव्हती. हे अगदी वेगळं, मी पण आजच ऐकत होते–

''ऐक, ऐक मुशाफिरा, माझीच ही कहाणी–
एक होता राजा अन् एक त्याची राणी
राजा निघोनि गेला, टाकूनि येथ राणी
हृदयात जखम ही अन् डोळ्यांत येई पाणी–''

मी उठून खिडकीशी गेले. तिच्या आवाजातलं आर्त भेदून जाणारं होतं. धनंजय एकाग्रतेनं ऐकत होता. ढोंगी स्साला! फिरायला जाताना, गप्पा रंगवताना, तिला घरापर्यंत पोचवायला जाताना, गायचा आग्रह करताना त्याला कधी जाणवलं नाही? काहीच.....? वेळ आली तेव्हा आईच्या पदराआड लपला. आणि, ही तरी अशी कशी? हेच गाणं यापूर्वी का नाही ऐकवलं? आणि असं विदीर्ण मन आजच समोर का उकललं? आम्ही अबोलपणी परतलो.

मुक्ताचं लग्न यथावकाश झालं. ती नागपूरला गेली. मी मुंबईतच राहिले.

गाठी-भेटी दुर्मिळ झाल्या. न घडलेलं खूपसं काही काळाआड गेलं. आयुष्याचं नवं पान उलगडलं.

अनेक वर्षांनंतर मुक्ता माहेरी आली होती. भावाच्या मुलाची मुंज होती. वेळ मिळाला तशी भेटायला आली. जुन्या आठवणींत आम्ही रंगलो होतो, तर दाराची घंटी वाजली. धनंजय आणि धनंजयची बायको समोर उभी! मुक्ताला बघून त्यालाही आश्चर्य वाटलं. तो त्याच्या मुलासाठी स्थळ पाहायला आला होता. मी आश्चर्यानं विचारलं, "म्हणजे तुम्ही दोघंच मुलगी पाहायला आलात?"

"हो. फर्स्ट राऊंड. आम्ही आधी पसंत केल्यावर मग तो येईल बघायला. एवढा इंजिनिअर झालाय, पण आमच्या शब्दाबाहेर नाही. आम्ही 'हो' म्हटल्यावर डोळे झाकून माळ घालेल. आमची मुलं आमच्या शब्दाबाहेर नाहीत." आम्ही दोघी एकमेकींकडे बघून हसलो. वहिनींनी विचारलं, "यांना काय मुलंबाळं?"

मुक्ता म्हणाली, "दोन मुली आहेत."

"मोठ्या असतील?"

"हो. मोठी सी. ए.च्या शेवटच्या वर्षाला आहे, धाकटी आर्किटेक्चरला." वहिनींचं निरीक्षण चालू होतं. अंदाज घेत त्या बोलल्या, "वा! हुशार आहेत!" मग नवऱ्याकडे वळून म्हणाल्या, "काय, बघायच्या का? योग असेल तर जमून जाईल."

मला हे सगळं चमत्कारिक वाटत होतं. मुक्ता काय बोलते, इकडे माझं लक्ष होतं. ती सौम्य स्वरात म्हणाली, "मुलींना न विचारता मी कोणताच निर्णय घेत नाही. त्यांना त्यांचं करिअर आहे."

"आमच्याकडे आल्यावर नोकरीचा प्रश्नच येत नाही. नवऱ्याला सांभाळलं की पुरे."

"मग शिकलेली मुलगी कशाला हवी?"

"असं कसं? स्टेटसचा प्रश्न आहे ना! आणि अडाणी मुलगी इंग्रजी काय बोलणार? त्यांना मॅनर्स असतात कुठे? म्हणत असाल, तर आताच येऊन मुलगी नजरेखालून घालू." वहिनींची घाई विचित्र वाटली.

मुक्तानं प्रथमच धनंजयकडे पाहिलं. किंचित कठोर आवाजात ती म्हणाली, "आमच्या मुली स्वतंत्र विचारांच्या आहेत. त्यांच्या आयुष्याचे निर्णय घेताना त्यांची मतं नकोत लक्षात घ्यायला? आम्ही सांगायचं आणि त्यांनी डोळे झाकून माळ घालायची, हे आमच्या विचारांत बसत नाही. आणि, ज्या घरात अजून

पन्नास वर्षांपूर्वीचीच पद्धती चालू आहे, अशा घरात आमच्या मुलींचं पटणारही नाही. पंचविशी उलटलेला मुलगा स्वत:च्या आयुष्याचा विचार करू शकत नसेल, तर तो संसार कसा करणार?

"आणि त्याचं बाहेर कुठं मन जडलं असेल, तर तो आईला सांगायला नक्कीच घाबरणार. आई आपल्या इच्छा त्याच्यावर जबरदस्तीनं लादणार आणि बुळेपणानं तो त्या मुलीशी प्रतारणा करणार. छे:! अशा मुलाचा मी विचारही करू शकत नाही." मुक्ता एवढं बोलली आणि उठलीच.

तिचा हा आवेग मी प्रथमच पाहत होते. तीस वर्षांपूर्वीचं मनावरचं ओझं आज तिनं भिरकावून दिलं होतं. तशी संधी तिला मिळाली. धनंजयनं केलेला वार आज एवढ्या वर्षांनंतर तिनं परतवला होता.

जखम एवढी खोल होती तर! खरं म्हणजे, तिच्यापेक्षा मीच मोकळी झाले होते. त्यानंतर एक-दोनदा आम्ही भेटलो, पण धनंजयचा विषय दोघींनीही काढला नाही. त्या सगळ्याच घटना भूतकाळात गडप् झाल्या.

आणि मग काही वर्षांनंतर एकदा तिच्या घरून फोन आला, "तुझी मैत्रीण गेली..." मी काहीच विचारलं नाही. कशानं गेली, बरीच आजारी होती का– असले वावदूक प्रश्न मी केले नाहीत. त्यांना अर्थही नसतो. गेली म्हणजे गेली; संपलं. जुईची फुलं आता फुलणारच नाहीत. आणि–

'उजळत नभ रजता परी–' हे गाणंही ऐकू येणार नाही.

नंतर केव्हा तरी धनंजय बसमध्ये अचानक दिसला. त्याला बघून एक संतापाची लाट माझ्या अंगातून सरसरून गेली. तो वाट काढत माझ्यापर्यंत येत होता. नक्कीच विचारलं असतं, 'मैत्रीण काय म्हणते तुझी?' काही कडू बोलण्यापेक्षा टाळणं बरं, म्हणून मी आलेल्या स्टॉपला झट्कन उतरले. मागं वळूनही न पाहता चालत राहिले.

★ ★ ★

६. मी काही करू शकत नाही– याची नोंद!

मला बोलायचं– खूप... सांगण्यासारखं सगळं गळ्यापर्यंत आलंय. पण कुणाला सांगू? ऐकणारं कुणी तरी आपलं माणूस हवं असतं– विश्वासाचं, प्रेमाचं, आपल्या चुकांवरही पांघरूण घालणारं. वाढत्या वयात नाती तुटत जातात. जी असतात, ती अशी की– सगळे व्यवहार एकमेकांना स्पष्ट कळलेले असतात.

तशी फिरायला ट्रिपला, पार्टीला भरपूर सोबत मिळते. काय करायचीय ती? अशा ठिकाणी मी मुकी-मुकीशीच होते. एक 'तू' होतास. तुझ्यापुढे मी पडदा न ठेवता बोलायची. तुला माझं मन कळलंच नाही शेवटपर्यंत. तू माझ्यावर खुळ्यासारखे आरोप करत राहिलास... स्वत:चं कमकुवत मन लपवण्यासाठी माझ्यावर ठेपर ठेवलंस. कोणतंही नातं पेलायला प्रचंड धैर्य लागतं. ते तुझ्यात नाही, म्हणून तू तुझ्या-माझ्या नात्यातला अर्थ शोधत राहिलास. त्या नात्याला तुला नाव हवं होतं आणि हक्कही. यापलीकडे काही जगणं असतं, हे विसरलास. नातं तोडून मोकळा झालास. सहजपणे, अनेक बहाणे करून. मी दुभंगले. आज पुन्हा मी एकटी पडलेय....

* * *

आज दादांना घरी आणायचं होतं. ते म्हणाले, ''देवी, मला तुझ्या घरी घेऊन जा. शेवटचे चार दिवस तुझ्यासोबत घालवायचे आहेत. तुझ्या हातचा गरम मऊ मेतकूट-भात खायचाय. पोळ्या कशी रेशमासारख्या करतेस! इथं एकट्यानं गार भात घशाखाली जात नाही. कुणाशी बोलता येत नाही. घेऊन जातेस बाळा?''

दादा कपड्याचं गाठोडं बांधून बसले होते. ''उद्या येते–'' सांगून मी घरी आले. 'यांना' सांगितलं. म्हणाले, ''या वयात त्यांची जबाबदारी कोण घेणार?''

''मी घेईन.''

''तुम्ही कसली जबाबदारी घेणार?''

"आई, जिने चढता-चढताच आजोबांना काही झालं तर? तू भलतं अंगावर घेऊ नकोस."

मुलानं बापाची री ओढली. वाद, प्रश्नोत्तरं, भांडण. निष्कर्ष एकच– जो पुरुषांना मान्य आहे तो!

आपण असे का जगतो– आवाज हरवल्यासारखे? बाहेरच्या संघर्षांवर आपण पोटतिडिकीनं बोलतो; व्यक्तिगत प्रश्न मात्र अनुत्तरितच राहतात.

माझ्या गॅसवर मऊ भात शिजतोच आहे. डब्यातलं मेतकूट अन् लोणकढ्या तुपाची वाटी जिथल्या तिथंच आहे... मी आतल्या आत कढ जिरवते आहे....

मला ते वनपाळ आठवतायत. साधा मध्यमवर्गीय माणूस. मोठं ध्येय वगैरे नाही. सरळ मार्गानं चालणारा. आनंदानं जगणारा. म्हातारीनं अंथरूण धरल्याचं कळलं, तस्से गावी जाऊन घेऊन आले. नव्वदीची आई डोळ्यांनी अधू. पॅरॅलिसिस झालेली बहीण. दीड खोल्यांची जागा. दोघींचं तेवढ्या जागेत ते करायचे– प्रेमानं. कधी कपाळाला आठी नाही, की काही विशेष करतोय हा देखावा नाही. बायकोला अन् मुलाला निक्षून सांगितलं, "ही माझी जबाबदारी आहे. मी आनंदानं पार पाडेन. तुम्ही कुणी त्यांचं काही करण्याची गरज नाही."

त्या वृद्ध स्त्रीच्या चेहऱ्यावरचं हसू अखेरपर्यंत पुसलं गेलं नाही. धन्य ती आई! पुत्रधर्माला जागणाऱ्या त्या मुलावर आईनं कोणते संस्कार केले असतील?

आपल्यावर नाही का दादांनी संस्कार केले? मुलासारखं वाढवलं, शिकवलं. काय नाही केलं? लहानपणी रडत उठले, तर अर्ध्या रात्री घास भरवायचे. तो अमृताचा घास अजून-अजून तर स्मरणात आहे.

बी. अे.ला परीक्षेला गेले, तर पेपर सोडवून येईपर्यंत बाहेर फुटपाथवर डबा सांभाळत उभे असायचे. कुठची आई करणार नाही, एवढं दादांनी माझं केलं. आणि मी.....?

भात करपला वाटतं. गॅस बंद करायला हवा. गणपतीचे दिवस आहेत. गर्दीचे. सायनला जाणारी बस आज मिळणारच नाही. दादा वाट बघत असतील– 'देवी आलीच नाही...'

* * *

संघमित्राचं अनंताचार्य दड्डीवर प्रेम बसल्याचं कळलं. प्रेम बसण्याचं काही नाही. ते काय, कुणाचं कुणावरही बसू शकतं. घरच्यांचा विरोध. त्या दोघांचा दृढ निश्चय. जग कसं प्रकाशमय वाटत होतं त्यांना.

मग त्यांनीच ठरवलं– वर्षभर थांबायचं. नोकरीत स्थिरता यायला हवी.

खर्चाचे अंदाज यायला हवेत. घराविषयीच्या, संसाराबद्दलच्या कल्पना पडताळून बघायला हव्यात. घराकडे पाठ फिरवायची ती पुन्हा न येण्यासाठी. स्वत:चं घर स्वत: उभं करायचं.

मग कसोटीचा काळ आला. नातं अधिक जवळचं झालं. एकमेकांना जवळून पारखता आलं. हळूहळू असंतोषाचा अग्नी धुमसू लागला. मतभेद होऊ लागले. पराकोटीला जाऊ लागले.

पहिली उत्सुकता, ओढ आता कमी झाली होती. जगण्या-वागण्याचे संदर्भ बदलत चालले होते. मूळ सवयी, आवडी-नावडी हट्टानं वर येऊ लागल्या होत्या. पूर्वीचा धीटपणा, बेदरकारपणा आता उर्मट वाटू लागला होता. एकमेकांना सहन करणं आता कठीण वाटू लागलं होतं. ती दलित, तो सवर्ण-शाकाहारी. आता मतभेदाचं स्वरूपच वेगळ्या पातळीवर गेलं होतं.

संघमित्राला आता डायबिटिस लागलाय. मानसिक अस्वास्थ्यामुळंही असावं. तिनं पूर्वीच्याच ठामपणानं मला सांगितलं, "हे लग्न होणंच शक्य नाही."

अरे, लग्न म्हणजे काय– त्याचं काही गांभीर्य? जुळवायलाही वेळ नाही अन् मोडायलाही अवधी नाही.

वर्षभरात दोघं कोरडेच राहिले असतील? एकमेकांत गुंतले नसतील? शरीराचं जाऊ दे– अरे, पण मनाचं? त्याची मोडतोड कशी सांधणार आहेत? की, हल्ली तसं काही नसतंच? नुसता व्यवहार! इन्व्हेस्टमेंट आणि प्रॉफिट! यापलीकडे काही विचार नसतोच?

तीच मला हसून म्हणाली, "असा काय चेहरा पाडून बसलीयस? मी सगळं व्यवस्थित फेस करतेय."

माझ्याजवळ उत्तर नव्हतं– दोघांत कोण चुकलं होतं? हा लग्नाआधीचा घटस्फोट... माझं डोकं भिरभिरल्यागत झालंय.

* * *

अनुराधा घरी आलीय. आलीय म्हणजे, माघारी आलीय. मला कळतच नाही– या मुली इतके फटाफट निर्णय कशा काय घेतात ते! जरा काही भांडण झालं, बिनसलं की– या निघाल्या तडफदारपणे!

घराचे काही संकेत असतात, काही मागणी असते, काही हक्क असतो अन् काही जबाबदाऱ्याही! यांतलं काही-काही यांना बांधून ठेवू शकत नाही?

मला वाटतं, आई-वडीलही फार घाईनं मुलींना पाठिंबा द्यायला पुढे धावतात. कौतुकालाही मर्यादा हवी. अनू म्हणाली, "मला मुलींना क्रेशमध्ये

मुळीच ठेवायचं नाहीय?''

"अगं, का पण?''

"का म्हणजे? मुलींना मोकळं खेळायला-बागडायला मिळत नाही. कोंडवाडा नुसता. दु:खी होतात मुलं. आणि 'या', घरात रिकाम्या तर असतात-''

"अगं, तुझ्या सासूबाईंचंही वय झालं. आता नसेल झेपत त्यांना.''

"महिला मंडळात जायला झेपतं, संध्याकाळी कट्ट्यावर कुचाळक्या करायला झेपतं? आणि मावशी, घरी पोळ्यांना बाई आहे, भांड्यांना बाई आहे. काय पडतं गं यांच्यावर?''

"अगं, त्यांना स्वत:चं आयुष्य नाही? आयुष्यभर पोरंच सांभाळायची? त्यांच्या मनासारखं केव्हा जगायचं त्यांनी? जन्मभर इतरांच्याच तालावर नाचायचं?''

"आम्ही काय करतो? घरासाठीच झिजतो ना? गाडीची गर्दी, धक्केबुक्के, ऑफीसची कामं... तिथे लोकांचं उणं-दुणं बोलणं... सगळं सोसतोच ना? पैसे घरासाठीच तर खर्च करतो. या जन्मभर घरीच आहेत. त्यांना काय कळणार आमचे हाल?''

"हे फार झालं अनू. तुम्ही नोकऱ्या करता, पण हवा तसा खर्चही करता. ट्रीप, पार्ट्या, मैत्रिणीकडं भिशी- काय कमी पडतं गं तुम्हाला? आणि सासूनं झेपत नाही म्हटलं की, निघाल्या लगेच बॅग घेऊन बाहेर! मोठ्या तडफदार गं तुम्ही! आणि त्या नवरोबालाही सांगितलंच असशील-''

"हे बघ मावशी, मी कुणाला काहीही सांगितलं नाही. यांना म्हटलं, सगळ्या जबाबदाऱ्या घेऊन मी मरू का? मला तुमच्या आईबरोबर राहणं अशक्य आहे. त्यांनी घर सांभाळावं, नाही तर पैसे तरी मिळवावेत.''

"शाब्बास तुझी! काय तडफदार मुलगी आहेस गं! त्या ६५ वर्षांच्या म्हातारीनं आता नोकरी बघायची? तुम्ही तिशीत दमता. तुम्हाला विश्रांती हवी, चेंज हवा. आणि तिला? अगं अनू, तू थोडी त्यांच्या भूमिकेत जाऊन विचार कर की!''

मी अनूला समजावते आहे, पण तिला पटतच नाहीय.

तिला स्वत:चं घर हवंय. ती, तिचा नवरा अन् तिची मुलं!

'आपलं' हा शब्दच हल्ली संकुचित व्हायला लागलाय. माणसांची मनं आखडायला लागली आहेत. प्रेम देण्याची शक्तीच कमी व्हायला लागलीय. का हे असं? माणसं एवढी आत्मकेंद्रित का व्हायला लागलीयत? पुढच्या दहा वर्षांत डोकवायला आता मलाही भय वाटायला लागलंय. नवं वर्ष उगवलंय,

पण समस्या त्याच; फक्त रूप बदललंय.

* * *

परवा मोठा अपघात झाला. किंवा असं म्हणणं योग्य की, मोठा अपघात होता-होताच वाचले. तोंड फुटलं, नाक झेजरलं, कपाळ फुटून रक्त आलं, दात सरकले... आणि जे-जे होणं शक्य होतं, ते सगळं घडलं– पण मर्यादित. डोळा वाचला. मी, 'मी' म्हणून लोक ओळखू शकले. माझ्या पायांनीच लंगडत बाकड्यावर येऊन बसले. एकही मायेचा पूत मदतीला आला नाही. का? रेल्वे ॲक्सिडेंट! पोलीस केस! भीती वाटली का?

तसं नसावं. एखादी तरुण मुलगी असती, तर सगळे मदतीला धावले असते. प्रथम तर हाताला धरून बाकावर बसवलं असतं. कॉफी पाजली असती. माणुसकीचा कळवळा!

एक जुनी आठवण आली– पुष्पाची आई आजारी होती. ऑपरेशन झालं होतं. म्युनिसिपालिटीचं रुग्णालय म्हणजे, आव-जाव घर तुम्हारा. पण सोईसाठी तिथंच ठेवलं होतं.

बायकांचा वॉर्ड. कुणी पडलेल्या, कुणी भाजलेल्या, कुणी ऑपरेशन झालेल्या. रडणं, कण्हणं, ओरडणं– सगळ्याचा एकत्र काला.

मी सुन्न होऊन बघत होते. पुष्पाची आई म्हणाली, "बेडपॅन देतेस? मधेच केव्हा मागितला, तर आया ओरडते. म्हणते, दिवसभर मुततच बसता काय? ढुंगणावर चापटी मारते."

ऐकून असा संताप आला! म्हटलं– "थांबा, मी तक्रार करून येते. काय माणसं आहेत की–" आई कळकळून म्हणाल्या, "नको, नको! मग त्या फार त्रास देतील. असं काही करू नकोस." मुकाट बसले. आजूबाजूला नजर टाकली.

एक बाई मोठ्यानं कण्हत होती. अर्धी-अधिक भाजली होती. हे कर्तृत्व (!) नवऱ्याचं. बिचारी तडफडत होती नुसती. आता इथं तक्रार कुठं करायची? तीच मुळी तोंड शिवून बसली होती. आणि माझी नजर फिरत-फिरत सहज समोर गेली. जे पाहिलं, जाणवलं– त्यानं गोठूनच गेले.

ती बाई अर्धी उघडी होती. वर नुसतं फडकं टाकलं होतं. वरचा भाग सोलून निघाला होता. विशेष म्हणजे, हालचालीत फडकं बाजूला झालं की, समोरच्या कॉटवरच्या बाईला भेटायला आलेला माणूस निरखून पाहत होता. एखादा महत्त्वाचा सीन ज्या उत्सुकतेनं पाहावा, तेवढ्याच उत्सुकतेनं तो पाहत

होता. मला वाटलं, समोरचा तांब्या उचलावा अन् त्यांच्या थोबाडावर मारावा.

माझी नजर त्याच्या लक्षात आली. त्यानं चट्कन मान वळवळी. पशू! अशी माणसं फार तत्परतेनं मदतीला पुढे येतात.

यापलीकडेही एक दिलदार मनाचा, निकोप वृत्तीचा माणूस असतो; पण आजकाल हे फार दुर्मिळ झालंय खरं!... पुन्हा भानावर आले.

तर, तशीच बाकड्यावर टेकले. कपाळाला हात लावून पाहिलं. तळवा रक्ताळला. नाही म्हटलं तरी थोडी घाबरले. गाडीतून पडताना दोन ओळखीचे आवाज कानावर आले– ''पडली... पडली...'' वाटलं, त्या दोघी तरी मागे येतील.

तोवर स्टॉलवाल्याला म्हटलं,

''थोडा बर्फ देता?''

''बर्फ नाही.''

''थंड पाणी?''

''नाही.''

मग लक्षात आलं– या गोष्टींना पैसे पडत नाहीत. फुकट मदत कोण करणार? मग म्हटलं, ''थोडा सोडा देता?'' त्यानं बाटली पुढे केली. सोड्यानं तोंड धुतलं. कपाळावर हबके मारले, थोडी हुशारी आली. नक्की काय झालंय, याचं भान आलं. दरम्यान, दोन गाड्या येऊन गेल्या. पुढे गेलेल्या ओळखीच्या तशाच निघून गेल्या. त्या स्त्रीमुक्ती वगैरे बोलणाऱ्या कार्यकर्त्या... आणि वेळ आल्यावर घाबरल्या?

शेवटी फक्त शब्दांचे बुडबुडे– सुरक्षित कोशात राहून उच्चारलेले.

* * *

मला या असल्या माणसांची, त्यांच्यात राहण्याची-वागण्याची चीड येते. वाटतं, संघमित्रा अन् दड्डीसारख्या बेजबाबदार तरुणांवर समाजानंच बहिष्कार घालावा. हा केवळ दोन माणसांचा प्रश्न नाही; पुढची पिढीच बेताल होईल, त्याचं काय?

अनुराधाला खेचावी आणि वयाच्या सत्तरीत नेऊन ठेवावी; म्हणजे कळेल– त्या वयात काय भोगावं लागतं ते. काळ फरफटत पुढे न्यायला हवा; फक्त ४० वर्षं!

–आणि तो लोचट डोळ्यांचा पुरुष... त्या भाजलेल्या बाईच्या देहाचं नजरेनंच शोषण करणारा– त्याची गांधारी व्हायला हवी. जन्मभर डोळ्यांना

पट्टी– डोळे असूनही त्यांचा उपयोग करता न येण्याची शिक्षा! आया म्हणे 'मागे' फटके मारते. तिला याच– याच अनुभवातून न्यायला हवं... फटक्यांपेक्षाही अपमानाचं दुःख किती असह्य असतं, ते तिला कळायला हवं.

अपघात झालेला पाहूनही थंड पाणी न देणारा तो स्टॉलवाला? तिथलीच बाटली उचलून त्याच्या डोक्यावर फोडायला हवी... आणि मदतीचा हात मागणाऱ्या माझ्याकडे दुर्लक्ष करणाऱ्या त्या अनेकानेक लोकांना कोणती शिक्षा करायची?

–आणि दादांना प्रेमाचा हात न देणारी दुबळी मी....! कारण काहीही असो; जबाबदारी टाळून बाजूला झाले ना? नियतीनं तर ही शिक्षा दिली नसेल– माझ्या मदतीसाठी कुणीही न येण्याची? काव्यात्म न्याय! न्याय- शिक्षा!....

मी हताश झालेय. काहीच करू शकत नाही. नुसतं बोलतेय– तेही प्रगट नव्हे, मन कागदावर ओततेय. लेखक फक्त एवढंच करू शकतो.

७. पॉझिटिव्ह थिंकिंग

मला लेखनिकेची अत्यंत गरज होती. मी शोध घेत होते... आणि ती अचानक समोर येऊन उभी राहिली. माझ्या आयुष्यात अशी येणारी माणसं... येतानाच बरोबर एक कथा घेऊन येतात. ती त्याला अपवाद नव्हती.

विलक्षण सुंदर अक्षर. कामात एकाग्रता. अबोल. मान खाली. 'फक्त मजकूर सांगा'– हा संकेत. मी तिच्या लेखणीशी बोलायची. 'ती' म्हणून काही अस्तित्व नव्हतंच. त्यामुळं काही नातंही निर्माण होत नव्हतं. यापूर्वी असं कधी घडलं नव्हतं. मीना, अर्जुन, अनिरुद्ध– ही मुलं वेगळी होती. भावव्याकूळ होती. त्यांचं माझ्या कथेशी नातं होतं. सुंदर, रेखीव अक्षरांतून माझ्याशी स्नेहबंध जुळला होता. तो वर्षानुवर्षं टिकला. मुलं झाली. आयुष्याच्या मार्गाला लागली. पण ही वेगळीच होती. तिच्यात गुन्तावं, असं तिचं व्यक्तिमत्त्वही नव्हतं. ठेंगणीशी, सावळी, मनात न भरणारी आकृती. पण तिच्या डोळ्यांनी मला वश केलं होतं.

असं काय होतं त्यात? एका शब्दात नाही सांगता येणार. ते डोळे सौंदर्यवतीचे नव्हते, मोहात पाडणारेही नव्हते; तरीही त्या डोळ्यांनी माझ्यातल्या लेखिकेला हरवलं होतं. ती जेव्हा माझ्यासमोर लिहून घ्यायला बसे, तेव्हा माझं लक्ष प्रथम तिच्या डोळ्यांकडे जाई.

भविष्यातलं दु:खाचं एक अघटित सत्य तिथं ठाण मांडून बसलेलं दिसे. कासावीस करणारं, न संपणारं दु:ख! गहिरं, बोलकं! त्या दु:खाला करुणेची किनार होती. तरीही ते डोळे याचकाचे नव्हते. त्यात एक विलक्षण जिद्द होती. ती अशी की, तिच्या डोळ्यांत वस्तीला राहिलेल्या त्या वेदनेला ती म्हणत होती, 'तू कितीही अंत बघितलास तरी मी हरणार नाही. तुझी हार मी पाहणार आहे.' मला ओढ वाटायची ती त्या जिद्दीची.

एक दिवस तिनं विचारलं, "या डायरीतलीच कथा फेअर करायचीय ना?"

"होय."

"मी घरी घेऊन जाऊ?"

"नको. त्या डायरीत माझ्या अन्य नोंदी आहेत. हरवली, तर फार पंचाईत होईल."

"मी हरवणार नाही. कुणाच्या हातात देणार नाही."

"मी संपादकांना तारखेशी बांधील आहे. तू वेळेवर आणलं नाहीस, तर माझ्या शब्दाला किंमत राहणार नाही. मी त्याबाबतीत फार काटेकोर आहे."

"मी सांगितलेल्या दिवशी फेअर करून आणेन."

मी दोन दिवस आधीचीच तारीख दिली. माझी भीती खरी ठरली. ती आली नाही. वाट बघून मी फोन केला. तिची आई म्हणाली, "ती केव्हाच घराबाहेर पडलीय."

"अहो, पण ती आली नाही."

"आली नाही? असं कधी झालं नाही..." आता मला दुसरीच काळजी लागली. कुठं तरी जाईल, अशी ती वाह्यात नव्हती. हिला अपघात तर झाला नसेल? ती आली नाही खरी. आईचा फोनही नाही. कमाल आहे! दुसऱ्या दिवशी वाट बघून मी पुन्हा फोन केला. तिच्या आईनंच उचलला. "आज पण ती आली नाही हो. संध्याकाळी मी तुमच्या घरी डायरी न्यायला येते."

"नको– नको. तुमची तारीख काय आहे ठरलेली?"

"उद्याचीच."

"मग मी रात्री बसून फेअर करते आणि घेऊन येते."

"तुम्ही? तुम्ही का लिहिता?"

"तिनं लिहिलं नाही काहीच. पण तुमचा शब्द खोटा पडायला नको. मी उद्या सकाळी आणून पोचवते." काय बोलावं– मला कळेना.

नऊवारी, अंबाडा– अशा साध्या वेषातली तिची आई नऊच्या ठोक्याला आली. मला अपराधी वाटलं.

"अहो, काय झालं तुमच्या मुलीला?"

"ठाऊक नाही. मी शाळेत नोकरी करते. घरी आल्यावर रात्री बसून फेअर केलं." मला चीड आली– आईची आणि त्यांच्या मुलीचीसुद्धा. हे कसले लाड? माझी मुलगी असती तर–

"तुम्ही गैरसमज करून घेऊ नका. ती दोन वर्षांची होती, तेव्हा वडिलांचं छत्र हरपलं. मग काका सगळं बघायचा. त्याचा फार मोठा आधार होता. ती सात वर्षांची झाली आणि काका गेला. आम्ही दोघीच एकमेकींना आहोत." तिचे डोळे

डबडबले होते. मी ओशाळले. "मी तुमची क्षमा मागते– तिच्यावर रागावू नका." मी सरबत करण्याच्या निमित्तानं आत गेले. त्या मुलीनं कधीच काही सांगितलं नव्हतं. मी तिच्या डोळ्यांतल्या व्यथेचा अर्थ लावत होते.

त्यानंतर ती अनेक दिवस आलीच नाही. मग एक दिवस अचानक उगवली.

"कुठं होतीस?"

"घरीच."

"आली का नाहीस?"

"नाही यावंसं वाटलं."

"का पण?"

"मी... तशी इथपर्यंत बसनं येऊन गेले, पण उतरावंसं वाटेना. कुठेच उतरावं वाटेना. मग मी फिरत राहिले... फिरले आणि घरी गेले." ती सगळं खरंच बोलत होती. डोळ्यांत आकाश साठवत ही कुठं कुठं फिरली असेल? काय पाहिलं असेल त्या आकाशात? न आठवणारे वडील, की माया करणारा काका? की, जन्म-मरणाचं कोडं सोडवत बसून राहिली असेल? न दिसणाऱ्या, पण जाणवणाऱ्या वेदनेचा अर्थ लावण्यात रस्ता हरवून बसली असेल का? या मुलीनं मला अस्वस्थ करून टाकलं. ती आली की येत राहायची. आपल्या सुंदर अक्षरांची मोहोर माझ्या मनावर उमटवून जायची.

आता पुन्हा ती बरेच दिवस येईनाशी झाली. पण एक दिवस तिचं एक ताव भरून पत्र आलं–

'मी लग्न केलं. आता माझं आयुष्य मार्गी लागलं. आईही निश्चिंत झाली. तुम्हाला कधी तरी बोलवायचं आहे. आता मी घर केलंय. नवा उपक्रम हाती घेणार आहे. त्याबद्दल कळवेनच. आशीर्वाद द्यायला तुम्ही हव्याच.

'मी पीएच. डी. पण करते आहे. तुम्हाला आनंद वाटेल, म्हणून मुद्दाम कळवलं.' वगैरे. कुठं तरी मीच निश्चिंत झाले.

मग पुन्हा तिचं पत्र आलं– 'दादरलाच राहते, पण येणं जमत नाही. सोबत माझ्या संस्थेचं पत्रक. मी अनेक व्याप मागं लावून घेतलेत. तुम्हाला काही मदत हवी तर सांगा. किंवा मला मदत करतील– कामं देतील, अशा प्रकाशकांशी ओळख करून द्या.

'माझ्या संस्थेचा पहिलाच वर्धापनदिन आहे. तुम्ही या, त्याशिवाय तो साजरा होणार नाही. मी तुम्हाला फार मानते. लहानशीच सुरवात आहे. पण तुमच्या आशीर्वादानं संस्था मोठी होईल. याल ना?'

मला जाणं भाग होतं. सगळी कामं बाजूला ठेवून मी गेले. खरं तर मी तिच्यासाठी वेगळं काही केलं नव्हतं. फक्त बोलले– अनेक वेळा कठोरच बोलले. तिनं एवढं का मानावं? पण चारचौघांत तिनं त्याचा उच्चार केला. मी सुखावले. तिच्या छोट्या कन्येनं घेरदार परकर सांभाळत माझ्या पायांवर डोकं ठेवलं. मी प्रथम तिच्या डोळ्यांत डोकावले. तिचे डोळेही मोठे होते आईसारखेच, पण ते निरभ्र होते. मला हायसं वाटलं.

मग एक-दोनदा ती माझ्याकडून कामं घेऊन गेली. एकदा मी तिला एक काम मिळवून दिलं. तिचा नवरा सी. ए. होता. हुशार होता मुलगा. आता मला तिची काळजी नव्हती.

पुन्हा एकदा तिची पत्रातून हाक आली, 'माझ्याकडे नवरात्र आहे. तुमच्याच हस्ते उद्घाटन व्हायचं आहे. घरच्या घरीच देवीची पूजा करायची आहे. आमच्या युनिटची मुलं आहेत आणि तुम्ही. नक्की या, वाट पाहतेय.'

मी गेले. सर्व जण माझ्याभोवती जमली. मी देवीची पूजा केली. तिचा नवरा पडल्या-पडल्या बघत होता. मला बरं नाही वाटलं. ती मला खाणं द्यायला आत घेऊन गेली.

"काय झालं? झोपलेत का?"

"त्याला बरं नाही. किडनीज् फेल झाल्यात." मी नुसतीच बघत राहिले. तेवढ्यात तिनं ओटीचं साहित्य आणलं. "तुम्हाला शोभेल असाच रंग निवडलाय. फार किमती नाही, पण माझी आठवण म्हणून नेसा."

"अगं, पण अशा वेळी कशाला हे सगळं?"

"खूप दिवस मनात होतं, पण सवडच होत नव्हती. नेसा हं! आता वाटायला लागलं, ओटी भरून घ्यावी. फार उशीर व्हायला नको..."

"अगं, तू काय बोलतेस...." ताटात साडी-ब्लाऊज पीस, नारळ ठेवत मी देवाला नमस्कार केला. माझ्यासमोर बसत ती म्हणाली, "मी मृत्यूच्या छायेत वावरतेय. केव्हाही, काहीही होऊ शकतं. मी मन घट्ट केलंय. फक्त तुम्ही आशीर्वाद द्या. मला बळ द्यायची ताकद आहे त्यात. तुमच्यावर माझा विश्वास आहे, म्हणून आज सवाष्णीची ओटी भरली." ती नमस्कारासाठी वाकली. मला मोठ्यानं हंबरडा फोडून रडावंसं वाटलं, पण तिनं ती सूट मला दिली नाही. कारण तिनं स्वत:च आपले अश्रू बंदिस्त ठेवले होते.

आणि एक दिवस अवेळीच तिचा फोन आला, "ताई, त्याला रहेजात ॲडमिट् केलंय. अहो, अशाही स्थितीत त्याचे क्लायंट्स येतात. डॉक्टरांनी त्याला

रूममध्ये टेबल-खुर्ची टाकून दिलीय. आठवड्यातून तीनदा डायलेसिसला जावं लागतं. माझ्या मिळकतीत काय भागणारेय? त्याचा पूर्ण खर्च तो त्याच्या मिळकतीतून करतो. डायलेसिस केलेल्या दिवशी पडून असतो. थकून जातो हो. पुन्हा दुसऱ्या दिवशी कामाला सुरवात. सगळं असह्य आहे, पण तो अगदी शांत आहे.''

''मी येऊ सोबतीला?''

''नको. आमच्या युनिटची मुलं मदतीला आहेत.''

''आणि तुझी लेक?''

''तिला हळूहळू कल्पना दिली आहे.'' मी अवाक् झाले. चक्क ११-१२ वर्षांच्या मुलीला मृत्यूची कल्पना? मी रिसिव्हर ठेवला. नुसतीच डोकं धरून बसून राहिले. कुठल्या रसायनातून ही माणसं घडलीयत?

एक प्रत्यक्ष मृत्यूशी झुंजतोय. पण शांत. हॉस्पिटलमधेच टेबल-खुर्ची घेऊन केसीस हाताळतोय. त्याची बायको मृत्यूच्या सरपटणाऱ्या काळ्या सावल्या पाहतेय आणि त्यातली अपरिहार्यता आपल्या शाळकरी मुलीला समजावून सांगतेय. त्या मुलीला हे सगळं समजतं? त्यातल्या परिणामांसह? हे केवढं तरी आश्चर्य! मी काय बोलू? माझं दुबळेपण मला जाणवतं.

त्यानंतर किती तरी दिवस तिचा फोन आला नाही. ती तिच्या विवंचनेत; मला कुठून फोन करणार? मध्यंतरी तीन-चारदा तिच्या साडीची घडी बाहेर काढली. नेसायचा धीर झाला नाही– तशीच ठेवून दिली.

आणि एक दिवस पुन्हा तिचा फोन आला. ''तो गेला... अगदी शांतपणानं गेला. त्याची लेक बाजूलाच होती... मी भेटायला येईन. बोलायचंय.'' पाच वर्षं मृत्यूशी झुंज देऊन तो गेला.

मी खूपसं रडून घेतलं– तिच्यासाठी, तिच्या लेकीसाठी. तिच्यापुढे कदाचित मला रडता येणार नाही, तिला ते सहन होणार नाही. आताही ती कुठे रडली? त्याच थंड आवाजात तिनं एक 'बातमी' दिली. उणीपुरी पंधरा वर्षं ज्याच्याशी संसार केला होता, त्याच्या नसण्याची बातमी. आता तर तिला कर्तेपणानं सगळं करायचं होतं. सावरायचं होतं.

मध्यंतरी तिची आई गेल्याचंही कळलं. मायेचा तोही किनारा सुटला होता. मागची आवरासावर चालली असेल. याही वेळी ती भेटायला येणार होती. मी फक्त वाट पाहत होते. तेवढंच माझ्या हातात होतं.

एक दिवस ती अशीच येऊन थडकली. ''कळवायचंस तरी–'' ती गप्पच. उद्ध्वस्त झाली होती का? कोण जाणे! मला काही कळतच नव्हतं. मी

समोर खुर्ची ओढून बसून राहिले.

"शेवटी एक ना एक दिवस हे व्हायचंच होतं. मी रोज त्याच्या डोळ्यांत मृत्यू बघत होते. मृत्यूच्या सोबतीनं जगत होते. का मी जगावं अशा माणसाबरोबर? पुरा पाच वर्षं काही संसार झाला नाही. हॉस्पिटल-घर-औषधं आणि अंथरुणावर खिळलेला तो... मी माणूस नाही? मला शरीर नाही? इच्छा नाही?....थांबा, मला बोलू द्या. हे एकच ठिकाण असं आहे की, जिथं मी बोलू शकते."

प्रथमच मी तिच्याकडे सहेतुक पाहिलं. ३५-३६ वर्षांचं वय असावं. आणि गेली ७-८ वर्षं ती बघत होती ते हे– जगण्याचा नकार आणि त्याच्या विरुद्ध लढा. एकटीचाच. खरंच, का राहिली असेल ही अशा माणसाबरोबर?

जन्मापासून तिनं आघातच सहन केले होते. ते सगळे आघात तिच्या डोळ्यांत भिजले होते. जराशानं तीच म्हणाली, "तरीही मी त्याला सोडू शकत नव्हते. त्यानं मला जे दिलंय, ते मी कधीच विसरू शकत नाही.

"मी जन्मभर सगळे नकारच घेत आले. शेवटी तर मी जगण्यालाच नकार दिला. का जगायचं हे असं आयुष्य घेऊन? पण त्यानं माझे सगळे नकार घालवले. जगण्याची दृष्टी दिली...." आता तिचे डोळे अव्याहत झरत होते. पण ते अश्रू पुसण्याचं धाडस माझ्यात नव्हतं. माझी अवस्था तिला कळली असावी. तिनं अश्रू पुसायचाही प्रयत्न केला नाही. "तो गेला, तेव्हाही मी रडले नाही. मी तुमच्यासमोरच अशी मोकळी रडू शकते. एवढ्या दिवसांचं मला रडून घेऊ द्या....

"त्यानं मला पॉझिटिव्ह थिंकिंग दिलं. सगळे निगेटिव्हज् पुसून टाकले. त्याच्या सहवासात जी काही वर्षं मिळाली, तीच वर्षं मी खऱ्या अर्थानं जगले. त्यानं मला जगायला शिकवलं.

"तो अंथरुणावर होता, तरी कधी त्यानं हार मानली नाही. सगळं कळत होतं त्याला. मी खरं सांगू ताई? आज तो नाही हे सत्य आहे, पण तरी मला तसं वाटत नाही. तो आहे, माझ्या जगण्याची शक्ती!"

मी फक्त ऐकत होते. रडण्याचा विचार करूच शकत नव्हते. अस्तित्वात नसलेल्या त्याची मला दहशत वाटत होती.

"थोडी कॉफी घेशील?"

"नको. आज मला फक्त बोलू द्या. मी मोकळी व्हायला इथं आलेय." आता तिचे अश्रू थांबले होते. ती बरीच सावरली होती. भावनांचा वेग ओसरला, असं कसं म्हणू? ती वाहवून जाऊन काही बोलतच नव्हती. सर्व फॅक्ट्स. तिनं स्वीकारलेल्या. पॉझिटिव्ह थिंकिंग!

आणखी एक-एक मोठा श्वास टाकून ती म्हणाली, "मी दादरची जागा विकली– पुढचा विचार करून." क्षणभर थांबून तिनं माझा अंदाज घेतला. मी लगेच बोलले, "चांगलं केलंस. अगदी व्यवहारी विचार." तिचा चेहरा प्रथमच शांत वाटला. सगळं वादळ शमलं होतं.

"मला वाटलंच होतं, तुम्ही मला समजून घ्याल. सर्वांनी मला मूर्खात काढलं. पण निकालात काढणारे सगळे शेरा मारून मोकळे झाले; माझ्यापुढं प्रश्न आहे तो जगण्याचा. आम्हाला दोघींना जगायचंय. तिच्या वडलांची ठेव मला जपायचीय. तिला वाढवायची आहे. जगायला पैसे लागतात, ते कुठून आणायचे?

"मी असे उधळले नाहीत. विचारपूर्वकच सगळं केलं." मग तिनं कुठे, कसे पैसे गुंतवले– ते सविस्तर सांगितलं. हा कबुलीजबाब मला नको होता, पण तिला विश्वासानं सांगावंसं वाटत होतं. "आता मुलगी नववीत आहे. पुढचं शिक्षण व्हायचंय. पुढे तिला कुठे निराधार वाटायला नको. जगात ताठ मानेनं जगता आलं पाहिजे. वेळ आली तर–"

माझ्या अंगावर काटा आला. ही मुलगी किती धैर्यानं निर्णय घेत होती! "तर, ती उघड्यावर पडता कामा नये. मी आधी तिची व्यवस्था केली. एक लहानशीच दीड खोल्यांची जागा घेतलीय. भागेल त्यात. सध्या भाड्याचीच जागा आहे. अजून ठरत नाहीय. मुंबई-पुणे अप-डाऊन करू, की पुण्यातच स्थायिक होऊ? जे काय ठरवेन, ते तुम्हाला सांगेनच.

"पुण्यात काटकसरीनं कमी पैशांत भागेल. पण पुण्यात स्कोप पण कमी आहे. मुंबईत मार्केट आहे. प्रूफं बघणं, पुस्तकं संपादित करणं– अनेक लहान-मोठी कामं आहेत. लोक मदत करतात. सहा-एक महिने अंदाज घ्यावा लागेल. होईल, सगळं नीट होईल.

"माझा निर्णय योग्य आहे, असं तुम्ही म्हणालात; मला बळ आलं. येते मी."

ती आली तशीच निघून गेली– मन मोकळं करून. निदान मी तिचा भोज्जा होऊ शकले. पुन्हा केव्हा तरी ती अशीच एखादं वादळ घेऊन येईल. पण जे असेल, ते चांगलंच असेल; सकारात्मक असेल. खरं तर तीच मला जगण्याचा अर्थ उलगडून सांगत होती.

* * *

८. हॅपी बर्थ डे

मोठ्या आईनं बर्फीचं ताट पुढ्यात ओढलं. बर्फीच्या बरोब्बर चौकोनी सुरेख वड्या पाडल्या. एकेक वडी उचलून अलवारपणे डब्यात भरली. आता डबा फडताळात ठेवायला काय हरकत होती? पण मोठी आई त्या पेढेघाटी गोल डब्याला गिरक्या देत राहिली. त्याच्यावरच्या, वर-खाली होणाऱ्या गोल रेषा बघत राहिली. त्या जुळल्याशा वाटत होत्या आणि पुन्हा दूर जात होत्या, समान्तर धावत होत्या. तिला वाटलं, आपलं आयुष्यही असंच आहे.

एकच कुटुंब– एकमेकांना जोडलेली माणसं. धमन्यांतून एकच रक्त वाहतंय, तरी अलग-अलग– स्वत:पुरती. असं का झालं? कुणाचं चुकलं? कुठे? आपली माया कमी पडली का? की, आजची पिढीच अशी? स्वत:पुरती?

मोठ्या आईनं दूरवर नजर टाकली. रस्ता शांत होता. ऑफिसातून येणारी माणसं, एखादी रिक्षा, लगबगीनं घराकडे चाललेली कामकरीण... बस्स, एवढंच. बाकी सामसूम. सांज टळत आली तरी कुणाला इकडे यायची आठवण नव्हती. कुणी वाटेला डोळे लावून बसलं असेल, याची फिकीर नव्हती. आपलं मेलं मनच लोचट– सगळ्यांसाठी डोळे भिजवायचे, पण उच्चार नाही करायचा. आतल्या आत स्वत:लाच दंडत राहायचं–

राघवेंद्रला वाईट वाटेल म्हणून! त्याचा जीव अडकित्त्यात सापडलाय जसा. कट्‌कन तुकडा पडायचा. इकडे जन्मदात्री अन् तिकडे जन्माची सोबतीण– कुणाला दुखवायचं? मोठी आई विचारात बुडून गेली. लग्न झाल्या-झाल्याच सुनेनं सुरवात केली, "आपण वेगळं होऊ या."

"अगं, पण तुला इथं काय जाच आहे?" राघवेन्द्रनं वैतागून विचारलं.

"जाच असण्याचा काय प्रश्न? मला माझ्या इच्छेनुसार जगायचंय."

"मग जग की! कुणी नको म्हटलंय?"

"या म्हाताऱ्या लोकांत नाही मनाप्रमाणं जगता येत. मला माझं स्वतंत्र अस्तित्व टिकवायचंय."

"मला कळतच नाही, तू काय म्हणतेस ते. तुला इथं कुणी बेड्या घातल्यात का?"

"बेड्याच घालायला हव्यात का? त्या जुन्या खाटा, खोमट उशा, पन्नास वर्षांपूर्वीची कपाटं... घराला म्हातारी कळा आलीय नुसती. प्रत्येक बाबतीत त्या वडिलधाऱ्या."

"मग तिला लहान आणि तुला वडिलधारी म्हणू या का? आय डोन्ट माइंड."

"डोन्ट बी सिली. सगळं त्यांच्या मतानं राज्य चालतं. त्या म्हणतील तसे निर्णय घ्यायचे. माझ्या माहेरी–"

"आता इथं तुझ्या माहेरचं कीर्तन नको. तुला काय म्हणायचं ते म्हण."

"मला वेगळं व्हायचंय."

"हो."

"हो म्हणजे? लग्न केलंय तुझ्याशी. अशी बाहेर पडणार नाही मी; माझं म्हणणं तुझ्या आईला ऐकावंच लागेल."

"ऐकेल की– अजून बहिरी नाही झाली! ती तुझं म्हणणं डावलणार आहे थोडीच?"

"डावलतातच. मी त्यांना म्हटलं होतं, दिवाळीला आपण कुठे तरी बाहेरगावी जाऊ. हॉटेलात मस्तपैकी चार दिवस राहू. वेगवेगळ्या हॉटेलांत जेवू. तर, त्यांचं आपलं एकच– 'अगं वर्षाचा सण. घरात दिवा नको लागायला? देव पारोसेच ठेवायचे? सणादिवशी हॉटेलात काय खायचं? लक्ष्मीपूजनाला लक्ष्मीचं स्वागत करायला हवं. पाडवा तर वर्षाचा. दिवाळी झाली की जाऊ ना!' पुन्हा बोलणं सौम्य, शांत; पण आपलं तेच खरं करायचं. ओवाळण्याचं काय एवढं? न ओवाळता पण भेटवस्तू देता येतात की!"

"हे बघ, आई चुकीचं काय सांगते? चार दिवस सण साजरा करू, मग तू म्हणशील तिकडे ट्रिपला जाऊ. आईची दिवाळी इथे करू, तुझी तिथे करू; मग झालं?"

"मग झालं काय? तू अजून आईचाच पदर धरून फीर. माझ्या मैत्रिणी हसतात मला."

"कोण त्या? ती सदरा-चड्डी घालून, बॉयकट् करून हिंडते– ती? की, तोंड रंगवून लाडे-लाडे बोलते– ती?"

"काही टिंगल करायला नको माझ्या मैत्रिणींची. म्हणे, सदरा-चड्डी घालून

हिंडते! काय झालं घातली म्हणून? आणि सदरा-चड्डी काय? लाडे-लाडे बोलते, म्हणजे रे काय? सदा काय घसे खरवडून ओरडून बोलायचं– तुझ्या बहिणीसारखं?''

''अंहं! ताईचं नाव घ्यायचं कारण नाही. ती काही सांगायला येते का? तिच्या घरी ती सुखात आहे ना? तुझ्यासारख्या तक्रारी नाही करत.''

''कशाला करतील? मालकीणबाई आहेत ना! किल्ल्यांचा जुडगा कमरेला लावून तर मिरवत असतात.''

''अरेच्चा! गंमतच आहे तुझी. अगं, तिच्या घरच्या चाव्या तिच्या कमरेला ती लावते, म्हणून तुझी कंबर का ठणकते?''

''शट् अप्! माझं काही ठणकत नाही. आणि मला आता सवय झालीय हात पसरायची– अहो, जरा चाव्या देता का? बाईंना हातउसने हवेयत दोनशे रुपये!''

''शैले, हे मात्र फार होतंय हं! आपण दोघं कामावर जाणार. घरी मोलकरीण, स्वयंपाकीण, माळी, आलं-गेलं; चाव्या बाहेर ठेवून कसं चालेल? काही गेलं, तर कुणाला जबाबदार धरायचं?''

''काही जात नाही. आमच्या घरी दहा नोकर आहेत. पण आमची ममा–''

''प्लीज– 'आमची ममा' पुराण नको. तुझ्या माहेरची सर्व माणसं ग्रेट! तू थोर, सुंदर. बस? आमची आपली गरीब माणसं. कशी आहेत, कळलं ना तुला? हे रोजचं काय तुझं-माझं? जन्म तर माझ्याबरोबर काढायचाय ना?''

''तुझ्याबरोबर राघवेंद्र, तुझ्या लटांबराबरोबर नव्हे.''

''म्हणजे गं काय? ती माझी माणसं आहेत– माझे जन्मदाते. त्यांना या वयात आनंदानं जगू द्यायचं की रस्त्यावर काढायचं?''

''हे बघ, मलाही माणुसकी आहे. रस्त्यावर काढायला कुणी सांगत नाही. त्यांना वेगळं राहू दे ना! एवढं छान घर आपण घेतलंय, पण एक म्हटल्या एक मनासारखं होत नाही. त्यांची ती वाळवणं, लोणची, मुरांबे– हाऽऽ पसारा. पाहुणेसुद्धा असे– एवढा नवा कोरा सोफा... खुशाल तंगड्या वर घेऊन बसतील! ताई आली की, तिची चिल्लीपिल्ली... एका मुलाला शिस्त नाही.''

''पुरे– माझ्या माणसांची निंदा पुरे. तुझी आई म्हणजे मड्डम. ममा ना! आणि बाबा म्हणजे पप्पा. बहिणीचं नाव चांगलं जान्हवी, तर तिला म्हणायचं जेनी. मला हे असलं मुखवट्याचं आवडत नाही. तरी कधी बोलतो का? आज

तू फारच तोंड सोडलंस, म्हणून नाइलाजानं... अगं, रडायला काय झालं लगेच? सॉरी, सॉरी– म्हटलं ना?''

हे सगळं एवढ्या तारस्वतरात चाललं होतं की, आई बाहेर बसून मुकाट्यानं ऐकत होती. शेवटी हे कुठं तरी थांबायला हवंच ना? रोजचे वाद, रोजचा मनस्ताप. हे विकोपाला जाण्याआधीच काही तरी मार्ग काढायला हवा. आणि एक दिवस आई एकटीच बसलीय, हे बघून राघवेन्द्रनंच विचारलं–

''आई, आपण बोलू या थोडं?''

''हो. अरे, माझ्याही मनात तेच येतंय. सगळ्या असंतोषाची तड लागायला हवी ना! मनावर अशी ही ओझी घेऊन–''

''आई, मी समजू शकतो गं! या वयात तुम्ही दोघांनी आनंदानं जगावं, असंच वाटतं मला. जन्मभर आमच्यासाठी राबलात आणि आता–''

''असू दे. तू नको वाईट वाटून घेऊस. काय म्हणतेय ती?''

''आई, तूच सांग– मी काय करू? तिला तुमच्याबरोबर राहायचं नाही. ती घर सोडायचं म्हणतेय. डिव्होर्स घेऊन–''

''इतका टोकायचा विचार नको. वेगळं झाल्यावर ती खूष होईल का? विचार करून सांग.''

''तू म्हणत असशील तर जाऊ दे तिला माहेरी; मला तुम्ही हवे आहात. तू सांगशील, ते मला मान्य आहे. तूच निर्णय घे.''

''रघू– अरे, आम्ही आहोतच तुझे. तिला दुखवू नकोस. आम्ही आता पिकली पानं... केव्हाही गळून पडू. तुला उभं आयुष्य काढायचंय. तिला समज कमी आहे. बापाची श्रीमंती डोळ्यांवर आहे. असू दे, होऊ दे तिच्या मनासारखं. कुणी तरी शहाणं व्हायला हवं ना?–'' विषय तेवढाच राहिला.

–आणि पूर्ण विचार करून एक दिवस आई म्हणाली, ''अरे राघवेन्द्र, थोडं बोलू या का? अनायसे लवकर आलायस आज, तर–''

''काही हवंय का आई?''

''काय हवं रे? सगळं भरभरून तर करतोस. पण एक सांगू? एवढ्या मोठ्या घरात जीव घाबरा होतो रे. कुणी आलं-गेलं कळत पण नाही. नोकरांवर लक्ष ठेवा, कामं करून घ्या... नाही झेपत रे आता. एक विचारू?''

''विचार.''

''आपल्या चाळीतल्या दोन खोल्या अजून विकल्या नाहीस ना?''

''आई, असं का विचारतेस?''

"आम्ही दोघं तिकडं राहायचं म्हणतोय. तिथं येता-जाता माणसं भेटतात, देवळात जायला सोबत मिळते. यांचे जुने मित्र पण आहेत चाळीत. उतारवयात आमच्या पद्धतीनं जगू दे. शिवाय, सूनबाईलाही तिच्या मनासारखं–"

"आई, ती काही बोलली का तुला?"

"नाही रे. काय तरीच काय डोक्यात घेतोस! अरे, ती तरुण मुलगी आहे. तिला हौसेनं सगळं मांडायचं असतं. नवं-नवं हवंसं वाटतं. त्यात आम्ही म्हातारे–"

"कळलं मला आई. तुम्ही दोघं वेगळे झालात, तर मला फार वाईट वाटेल– निराधार वाटेल."

"काय बोलतोस रघू! आम्ही भांडून का जातो आहोत? हाकेवर तर आहोत. आठवण आली की येत जा, कधी आम्ही येऊ. पण आता घेच मनावर. आमची सोय म्हणून–"

विरजल्या मनानं राघवेन्द्रनं सगळी व्यवस्था केली. खोल्या साफसूफ करून घेतल्या. आवश्यक ते सामान पोचावलं. महिन्याचे पैसे बाबांच्या हातात देऊन तो बाहेर पडला ते गळल्या-थकल्या मनानं. त्या चार दिवसांत त्याचं चित्त थाऱ्यावर नव्हतं. दोघं नीट जेवत असतील ना, आई उदासवाणी बसत नसेल ना, बाबांना त्यांचे मित्र भेटले असतील ना... एक ना दोन– शंभर विवंचना.

तो रोज संध्याकाळी त्यांना भेटूनच घरी यायचा. हळूहळू त्याच्या लक्षात आलं– ती दोघं एकटी पडली तरी सुखी आहेत. त्यांच्या माणसांत आहेत. खरं तर ही दोन घरं म्हणजे दोन वेगळ्या संस्कृती. समांतर रेषा कधी एकमेकांना भेटत नाहीत, हेच खरं. रोजची 'आई' ही हाक आता सवयीनं बंद झाली. आई घरात नसण्याची त्यानं सवय करून घेतली. कुंडीतली तुळस आता दिसत नव्हती. तिथं सुरेख रंगीबेरंगी विलायती झाडं आली होती. त्यांना फुलं येणार नाहीत, हे त्यानं स्वत:ला समजावलं. आता कापूर-उदबत्तीचे वास विरले होते, तिथं रूम फ्रेशनरचे वास भरून राहिले होते. त्याच्याही सगळं अंगवळणी पडत होतं आणि मन चाळीतल्या त्या दोन खोल्यांत घुटमळत होतं.

बघता-बघता वर्षं सरली. घरात दोन छोटी बाळं आली. त्यांना आई-बाबांकडे नेणं, हाही केवढा आनंद! मुलांना आजी-आजोबांची माया हवी ना! आई छोट्या सोनीला मांडीवर बसवायची. पदरानं तिचा चेहरा पुसत विचारायची, "खाऊ हवा माझ्या बाबीला?" सोनी आनंदानं टाळ्या पिटायची. बबलू मोठ्या आईचं तोंड आपल्याकडे वळवून म्हणायचा, "मला मोठ्ठा मोठ्ठा दे. सोनी लहान

आहे ना? तिला एवढुस्सा दे.''

"अरे लबाडा! तुला मोठ्ठा खाऊ हवा काय? सोनी लहान म्हणून तिला मोठा नको वाटतं द्यायला?''

मुलं यायची म्हणून ती काय काय करून ठेवायची. मुलं पण शनिवारची वाट पाहत असायची. वाढदिवस तर दोन-दोन घरांत व्हायचे. मोठ्या आईकडं औक्षण व्हायचं, आंब्याची बर्फी असायची, खुसखुशीत चकली असायची– वर केशर घातलेलं गारीगार सरबत. आणि ते पिता-पिता छान गोष्ट ऐकायला मिळायची. मुलं खूष व्हायची. रघू पण मुलांबरोबर बसून गोष्ट ऐकायचा. लहान-लहान व्हायचा. आणि जाताना तिच्या पदराला हळूच डोळे पुसून जायचा. आता तेही सुख संपलं होतं. सुनेनं आज मुलांना पाठवलंच नव्हतं. मोठ्या आईनं कौतुकानं केलेल्या वड्या डब्यातच राहिल्या होत्या. उदासवाण्या चेहऱ्यानं ती डब्याकडे पाहत होती.

एवढ्यात शेजारचा चंदर आला. आपण येऊन उभे राहिलो तरी मोठी आई बघतदेखील नाही, म्हणून त्यानं वाकून बघितलं. ती आपली डब्याकडे पाहतेय. तो चोरपावलानं मागे गेला आणि आपल्या चिमुकल्या हातानं तिचे डोळे झाकले. मोठ्या आईनं त्याचे हात चाचपले आणि ती हसली. म्हणाली, "ओळखलं बरं का! आमचा चांदोबा ना?'' त्यावर तिच्या गळ्यात हात टाकत चंदर हसला. "काय झालं गं?'' त्यानं काळजीच्या स्वरात विचारलं.

"काहीच नाही रे!''

"मोठी माणसं खोटं बोलतात वाटतं?''

मोठी आई गप्पच राहिली. मग चंदरनं हळूच तिच्याभोवती फेर धरला, "माझी छकुली, सोनुली, अप्पेली गं डंबेली!''

"म्हणजे रे काय वेड्या?''

"म्हंजे... हे बघ, तू चांगली आहेस ना?''

"हो तर!''

"मग चांगली माणसं सग्ग्या-सग्ग्यांना आवडतात ना? मग तू मला पण आवडेतस.'' मोठ्या आईला खूप हसू आलं. मगाचचं मळभ पार दूर गेलं.

"खूप आवडते?''

"खूपऽऽ खूप! मग आपल्याला कुणी आवडत असलं ना, की असं म्हणायचं असतं.'' तो लाडात तिला चिकटून बसत म्हणाला.

"अस्सं होय?''

मोठ्या आईचा हात आपल्या हातात घेत चंदर म्हणाला, ''आणि की नै, मी पुष्कळ मोठ्ठा झालो ना– अगदी बाबान् एवढा, तरी तू मला चंदाच म्हणायचं!''

''बरं– बरं.'' पदरात हसू लपवत मोठी आई म्हणाली.

''पण मोठी आई, मी तुला काय म्हणू गं? म्हंजे, आपलं हे गुपित झालं ना? म्हंजे आपण फ्रेंड्स झालो.''

''होय तर!''

''मग मी तुला काय म्हणू? छकुली म्हणू?''

''छकुली? हे रे कुठलं नाव काढलंस?''

''हे ना– आमच्या बेबीच्या भावलीचं नाव आहे. बेबीला तिची भावली खूप आवडते, तशीच तू मला आवडतेस.'' त्यानं हळूच मोठ्या आईची पापी घेतली आणि विचारलं, ''म्हणू ना छकुली?''

''म्हण बाबा!''

मग टाळ्या पिटत तो म्हणाला, ''माझी छकुली, सोनुली, अप्पेली गं डंबेली!'' मग मोठ्या आईनं पण टाळ्या वाजवल्या, ''माझा सोनुला, छकुला, बंडुला गं गुंडुला–'' मग दोघंही हसतच सुटले.

मोठ्या आईनं हळूच डबा उघडला. त्यातली वडी चंदरला भरवली. त्यानं मस्तपैकी मान हलवली अन् पहिलं बोट आणि अंगठा जुळवत 'छान-छान'ची खूण केली. ''आणखी एक जम्माड सांगू? आपली-तुपली हं. कुण्णा कुण्णाला सांगायची नाही. देवालासुद्धा नाही सांगायची–''

''असं होय? नाही बरं सांगणार.''

''आपण की नै दर वर्षी याच दिवशी आपल्या दोघांचा हॅपी बर्थ डे करायचा. आणि तू अशीच आंब्याची बर्फी करायचीस!''

''अरे चोरा! बर्फीसाठी ही लाडीगोडी काय?''

''नाही गं छकुली– आपण आज फ्रेंड झालो ना, म्हणून करायचा गं बर्थ डे!'' बोलता-बोलता चंदर एकदम गंभीर झाला. तिचा चेहरा आपल्या ओंजळीत पकडत म्हणाला, ''परवा ना, आमची पमाताई आहे ना, तिचे आजोबा वारले गं! ते कधीच परत येणार नाहीत म्हणे. देवाच्याच घरी राहणार. हो का गं?''

''अरे चंदा, जन्माला आलेल्या प्रत्येकाला केव्हा ना केव्हा देवाघरी जावंच लागतं.''

''प्रत्येकाचं जाऊ दे... पण छकुली गं, तू नाही ना देवाघरी जाणार? नै ना? मला आधी प्रॉमिस कर. आपण दर वर्षी आपल्या दोघांचा हॅपी बर्थ डे करू.

अगदी याच दिवशी– २९ सप्टेंबर! अगदी मी तुझ्याएवढा होईन ना, तरी!''

"हो, करू बरं!'' मोठ्या आईला हसू येत होतं आणि रडायलाही येत होतं.

"छकुली गं, आमच्या घरी कुणी माझा हॅपी बर्थ डे करतच नाहीत. शाळेत होतो ना, तेवढाच.'' त्याचं तोंड चिमणुलं झालं.

"माझा पण कुणी करत नाही रे चंदा. आता तू माझा चंदामामा आहेस ना, म्हणून करायचा बर्थ डे.'' त्याची समजूत घालत मोठी आई म्हणाली.

"मोठ्या मोठ्या छकुलीचा आणि छोट्या चंदरचा हॅपी बर्थ डे! हेऽऽऽ काय मज्जा!''

चंदर मोठ्या आईभोवती नाचत होता. ती आनंदानं हसत होती. पण कसं कोण जाणे, हसता-हसता तिचे डोळे झरतच होते.

"रडतेस तू छकुली?''

"नाही राजा, आनंदानं अश्रू आले बघ. अरे, माझा एवढा छान बर्थ डे आजवर कधी झाला नाही. तुझ्यामुळं आजचा दिवस मजेत गेला.''

तेवढ्यात रघू केक घेऊन आला. आई वाट बघून शिणली असेल... सोनी आली नाही म्हणून हिरमुसली असेल. बोलून दाखवायची नाही. दुःख गिळायची सवय आहे तिला. विचार करतच रघू गेटजवळ आला. बघतो तर काय– एक छोटा आईभोवती फेर धरून नाचत होता आणि तीही लहान-लहान होऊन टाळ्या वाजवत होती.

रघूला एकदम बरं वाटलं आणि त्याचबरोबर दुःखाची एक लहर आतून उसळली. किती समंजस आहे आई! जे वाट्याला आलंय, त्यातून आनंदाचे कण शोधते. रघूनं हळूच हाकारलं,

"आई गंऽ''

"रघूऽऽ! आलास बेटा! आणि मुलं कुठंयत?''

"अगं, ती सगळी मित्रांकडं गेलीयत.''

"असं होय.'' दोघांनी एकमेकांची नजर टाळली. रघूनं केकचा बॉक्स समोर ठेवला. म्हणाला, "तुझ्याकरता केक आणलाय. आता तूच काप ना!''

"अरे, हा शेजारचा चंदर. आज त्याचा हॅपी बर्थ डे आहे हो!''

"अरे वा! छानच झालं. मग आई, तुम्ही दोघंही मिळून कापा केक. आणि मी म्हणतो–

"हॅपी बर्थ डे टू यू...!''

चंदर टाळ्या पिटत म्हणाला, ''आज आपला खरंच हॅपी बर्थ डे झाला नै? किती छान!''

रघूचे डोळे पुन: पुन्हा भरून येत होते. त्यानं आईच्या मांडीवर डोकं हळूच टेकलं. मग चंदरनंही दुसऱ्या बाजूनं डोकं टेकलं. आई दोघांनाही हळूहळू थोपटत गोष्ट सांगू लागली—

''एक होता चंदा... आणि एक होती त्याची छकुली.

दोघांची खूप-खूप मैत्री होती.

एकदा काय झालं... काय झालं....''

मोठ्या आईचा गळा दाटून आला अन् ओठ नुसतेच थरथरत राहिले.

९. त्यानं एवढंच मागितलं...

झिम्माड पाऊस– अंग-अंग लपेटणारा. पिसाट वारा. आपल्याला चालण्याची गरजच नाही. तो भरकटत नेतोय. तोल जातोय. कसं सावरायचं? समोर फक्त पावसाचा पडदा. रस्ता, फुटपाथ यांतलं अंतर केव्हाच तुटलंय. मधेच लखखकन वीज चमकतेय. त्या प्रकाशात दिसतात सैरभैर झालेल्या मानवी आकृती, बंद पडलेली वाहनं, रडणारी मुलं... आया-बाया-बाप्पे... एक मोठ्ठा लोंढा– गढूळ पाण्यातून वाट काढणारा.

अनाहितानं कपाळावरचं पाणी निपटलं. पूर्ण उलट्या झालेल्या छत्रीच्या लोढण्याला प्रवाहात सोडून दिलं. पर्स सावरत ती रस्त्याच्या मधेच उभी राहिली. पाय स्थिर राहत नव्हते. आपण घरी पोचू शकणार नाही, याची तिला खात्री पटली. एरवी हजारदा तिनं विचार केला असेल– याला घर म्हणायचं? कशाला? का जायचं या घरात? कुणासाठी? पण या क्षणाला तिला ते घर हवं होतं– पाय टेकायला. निश्‍चित आसरा देणारं घर!

पण या क्षणाला ते अशक्य होतं. गाड्या बंद पडल्या होत्या. रुळांत पाणी शिरलं होतं. फक्त स्टेशनचा आसरा. पण स्टेशनपर्यंत जायचं कसं? ती भांबावली. पाय उचलून पुढे टाकायचा, तोही पाण्याला टक्कर देऊन अन् बळ एकवटून. पण असं किती वेळ चालणार?

तिचे पाय सरकत होते. एवढ्यात कुणीसं दंडाला धरलं. ''माझ्याबरोबर पावलं उचला. मी धरलंय. घाबरू नका.'' तिनं पाहिलंही नाही कोण ते. कुणी तरी आधार देणारा, जपून नेणारा. एका इमारतीशी दोघं पोचली. ''लिफ्ट बंद आहे. तीन मजले चढून जायला हवं. तिथं माझं कार्यालय आहे.''

ती थबकली. हा कोण माणूस? कुठं नेतोय? तिनं त्याच्याकडं अविश्वासानं पाहिलं. तो मोकळं हसला.

''घाबरू नका, मी गुंड वगैरे नाही. इथं कार्यालयात अडकून पडलो. खिडकीतून पाहत होतो. एक गृहस्थ मुलाला घेऊन चालले होते. त्यांचे पाय

लटपटत होते. धावत जाऊन त्यांना वर घेऊन आलो. ती दोघं पोचली असतील आता कार्यालयाजवळ. मागं वळून बघितलं, तर तुम्ही दिसलात– तोल सावरत वाट काढणाऱ्या, म्हणून पुढे झालो. विश्वास नसेल तर इथं थांबू शकता. पण इथं अधिक धोका आहे. पाणी चढतंय, अंधारही दाट होतोय. पायऱ्यांपर्यंत पाणी चढलंच आहे... बघितलंत कसं–''

ती एकदम शहारली, नकळत त्याला बिलगली. त्यानं तिच्या नजरेच्या रोखानं पाहिलं. एक भला दांडगा साप पाण्याबरोबर वेगानं वाहत पुढे चालला होता. मागचा-पुढचा विचार न करता त्यानं तिला जिन्याकडे खेचलं. पाठोपाठ पाण्याची लाट पायरीवर आदळली. दोघं धावतच जिने चढत वर पोचली. आत एक लहानसा कंदील फरफरत होता.

''हा माझा स्टाफ. आम्ही सगळेच अडकून पडलोय. मघाशी मी बोललो, ते हे गृहस्थ! नाऊ यू फील सेफ– आय थिंक.''

ती हसली. ''माझं नाव अनाहिता. इथं बँकेत काम करते. स्टेशनकडे जायला निघाले, तर–''

''अशा पावसात निघायचं नाही. केवढी रिस्क!''

''निघाले तेव्हा वाटलं होतं, सहज पोचेन. एरवी रिक्षानं येते. रिक्षा-बस– सगळंच बंद आहे ना! ...बरं झालं तुम्ही धावत आलात. मी जन्मात–''

''विसरणार नाही तुमचे उपकार वगैरे... हेच ना! आता घरी बोलवा आणि झक्कपैकी कॉफी पाजा.''

''घरी?....''

''ॲम सॉरी... आपण बरिस्तात कॉफी घेऊ. बस?''

''केवढा आवाज झाला! काय झालं?''

''समोरचं झाड कोसळलं. प्रलय चाललाय.''

''मला वाटतं, आजची रात्र इथंच काढावी लागणार...'' ती काळजीच्या सुरात म्हणाली.

''असं दिसतंय. कान्ट हेल्प. हे ऑफिस आहे. आपल्याला टेबलावरच झोपावं लागेल.'' बघता-बघता सगळी पेंगुळली. त्याने थर्मासमधली कॉफी दोन पेल्यांत ओतली. तेवढ्या रात्री पावसाच्या तांडवात ती गरम कॉफी केवढा तरी दिलासा देऊन गेली.

रात्र पुढे सरकत होती. खुर्चीतच सैलावत ती दोघं बोलत राहिली. साथीला फक्त घड्याळाची टिक् टिक्! त्या पहिल्याच भेटीत ती दोघं जन्माच्या

गोष्टी बोलत राहिली. झोपेची दोघांनाही आठवण राहिली नाही. पाऊस कोसळला, कोसळला आणि दमून थांबला. आजची पहाट मलूल होती. बाहेरची हवाही कुंद. झाडं मरगळली होती, कुठं मुळासकट उन्मळून पडली होती. रस्त्यात चिखल, घाण, वाहून आलेल्या काटक्या, फांद्या, निर्माल्य... एखादं मेलेलं मांजर, नाही तर कुत्रं.

"मी निघू?"

"निघायला तर हवंच. पण थोड्या थांबता? अजून गाड्या तर सुरू झालेल्या नाहीत. जर सूर्यदेवाची कृपा झाली, तर ९-९॥ पर्यंत आपण चालत जाऊ शकू."

"आपण?"

"हं! म्हणजे मी तुम्हाला तुमच्या घराच्या वेशीपर्यंत पोचवू शकेन."

"छे: छे:! आधीच तुम्हाला मी भरपूर त्रास दिलाय. त्यात आणखी–"

"असं बोलू नका. आता आपण एकमेकांचे मित्र झालो. एका रात्रीनं मला तुमच्यासारखी छान मैत्रीण दिली. आपण पावसाचे आभार मानू. नो फॉर्म्यालिटीज. हे काही तरी पूर्वजन्मीचे संकेत असावेत; नाही तर आपण असे का भेटलो? पहिल्याच भेटीत इतके मोकळे कसे झालो? किती बोललो.... मला तर वाटतं, आपण जन्मभर एकमेकांशी बोलतोच आहोत!" ती मनापासून हसली. तिच्या हातात आपलं कार्ड देत तो म्हणाला, "तुम्ही किती छान हसता! मला आवडलं. माणसं खोटं हसतात हो. असं स्वच्छ, मोकळं हसत नाहीत. आजची माझी सकाळ कशी छान उगवली!"

...आणि मग ती दोघं भेटत राहिली. बोलत राहिली. एस्प्रेसो कॉफी घेता-घेता एकमेकांच्या सुख-दु:खांची भागीदार झाली. मग त्यांनी एक संकेतस्थळ ठरवलं. तिथं भेटायचं– जमेल तेव्हा, जमेल तेवढा वेळ. विषय कधी संपतच नव्हते.

निळं आकाश होतं, गूढ गहिरा समुद्र होता, हितगुज करणारी कंच हिरवी झाडं होती, शीळ घालत जाणारा पक्षी होता... खोटं रागावणं होतं, रुसणं होतं, लाडात समजूत काढणं होतं आणि वैतागून भांडणंही होतं. मुळात रुजणं होतं, म्हणून हे बाकीचे विभ्रम होते. भेटत तेव्हा ते या जगातले नसायचेच. त्या दोघांचंच, दोघांपुरतं एक देखणं जग असायचं. त्याची बोलीही तशीच. हळुवार, तरल. व्यवहाराचा स्पर्श नसलेली.

आज ती आली, तेव्हा तो ढगांचे रंग पाहण्यात गढला होता. ती हळूच येऊन शेजारी टेकली. थोडी खाकरली. तो हसून म्हणाला, ''कळलं तू आलीस ते. तुझ्या अस्तित्वाचा गंध भरून राहिलाय भोवताली.'' तिच्याजवळ सरकत तिच्या हातावर आपला हात टेकवत तो म्हणाला, ''मावळतीला ढगांचे रंग किती सुंदर दिसतात- बघ!''

''होय, मीच ते तसे केले!'' ती लटकंच हसून म्हणाली.

''तू?..... खरंच? तुझे हात किमयागाराचे आहेत!'' तोही नाटकी बोलला.

''हे बघ जय, आपलं मन जेव्हा भक्तिरूप प्रेममय होतं ना- तेव्हा सगळ्या जगाचे रंग वेगळे दिसतात, कारण त्यानं आपल्या मनाचे रंग घेतलेले असतात. तू तुझ्या मनाचे रंग पाहिलेस? थोडा अंतर्मुख होऊन बघ- तुझ्या मनाचे रंगच त्या ढगांनी घेतलेत.''

''जरा इकडे बघ अना- तो पक्षी बघ. किती सुंदर आहे! रोज माझ्या खिडकीशी असाच एक पक्षी येऊन बसतो. त्याचं नाव-गाव मला ठाऊक नाही; फक्त त्याची भाषा मला कळते. तो बहुतेक तुझा संदेश घेऊन येत असावा. माणूस प्रेमात पडला की, त्याला सगळं जग सुंदर दिसतं; नाही?

''मी सुट्टीत गारंबीला जातो ना, तेव्हा पाण्याचं संगीत ऐकतो. मग मी चालत राहतो. एका बाजूला दाट हिरवी जादू आणि दुसऱ्या बाजूला संथ-शांत जलाशय. मग मी खडकावरून थेट पाण्याशी जातो. तिथं पाण्यात पाय टाकून बसतो. खरंच अना, मला असं एकटं- एकान्तात बसायला आवडतं. कारण तिथं आणि कुणी तरी नसतं; पण तू असतेस. माझ्या मनाला व्यापून राहतेस. परमेश्वरानं हे किती चांगलं केलं की, तुला माझ्या आयुष्यात पाठवलं- मला सोबत करायला, समजून घ्यायला... जन्मभराची सोबत!''

-आणि ही जन्मभराची सोबत करायला ती दोघं सोबतीनं जगत गेली. कधी 'आकाशगंगे'काठी, तर कधी आभाळाला स्पर्श करू पाहणाऱ्या डोंगराच्या टोकाशी... कधी हिरव्या गवताचा मऊ मखमली स्पर्श अनुभवत, ढगांचे बदलते आकार पाहायला गावाच्या शिवेशी. किती क्षण, किती पळ- मोजले कुणी? आज तो म्हणाला,

''तुझ्या सहवासात मी मोठा होतोय!''

''म्हणजे, आजवर लहानच होतास?''

''होय, एका खुरट्या जगात. हेवा-दावा, चढाओढ, स्पर्धा... सगळे 'आय' स्पेशलिस्ट. 'मी'पलीकडे एक सुंदर जग आहे, हे ठाऊकच नाही त्यांना.

सगळी नाण्यांची नाती!

"तुझ्या जगात कविता आहे, मनाचं गीत आहे... आभाळाचे रंग आहेत, ढगांचे आकार आहेत. जग सुंदर आहे, हे तुझ्या डोळ्यांतून मी वाचलं!"

"कुणाला खरंच वाटेल! जय, तू एवढा वेळ बोललास, ते काय? कविता तुझ्या मनातच होती; आत्ता फक्त तू त्याचा उच्चार केलास."

"कारण तू मला आयुष्य समजून दिलंस; जगण्यातलं सुंदरपण उलगडून दाखवलंस."

"एक सांगू? सुरवाती-सुरवातीला असंच वाटतं. चंद्र-सूर्य-तारे... सगळे फेर धरून उभेच असतात. मग चंद्र फिका वाटतो आणि सूर्य तापदायक. पुढं तारका मंद होत जातात, जगणं शिळं होत जातं अन् काव्य संपतं...."

"तसं नसतं अना. कविता कधी संपत नाही आणि शिळी तर कधीच होत नाही. ती अखेरच्या क्षणापर्यंत आपल्यासोबतच असते."

"तू वाचलीयस अशी कविता– न संपणारी, अखंड सोबत राहणारी?"

"अशाच कवितेशी तर बोलतोय!" तो हळूच तिच्या डोळ्यांत डोकावला. तिथं कोजागरी फुलली होती.

आजचा शनिवार तिला फुकट घालवायचा नव्हता. त्याच्या आवडीची निळी साडी ती नेसली होती. ते हवेपण तिला त्याच्या चेहऱ्यावर पाहायचं होतं. झपझप पावलं उचलत ती संकेतस्थळी आली. त्याच्या सबंध चेहऱ्यावर कौतुक सांडलं होतं.

"किती गोड दिसतेस अन्या!"

"उगाच!" ती गाल फुगवत म्हणाली, "कुणी ऐकतील, तर वेडं म्हणतील."

"हे बघ अना, लोक गेले तेल लावत! विचार दोघांचाच करायचा. आपल्याला आपण कसे वाटतो आणि 'त्या'ला कसे वाटतो."

"तो कोण?"

"निर्माता, विश्वकर्मा– ज्यानं आपल्याला घडवलं! त्याची कलाकृती असुंदर कशी असेल? त्यानं तुला निर्माण केलंय."

"त्यानं सगळं विश्वच उभं केलंय; म्हणून काय ते सगळं सुंदरच आहे?"

"होय! हे पक्षी, हे आकाश, हे पाणी... तुला पाणी आवडतं? त्यात पडलेलं आकाशाचं प्रतिबिंब पाहावं. वेडं व्हायला होतं गं!"

"नाही तरी तुला शहाणं कोण म्हणतो?"

"म्हणूच नये कुणी. या शहाण्यांच्या जगात असे थोडे वेडे असावेच लागतात. राहू दे मला असाच वेडा. अन्या, खरं सांग– मी हा असा आहे, म्हणूनच तुला आवडलो ना?"

वर उफाळून येणारं हसू आवरत अनाहिता म्हणाली, "कुणी सांगितलं, तू आवडतोस म्हणून?"

"बघ हं–" तो चिडून म्हणाला.

"बघितलं– बघितलं."

"मग भेटतेस कशाला?"

"टाइमपास–" ती दाटून म्हणाली.

"चल, ऊठ. मला एक शब्दही बोलायचा नाही. यापुढे नको भेटूस."

"भेटीन जा. तू कोण नको म्हणणारा? वा रे वा! जरा गम्मत केलेली नाही चालत! नाही ना भेटायचं? बघ हं!"

"बघतो ना! तुलाच तर बघतो. छान दिसतेस!"

"एऽ तू काय कॉलेजातला मुलगा समजतोस स्वतःला?"

"हो. मी वीस वर्षांचा आणि तू सोळा. तू भेटल्यापासून मी पुन्हा कॉलेजच्या वयात गेलोय. एक छान वय! धमाल करण्याचं. कसली काळजीच नाही...."

"धमाल करायला माझी मैत्री केलीस?"

"नाही तर काय?"

"मग नकोच तुझी मैत्री."

"नको तर नको– गेली उडत!"

"उडत जाईन, नाही तर पोहत जाईन– तुला काय करायचंय?"

"मलाच तर करायचंय. नवी साडी नेसून यायचं, छान-छान दिसायचं; वर हे असं भांडायचं! भांडकुदळ!"

"तूच भांडकुदळ."

"तूच!"

"तूच!"

"तू-तू-तू!"

"मी-मी-मी; तू-तू...तू!" दोघंही हसत राहिली.

"अन्या– अगं, हे चाललंय काय? किती छान भांडतेस गं! यू नॉटी–"

"तुझ्याबरोबरीचा प्रत्येक क्षण मी आनंदात घालवते. आताचं एकटेपण,

पोरकेपण, मामी-मामीकडे आश्रितासारखं राहणं... ऑफिसमध्ये हेवे-दावे, बॉस लोकांच्या नजरा... नको वाटतं रे! लहानपण तर इतकं वाईट गेलं... आई-वडील नसणं म्हणजे काय, हे ज्यांनी अनुभवलंय... त्यांनाच कळतं-''

''विसर गं ते. जो संपलाय, तो भूतकाळ विसरायचा. आज आणि यापुढे जगायचं ते आनंदानं. विसर ते दुःख-यातना देणारे अनुभव. आता तसं होणार नाही. मी आहे ना सोबत! आता हास बघू छानपैकी. परमेश्वरानं हे केवढं मोठं वरदान दिलंय माणसाला! तुला नाही वाटत?''

''वाटतं तर! म्हणून तर मी त्याची कृतज्ञ आहे.''

''हे शब्दांत नको, कृतीत हवं. आनंद द्यायचा आणि आनंद उपभोगायचा. तुला काय वाटतं, मी दुःख भोगलं नाही? घरात, बाहेर- माणसं दुटप्पी असतात. यांच्यापासून फायदा काय- एवढा एकच विचार. मी अशा लोकांपासून दूर राहतो. निर्मळ-निखळ स्नेह असा कुठं मिळतच नाही.

''तू त्याला अपवाद आहेस. तुझ्याइतकी निरागस, सरळ, स्वच्छ मनाची मुलगी मी आजवर पाहिली नव्हती. जन्मभर तू देत आलीयस, दुसऱ्यासाठी जगत आलीयस. तुझं आयुष्य मला पवित्र गंगेसारखं वाटतं.''

तिला वाटलं... वरून चांदफुलं पडतायत आपल्या अंगावर!

ती घरी परतली ती, कुणी वेगळी होऊन- जुनी कात टाकून, नव्याचं स्वागत करत. आता ती मुळी एकटी नव्हतीच. तो होता- जय! तिचा विश्वास! तिचा आनंद!

त्या आनंदात रात्रीनं डोळे मिटलेच नाहीत. दिवसानं आळस दिला नाही. घरातल्या कामानं दमछाक झाली नाही. बोचऱ्या नजरांकडे आज तिनं पाहिलंच नाही.

असेच आनंदात दिवस सरले आणि तिच्या मनाचा पारवा उडाला. त्याचा निरोप कसा नाही? की कुणी सांगितला नाही? दोन वेळा ती संकेतस्थळी जाऊन वाट बघून आली.

झाडं मान टाकून उभी होती. वारा पडला होता. पक्षी शीळ घालायला आलाच नाही- आणि तोही! काय झालं? तिनं एका ऑफिसातल्या माणसाकडून निरोप पाठवला. ''खूप कामात आहे. मी कॉन्टॅक्ट करेन.'' ती गप्प राहिली. कॅलेंडरवरच्या तारखा पाहत राहिली. महिन्याचं पान उलटलं आणि त्याचा निरोप आला- ''भेट.''

फक्त दोन शब्द. एवढा महाग झाला हा? कशानं? तरी ती तडफडत

गेलीच. खूप रागवायचं, खूप भांडायचं ठरवून. पण इथं सगळा नूरच वेगळा होता. तो गंभीर होता. नेहमीसारखा हसला नाही, बोललाही नाही. नेमकं काय घडलं होतं या महिनाभरात?

"काय झालं?" तिनं अधीरेपणानं विचारलं.

"कशाचं?"

"कशाचं काय- होतास कुठं महिनाभर?"

"इथंच."

"इथंच? मला न भेटता- न बोलता?"

"कामात होतो."

"एवढं काम होतं- माझ्यासाठी क्षणाचीही उसंत न मिळण्याएवढं?"

"असं होतं कधी कधी-" तिला एकदम परकं वाटलं. हा जय कुणी वेगळाच होता; वर्षापूर्वी पावसातून बाहेर काढणाऱ्या जयपेक्षा वेगळा. पावसात पाय सरणाऱ्याला तिथंच टाकून आपला मार्ग शोधणाऱ्या अनेकांसारखा. पण असं कसं शक्य आहे? तेही जयच्या बाबतीत?

"आपण देवीच्या दर्शनाला जाऊ या?" असं म्हणत तो चालू लागला. आजच का? तिला कळेना. पण काही न विचारता ती त्याच्याबरोबर चालत राहिली. तिला वाटलं, चालता-चालता तो काही सांगेल. पण तो स्वत:शीच विचार करत चालत होता. ती पाय ओढत त्याच्यामागून जात राहिली.

तो महाद्वाराशी थबकला. देवीचं मुखमंडल तिथून थेट-थेट दिसत होतं. या क्षणी तिच्या चेहऱ्यावर मावळतीचे तांबूस-सोनेरी किरण रेंगाळले होते. शेंदूरचर्चित मूर्ती त्या प्रकाशात अधिकच सुंदर दिसत होती. सगळा गाभाराच भगव्या-सोनेरी रंगानं उजळून निघाला होता. त्यामुळं की काय, देवी दोन पावलं पुढे सरकल्यासारखी वाटत होती. 'बोल लवकर. गप्पसा? काही मागायचंय? माग ना!' असंच काही तरी तिचे विलग ओठ सांगतायतसं वाटत होतं. अनाहितानं थोडं आश्चर्यानं विचारलं, "थांबलाससा? आत नाही जायचं?" तो काहीच उत्तरला नाही. त्याचे डोळे मूर्तीशी संवाद साधत होते. आजूबाजूची जाग-जाण मिटली होती. त्याची भावसमाधी लागली होती.

ती किंचित त्याच्या बाजूला झुकली. त्याच्याकडे एकटक पाहत राहिली. हा काय आदिमायेशी बोलतोय? नाही तर असा भान हरपून उभा राहणार नाही. आता तीही मूर्तीकडे एकाग्रतेनं बघू लागली. एवढ्यात त्याचे दोन्ही हात तिच्या खांद्यावर विसावले. थोडे घट्ट झाले. तिनं चमकून पाहिलं. त्याची नजर तिच्यावर

नव्हतीच. तो जितका तिच्या जवळ होता तितकाच देवीच्या सन्निध होता. मग अगदी स्निग्ध आवाजात तो पुटपुटला, "ही माझी सखी... तुला सगळंच ठाऊकाय. चराचरावर तुझी नजर आहे. तू हिला दु:खाचा वारा लागू देऊ नकोस. खूप भोगलंय हिनं... हिचं पुढचं आयुष्य सुखाचं जाऊ दे. मला आणखी काही नको."

त्याच्या हाताची पकड आणखी दृढ झाली होती. तो स्पर्श खूप बोलका होता, पण हक्क सांगणारा नव्हता. उभ्या आयुष्याचं मागणं तो मागत होता, तिच्यासाठी! ती स्तब्ध झाली. हा सगळाच अनुभव एका वेगळ्या जाणिवेत नेणारा होता. तो बोलतच होता—

"हिच्या आयुष्याचं वैराण वाळवंट झालंय, म्हणूनच तुझ्या पायांशी घेऊन आलो. जगाचे दुष्ट व्यवहार हिला कळत नाहीत. तिला ताऱ्या-वाऱ्याशी बोलता येतं, समुद्राचं मन कळतं, आकाशाचा अर्थ उमजतो; पण माणसांची भाषा नाही कळत. वेडी-खुळी आहे माझी अना! माझ्या सखीला आणखी आसवं ढाळू देऊ नकोस. माझी शपथ आहे तुला!"

आज हा असं का बोलतो? अनाहिता आतून थरकली. त्याला ते जाणवलं. आता तो तिचा होता, या जगातला. क्षणापूर्वीच्या जगातून बाहेर आला होता. "का थरथरलीस? काय झालं?"

ती फक्त हसली. त्याचा स्पर्श, त्याचे शब्द, त्याचं जन्मभराचं मागणं... वेगळी अनुभूती देऊन गेलं. अंगभर एक उष्ण लाट पसरली. पापण्या मिटल्या. त्यांतून नकळत आसवं घरंगळली.

"काय झालं अना? वेडी कुठली! जे मागितलं, ते आपल्या माणसासाठी— म्हणजे माझ्यासाठी नाही का?"

"किती चांगला आहेत रे तू!"

"मी खूप स्वार्थी आहे. मी मागतो ते अद्वैत भावनेनं. म्हणजे, तू सुखी झालीस की, मी मला हवं ते सगळं मिळवलं गं!"

अद्वैताचं नातं— देवीच्या साक्षीनं! तिनं देवीकडं पाहिलं. आज सगळं कल्पनेपलीकडचंच घडत होतं. तिला एकदम वाटलं, आता मूर्ती हसते आहे.

पुन्हा मध्यंतरी महिना सरला. त्याचा ठावठिकाणा नाही. फोन केला तर तो बंद करायचा. हे असं का?

—आणि एक दिवस त्याचा फोन आला. "मध्यंतरी आजारी होतो म्हणून..."

"कळवायचं नाहीस?"

"त्यानं काय फरक पडणार? तुला आणि त्रास."

"अरे, तुझ्या अशा या वागण्याचा मला त्रास होतो. का असा वागतोस?"

"मी असाच आहे- मूडी. माझ्या मनाला येईल तसाच वागतो."

"खोटं बोलतोस. तुझ्यावर कुणाचं दडपण आहे का? कुणी तुला-"

"प्लीज, प्रश्न विचारू नकोस. माझे प्रॉब्लेम्स मीच क्रिएट करतो आणि मीच त्यांची उत्तरं शोधतो. आता तू फोन करू नकोस; मीच फोन करेन. भेटेन कधी तरी. बोलू. टेक केअर."

टेक केअर? किती फसवे शब्द! हा का असा वागतो? असा कसा बदलला? कशामुळं? कुणाच्या शब्दाखातर, की कुणाच्या धास्तीनं? की दुसरं काही साधण्यासाठी आपला उपयोग केला? असा कसा आपल्या आयुष्यात अचानक आला आणि आनंदाचे हसरे कवडसे ओरबडून घेऊन गेला. मनाला येईल तसाच वागतो म्हणजे? मनात आलं की जवळ करायचं, मनात नसलं की फेकून द्यायचं– मग दुसऱ्या माणसाच्या मनाचं काय? का दुसऱ्याला मनच नसतं? राजा आणि गुलामाचा खेळ!

आपण आपलं खेळणं का करू दिलं? आपल्याला तरी कुठं ठाऊक होतं, यानं खेळ मांडलाय म्हणून? पटावरच्या सोंगट्या सरकवायच्या. एक मारली, की दुसरी. त्याच्या शब्दात म्हणजे 'मज्जा'! पण मरणाऱ्याचं काय?

प्रश्न.. प्रश्न... प्रश्न! अनाहिता भोवऱ्यात सापडली होती. गरगरत होती. भोवरा कुणाला फोडता आलाय? त्यात भोवंडून मरायचंच असतं....

...आणि पुन्हा एकदा त्यानं भेटायला बोलावलं, "येच." द्विधा मनःस्थितीत ती पोचली. अबोल-अबोलशी एका कट्ट्यावर विसावली. त्यानं मऊ स्वरात हाकारलं, "अना, मला तुझ्याशी काही बोलायचंय."

तिचं मन आतुरलं. "बोल ना रे– परवानगी कसली मागतोयस?" आजचा अनुभव आणखी वेगळा होता तर!

"मी ऑस्ट्रेलियाला जातोय– कंपनीतर्फे."

"कधी?" ती पुरती भांबावली.

"या शुक्रवारी."

"या... म्हणजे आज सातव्या दिवशी? आणि हे तू मला आत्ता सांगतोयस?" ती आश्चर्यानं बघतच राहिली.

"हो. नाही सांगावंसं वाटलं- नाही वाटलं. गेला महिनाभर सगळी धावपळ, जमवाजमव चाललीच होती. आता तुला सांगावंसं वाटलं....

"तू असा चेहरा पाडून बसू नकोस. मला त्रास होतो... मी प्रमोशनवर जातोय- तुझ्या शुभेच्छा हव्यायत मला."

"किती दिवसांकरता जातोयस?"

"तीन वर्षांकरता... पुढे कदाचित तिथेच स्थायिक होईन. हळूहळू पाश तोडायलाच हवेत ना!"...

"हं!" हे सगळे धक्के पचवणं तिला असह्य होत होतं. तिनं आवंढा गिळला.

"तू येतेस?" काही तरी बोलायचं, म्हणून तो बोलत होता.

ती एकदम म्हणाली, "नाही. तुझं जाणं निश्चित झालं तरी मला सांगावंसं वाटलं नाही तुला? तू गम्मत करतोयस माझी? पासपोर्ट, व्हिसा याचा विचार करायलासुद्धा वेळ नाही तुला? परक्या देशात, परक्या ठिकाणी तू मला नाही ओळख दिलीस; तर काय करू रे मी? जन्माचं पोरकेपण अनुभवलं; आता पुन्हा तेच... आपल्या नात्यातला अर्थच संपवलास तू."

"हे बघ, नसते विचार करू नकोस. एक दिवस आपण अचानक भेटलो; आता असेच एक दिवस अचानक वेगळे होतोय. शेवटी माणूस एकटाच जन्मतो आणि जाताना एकटाच जातो, नाही का?"

"बरं झालं सांगितलंस ते हे तुझं अध्यात्म! मला वाटतं, जन्म आणि मृत्यू या दोन टोकांमध्ये जेव्हा तो जगत असतो ना, ते कुणाच्या सोबतीनं, कुणाच्या विश्वासावर!"

"मी तुला खूप मिस करेन... तुलाही काही दिवस एकटं वाटेल-"

"नाही, चुकूनही नाही. तू मला खूप गोष्टी दिल्यास सोबतीला- नातं जोडणारे शब्द, सौजन्य, आपुलकीची वागणूक... आणि आणखी एक फार महत्त्वाची गोष्ट दिलीस- माणूस कसं झटकायचं, हे दाखवून दिलंस. आणि-"

"काय?"

"जन्मभर सोबत करेल, असं दुःख!" तिच्या मनाचा दगड होत होता. आवाज कठोर होत गेला. ती चट्कन उठली. हळूहळू रस्त्याला लागली.

"अनाऽऽ अगं-" तिनं मागं वळून पाहिलं नाही. काही तरी एकाएकी तटातटा तुटलं होतं- संपलं होतं.

आजही पाऊस पडत होता. अंधार वाढत होता. लोकांचे लोंढे घर

गाठण्यासाठी वेगानं धावत होते. कदाचित आजही पुन्हा पावसाची गती वाढणार होती. पाणी चढणार होतं. रस्ता हरवणार होता. मन संभ्रमित होणार होतं. पण हे काही घडण्यापूर्वीच तिला घर गाठायचं होतं. आता तिला कुणाचीही सोबत नको होती... नकोच!

अनाहिता मागे न पाहता वेगानं पुढे जात राहिली.

१०. ललाटरेषा

सुवर्णमंदिराच्या काळ्या गुळगुळीत ग्रॅनाईटच्या पायरीवर पाय ठेवताना अक्काचा ऊर दडपल्यागत झाला. पाय जड झाल्यागत ती तिथंच थांबली. म्हणाली, ''दादा, एवढ्या मोठ्या दुकानात कशाला? दादरकडे बरीच दुकानं आहेत ना– तिकडं नाही का खरेदी करता येणार?''

''अक्का, मुंबईत तुमचं येणं होतं का वारंवार? आमच्या मुंबईतला जव्हेरी बझार बघा तरी एकदा!''

''बघतेच आहे मघापासनं. नुसतं चक्चक्-चक्चक्! डोळे दिपले माझे. आमच्यासारखी खेडवळ माणसं बघून हसतील ते.''

''हसतील कशाला? आपण पण नोटाच मोजणार ना; कागदाचे कपटे नाही. आणि मुंबईचे व्यापारी फार हुशार आहेत. मालदार माणसं त्यांना बरोबर कळतात. बघा अक्का, तुम्हाला बघून तो शेटजी स्वत: उठून येईल.'' त्यावर अक्का सुखावली.

ती होतीच तशी. गव्हाळ तजेलदार वर्ण; मोठं करारी नाक, विशाल डोळे आणि जगाचं विष पचवलेला गंभीर चेहरा. पाहणारा चट्कन नम्र व्हायचा. या बाईच्या डोळ्यांना डोळे भिडवून पाहणं कठीण, हे त्याला जाणवायचं. आठव्या वर्षी लग्न होऊन नवव्या वर्षी विधवा झालेली अक्का जन्मभर उन्हातच उभी होती. आपले रेशमी मुलायम केस न्हाव्यानं का कापले... रात्रीचं आपलं अन्न का तोडलं... पांढरं धूत वस्त्रच नेसायचं का नशिबी आलं... कुंकू का पुसलं... मंगळसूत्र का तोडलं, बांगड्या का फोडल्या... का? का? का? अनेक प्रश्नचिन्हं तिचा घास घेत आली होती. आणि कळलं, तेव्हा ती संतापानं उभी पेटून उठली. कुणी तरी रोगीट म्हातारा थरथरत्या हातांनी वरमाला घालतो काय– बोहल्यावरच तोल जाऊन पडतो काय– आणि वर्षातच खोकून-खोकून आटोपतो काय... त्याकरता आपण हे भोग भोगायचे? साठीच्या प्रौढ बायका अंबाड्यात आम्रफूल खोवून, पैठणी नेसून मिरवणार आणि आपण माजघरातल्या अंधारात बसून,

आवंढे गिळत त्यांचे सोहळे बघायचे? त्यांच्या मुलांच्या, नातवांच्या मुंजी-सोडमुंजी आपल्या लाडू-करंज्यांनी सजणार– आणि आपण? गडी-मोलकरणींसारखं मिळेल ते द्रोणातून खायचं. का? तर, विधवा म्हणून. कुणी केली मला विधवा? तुम्ही–यांनी–त्यांनी! मी गेले होते त्याला पसंत करायला? का केलंत हे सगळं? तुमच्या मुलांच्या ऐश्वर्यात भर घालायला ना?

कळलं, तेव्हा तिनं जन्मदात्या पित्याचं नाव टाकलं; त्या घराचं नाव टाकलं. दत्तक पुत्राच्या– म्हणजे आपल्या हक्काच्या घरी राहायला गेली. तिथं लहान वयात कमरेला सोन्याच्या चाव्या आल्या; पण या घरात बिळं आहेत, बिळांत विषारी साप आहेत, हे लवकरच तिच्या लक्षात आलं. केव्हाही डंख होईल, हे तिच्या कानावर आलं. ती डगमगली नाही. तिनं नात्यांत शोध घेतला. मावस घराण्यात एक सज्जन, सालस कुटुंब होतं. त्या घराचा तिनं आधार घेतला. घरातला कर्ता पुरुष सालस, सुस्वभावी होता.

तिनं सरळच विचारलं, "दादा, मी तुमच्या घरी राहायला येऊ? इथं– माझ्या स्वत:च्या घरी माझ्या जीवाला धोका आहे."

"मला कल्पना आहे. तुम्ही केव्हाही या– तुमचं माहेर आहे. पण अक्का, मला तुम्ही व्यवहार केलेला आवडणार नाही. लोक म्हणतील, पैशाकडे बघून बहिणीला जवळ केली."

"मी लोकांना धूप जाळते दादा. मला घराचा आधार हवाय. पण हेही लक्षात घ्या– मला तुमच्या उपकाराचं ओझं नको. माझा खर्च तुमच्यावर पडता कामा नये."

मग ठरलं की, तिनं वर्षाचं वाणसामान भरायचं आणि दादांनी बाकीचे खर्च सांभाळायचे. पुरी बत्तीस वर्षं ती दादांकडे राहिली. घरातली कामं निपटत राहिली. मुलांचं हवं-नको बघत राहिली. पण मालकिणीच्या ताठ्यात. स्वत:ला कधी कामकरणीची कळा येऊ दिली नाही. आणि आता तिच्या मनात आलं– आपण या घराचे उपकार फेडले पाहिजेत. तिनं दादांना सांगितलं, "मला काही जिन्नस खरेदी करायचे आहेत. मुंबईला घेऊन जा." ठरल्याप्रमाणं ती मुंबईला तर आली. आपल्याला काय घ्यायचंय, ते दादांना सांगितलं. त्यांना वाटलं, कधी नव्हे ते तिला वाटतंय, तर घेऊ दे. एखादी चेन, अंगठी घेऊ दे मनासारखी. नाही तरी बिचारीचं आयुष्य वैराण वाळवंटासारखं गेलं. हौस-मौज नशिबातच नाही. आता उतारवयात काही वाटत असेल, तर जगू दे हवं तसं. दोघं दुकानात शिरली.

"अक्का, इकडे कपाटात अंगठ्या आहेत. तुम्हाला कुठला नमुना आवडतो पाहा."

"दादा, मला चैन पण घ्यायची आहे."

"समोरचं कपाट चेनचं; शिवाय त्यांना नमुने काढायला सांगू या."

अक्का एक-एक नग बघत होती. अंदाज घेत होती. तसं सोनं तिला नवलाचं मुळीच नव्हतं. लग्नात धडाभर (२६शेर) सोनं अंगावर चढवलं होतं नवऱ्यानं. गळसरीनं मान वाकली होती; तर गोठ-पाटल्या-तोडे एवढे वजनी की, हात उचलेना पोरीला. नथीतल्या हिऱ्याची प्रभा गालावर फाकली होती. बाकीचे दागिने पेटीतच राहिले अन् वर्षानंतर तिजोरीत कायमचे विश्रांतीला गेले. तरुण वयात घर सोडताना तिनं सगळ्यावरच पाणी सोडलं. होतं-नव्हतं ते दत्तक मुलाच्या स्वाधीन करून ती निष्कांचन बाहेर पडली.

–आणि आज वयाची साठी उलटल्यावर पुन्हा एकदा त्या हव्यासानं इथं आली.

"दादा, हे गोफ बघा– घेऊ या?"

"हे चार गोफ कुणासाठी?"

"मुलांसाठी. दादा, तुमच्या घरी मी ३२ वर्षं सुरक्षित काढली. माझाही थोडा हक्क आहे मुलांवर. ठाऊक नाही आणि किती वर्षं काढेन! मुलांना राहू दे आत्याची आठवण. ही फेड नव्हे, माझी भेट."

काय खलबतं चाललीयत, ते मालकांना कळेना. ते स्वत: उठून आले. त्यांना एकूण अंदाज आला.

"दादा, होऊ दे आत्याबाईंच्या मनासारखं– तुम्ही का मोडता घालता? आत्याबाई, तुम्ही माझ्याशी बोला. काय वयाची मुलं आहेत?" दादांना वाद नको होता; पुन्हा तो परक्या माणसांपुढे. ते मुकाट्यानं बाजूच्या आरामखुर्चीत टेकले. मालक तरुण मुलगा होता. तो गालातल्या गालात हसला. मात्रा बरोबर लागू पडली होती.

"अरे सुंदरऽऽ काल नवा माल आलाय, त्यातले बॉक्सेस आण. आत्याबाई खूष होतील. आत्याबाई, चहा-कॉफी-थंडा काय मागवू?" अक्कानं हात जोडले. मानेनंच नकार दर्शविला. निळ्या मखमली डब्या उघडल्या. पहिलीच वजनदार वस्तू समोर आली आणि अक्का डोळे विस्फारून पाहतच राहिली. अंगठीचा गोल, त्यावर अलगद टेकलेला नागाचा फणा. त्याच्या कातीव-कोरीव रेषा. डोक्यावर लालबुंद स्यमंतक मणी. डोळ्यांत अशी चमक की, वाटावं– त्यातून

अंगार बरसेल. सोन्याचं लखलखतं तेज, त्यावर माणकाची आभा. भीती वाटावी इतकी हुबेहूब आकृती. अक्काच्या दिठीत ते सौंदर्य मावेना. ''मला आत्ता मिळू शकतील?''

''मापं दिलीत तर–''

''मी आणलीयत ना! या मापांच्या अंगठ्या हव्यायत.''

''जरूर!'' मालकानं मेजरमेंटप्रमाणं अंगठ्या काढल्या. तेच डिझाईन.

दोन लाखांच्यावर खरेदी झाली. मालकानं आग्रहानं आइस्क्रीम खाऊ घातलं. दादांना मात्र ते कडूच लागलं. खरेदी बघावीशीही वाटली नाही. अक्का समाधानानं घरी परतली.

''दादा, रागावू नका. मुलांची लग्नं काही मी पाहणार नाही. पण त्यांना माझी ही भेट आठवणीनं द्या.''

दादा काहीच बोलले नाहीत.

अक्कानं घरी आल्या-आल्या मुलांना हाकारलं, ''हे बघा, मी तुमच्यासाठी काय आणलंय–'' मुलं आनंदली. कुणी चेन घालून पण बघितली. एवढ्यात छोट्या डब्या उघडल्या. नागाची फणा डौलात उभारली. ''ओहो!'' मुलं भयचकित नजरेनं पाहत राहिली. आत्ता फूत्कार ऐकू येईल, या भीतीनं किंचित मागे हटली. ''आत्याबाई, हा डंख मारेलसं वाटतं!''

''हात वेड्या! सोन्याच्या अंगठीतला नाग कधी डंख मारतो का? पण कसा हुबेहूब आहे बघा.''

''हो– हो! आम्ही बघू घालून?''

''घाला ना! तुमच्यासाठी तर आणल्यायत. पण रोज नाही हं घालायच्या? सणावारी जरूर घाला.''

मुलं आनंदली. घरभर नाचली. अक्काला सगळं भरून पावलं. फार दिवसांची इच्छा होती तिची. पण मुंबईला जाणं घडत नव्हतं. या वेळी मात्र तिनं हट्टच धरला. का कोण जाणे– तिला आतूनच वाटत होतं, आता फार दिवस नाहीत... मनात येतंय, ते करून टाकावं.

–आणि तसंच घडलं. मलेरियाचा ताप येऊन तिनं अंथरूण धरलं. चार-चारपर्यंत ताप चढायचा आणि उतरला की एकदम ९६ वर यायचा... नवव्या दिवशी ताप मस्तकात गेला. आश्चर्य म्हणजे, तोवर मलेरियाची ट्रीटमेंट देणारे डॉक्टर आता मुदतीचा ताप आहे म्हणू लागले. ताप एकदम खाली आला, तो ९४ वर. हात-पाय गार पडले. अक्कानं डोळे मिटले– कायमचे. विशेष म्हणजे,

मुलं अंगठी आणि चेन घालूनच तिच्यासमोर बसली होती. तिला अखेरची सुखद आठवण राहू दे, म्हणून दादांनी घाईघाईनं ते दागिने मुलांच्या अंगावर चढवले होते. मुलांवरून नजर फिरवताना तिनं ते पाहिलं. जन्मभर दुःख पचवत गंभीर चेहऱ्यानं जगलेली अक्का... अखेरचा श्वास टाकण्यापूर्वी समाधानानं हसली होती. तिच्या आयुष्यातला तो सार्थकतेचा क्षण होता.

मुलं काबरीबावरी झाली होती. आत्या एवढी आजारी असताना दादांनी हे दागिने आपल्याला का घालायला लावले, हे कळण्याचं त्यांचं वय नव्हतं. पण आत्याबाईंचा देह नजरेआड झाला आणि दादांनी दागिने उचलून पेटीत टाकले, ते पुन्हा बाहेर न काढण्यासाठीच. आता मुलांच्या लग्नातच ते बाहेर काढले जाणार होते. नागराज मखमली मंजूषेत बंदिस्त झाले होते.

दादांची सेवानिवृत्ती जवळ येऊ लागली. पुढचे बेत ते मनात नक्की करत होते. मुलांची शिक्षणं व्हायची होती. पैसे सुरक्षित गुंतवले की, पुढचं आयुष्य नीट जाणार होतं.

मुंबईत बिल्डरलोकांचा धंदा तेजीत होता. मोठमोठे टॉवर्स दिमाखात उभे राहत होते. कोट्यवधी रुपयांचा व्यवहार चालायचा. गुन्तवणुकीत व्याजही अवाच्या सव्वा पदरात पडायचं. अशा एखाद्या बिल्डरशी भागीदारी केली तर? घरबसल्या पुढच्या तीन पिढ्या दूध-भात जेवतील– कशाला ददात राहणार नाही.

कुणा परिचितानं मध्यस्थी केली आणि एका कंत्राटदाराची ओळख करून दिली. दादांनी सगळा फंड भागीदारीत गुंतवला. वर्षभरातच पैसा हाती यायला लागेल, असं आश्वासन मिळालं. पहिलं वर्ष तर आरामात पार पडलं. वर्षाचा एकूण हिशेब पूर्ण करण्यासाठी दादा कंत्राटदाराकडे गेले. महाशय सपत्निक परदेशात गेले होते. तिकडून आले, ते साईटवर जायला लागले. आज मुलुंडला, तर उद्या मसजिद बंदरला, तर परवा जुहूला. गाठ-भेट होईना. दादा चिन्तेत पडले. साठलेली पुंजी संपुष्टात आली. मग विचार आला, मुलांसाठी केलेले दागिने पेटीत पडून तर आहेत. सोन्याचा भाव पण तेजीत आहे. आता विकून टाकले तर? मुलांच्या लग्नात नवे करता येतील.

दागिने घेऊन दादा सराफात गेले. दागिने वितळवून सोन्याचा भाव करायचा, असं दादांनी ठरवलं. सोनार म्हणाला, ‘‘दादा, जुनं अस्सल सोनं आहे. गरज आहे, तर चेन विका. अंगठ्या नागराजाच्या आहोत; नका मोडतोड करू.’’

दादा हसले. म्हणाले, "अहो, तुम्ही सोनार. सोन्यातूनच घडवलेयत ना? दागिने या काही देव्हाऱ्यातल्या मूर्ती नव्हेत. तुम्ही का एवढे अंधश्रद्ध होता?"

सोनारानं मुकाट्यानं नग आत नेले. रोख पैसे दादांच्या हाती दिले.

तात्पुरती गरज भागली खरी, पण एकेक नग सराफ कट्ट्यावर जातच राहिला. घराची कळा हळूहळू बदलत गेली. मुलांचे चेहरे केविलवाणे दिसायला लागले. कंत्राटदाराकडे दादांच्या फेऱ्या वाढत गेल्या. हाताशी पैसा नाही. चार तोंडं खाणारी. शिकत्या वयातली मुलं. तरुण मुलांनाच नोकऱ्या मिळत नव्हत्या, तर पासष्टी उलटलेल्या दादांना कोण नोकरी देणार?

–आणि एक दिवस दादांनी घरच विकायला काढलं. शिशवी पलंग, रोजवूडच्या खुर्च्या-टेबल-टी-पॉय, काश्मिरी गालिचे नक्षिकाम केलेलं उंची काचसामान– हंड्या-झुंबरं– एक की दोन! सगळं वैभव रस्त्यावर आलं होतं. लोकांच्या नजरा त्यावर चिकटल्या होत्या. दारात ट्रक उभे होते. एकेक नग घराला परका होत होता. दादांच्या हातात रोख पैसे ठेवून व्यापारी दृष्टिआड झाला. उघड्या दारातून लक्ष्मी बाहेर पडली होती. घर ओकं-बोकं झालं होतं. बघ-बघ म्हणता घराला दारिद्र्यानं विळखा घातला. दादांना वाटलं, घर आपल्यासारखंच म्हातारं झालं. कुठून बुद्धी झाली आणि त्या अनोळखी माणसाच्या हाती सगळं देऊन मोकळा झालो. आता पुढे?

ओळखी-पाळखीतले, मित्रपरिवारातले येऊन भेटत होते. शोक-समाचाराला यावं तसे एकेक जण येत होते. "दादा, तुम्ही घाई केलीत. आले असते हो पैसे."

"येतील तेव्हा येतील हो; पण आज कुठून आणायचे पैसे? उद्या मुलांच्या फिया भराव्या लागतील."

"सध्या सोडा म्हणावं कॉलेज."

"आणि या वयात त्यांना घरी बसवू? १८ वर्षांच्या आतल्या मुलांना कामाला लावू? काय करू– सांगा."

उपदेश करणाऱ्यांकडे उत्तरं नसतात. त्यांना फक्त मोठेपणा हवा असतो. शेवटी दादा वैतागले. दिवस-दिवस बाहेर राहू लागले. मुलं सैरभैर झाली. त्यांचेही पाय घरात ठरेनात.

एक दिवस सुवर्णमंदिराचे मालक पत्ता शोधत आले. घराचं रूप बघून ते अवाक् झाले. "दादा, हे सगळं कशानं झालं?" दादांनी सगळी हकिगत सांगितली. "वाईट झालं. पैसे आमच्यासारख्याच्या धंद्यात तरी घालायचे."

"दुर्बुद्धी सुचली; दुसरं काय? पण अक्का गेली, ती वैभव घेऊन गेली

बघा.''

"तसंही असेल. एकेकाच्या पायानं लक्ष्मी येते म्हणतात. पण एक सांगू दादासाहेब? विश्वास ठेवा न ठेवा– आमचा १५० वर्षांचा धंदा आहे. ज्यांनी कुणी नागाची अंगठी खरीदली, त्यांच्या घरी लक्ष्मीची पावलं उमटली. वैभवाच्या राशीच आल्या. आणि ज्यांनी ती बाजारात आणली, त्यांच्या घराकडे लक्ष्मीनं पाठ फिरवली. नागराजाला सन्मानानं जपायचं.''

"तेव्हा बोलला नाहीत–''

"आम्हाला काय माहिती तुम्ही नग बाजारात आणले म्हणून? पिढ्यान् पिढ्या तो वापरतात; त्यात भर घालतात.''

"आमचं दुर्दैव. आमच्याच मूर्खपणानं हे ओढवून घेतलं. पण एक सांगू मालक? असल्या गोष्टींवर मी विश्वास ठेवत नाही.''

मालक बाहेर पडले. दादा आणखीच खिन्न झाले. शेठजींचं बोलणं त्यांनी मनाआड केलं. पण आतून ते अस्वस्थच होते. रोजच्या वेळी ते झोपी गेले.

केव्हा तरी अपरात्री त्यांना जाग आली– कशानं, कोण जाणे! आजूबाजूला शांत होते. त्यांनी डोळे उघडण्याचा प्रयत्न केला, पण तो यशस्वी झाला नाही. कुठून तरी प्रकाशझोत डोळ्यांवर पडला होता. तो इतका प्रखर होता की, डोळ्यांना सहन होणं शक्यच नव्हतं. पण आवाज ऐकू येत होता– स्वच्छ, स्पष्ट. तो आवाज अक्काचा होता. एवढ्या वर्षांत ती कधी स्वप्नातदेखील दिसली नाही आणि आज अचानक कुठून आली? का? तीच बोलत होती–

"दादा, तुम्ही फार वाईट केलंत. तुमच्या हातांनी तुम्ही लक्ष्मी बाहेर घालवलीत. नाग हे धनाचे रक्षणकर्ते. त्यांना तुम्ही चव्हाट्यावर आणलंत. तुम्हालाच नाही, तर पुढच्या पिढीलाही हे भोग चुकले नाहीत.''

"मी काय करायला हवं होतं? पैसे कुठून उभे करायचे? रोजचे खर्च कसे भागवायचे? उत्तर द्या, नाही तर त्या नागराजालाच विचारा.'' एवढंच बोलून दादा ताड्कन अंथरुणावर उठून बसले. आता तिथं कुणीही नव्हतं. गरिबीमुळं आपण एवढे दुबळे झाले आहोत, याचं दादांना दुःख झालं. जिच्या देहाची रक्षा झाली, ती पुन्हा येऊन बोलेलच कशी? आणि, यायचं होतं, तर तेव्हा का नाही आली? दिवसा का नाही आली? अशा विचित्र गोष्टी रात्रीच का घडतात? दादा पुन्हा अंथरुणाला टेकले.

रात्रीच्या तिसऱ्या प्रहरी उजेडाच्या चाहुलीनं अंधार किंचित डहुळला; अधिकच गडद झाला. थंड वाऱ्याची शिरशिरती लाट अंगावरून पुढे गेली. दादांनी पांघरुणात

अधिकच लपेटून घेतलं. बाहेर मांजरं गुरगुरत, विचित्र आवाज काढत दूर पळाली. समोरचं प्राजक्ताचं झाड शहारलं. सोनचाफ्यावरून कावळ्यांचा कर्कश आवाज झाला. दादा उठून बसले. कसला आवाज? कुठून येतोय? त्यांना अंगाला गार-गार स्पर्श होतोयसं वाटलं– अगदी बर्फ अंगावरून फिरल्यागत! त्यांनी पांघरूण दूर भिरकावलं. उठून दिवा लावावा, तर अंगातलं त्राणच संपल्यागत झालं.

...आणि अगदी जवळून 'हिस्-हिस्' असा आवाज ऐकू आला. दादांनी गप्कन डोळे मिटले. मिटल्या डोळ्यांपुढून लालबुंद चमकतं माणिक वर-खाली, मागे-पुढे सरकत होतं. त्याच्या प्रखर प्रकाशात सगळी खोली न्हाऊन निघाली होती. आता चारी दिशांनी फूत्कार ऐकू येत होते. ते संतापाचे होते, अपमानाचे होते... कदाचित सूडाचेही असावेत.

केव्हा तरी उजाडलं. प्रकाशकिरणं खोलीत पसरली. पक्ष्यांची साद ऐकू आली. मंदिराच्या दुरून वाजणाऱ्या घंटांचा नाद कानी आला. दादा उठून बसले. त्या शांत, मंगल प्रभातकाळीही दादांना भवितव्यातल्या ललाटरेषा स्पष्टपणे दिसत होत्या. रात्रीचे ते दोन दृष्टान्त ही अंधश्रद्धा नव्हती, भीतीचं मूर्त रूपही नव्हतं... अंतर्मनानं दिलेलं ते भविष्याचं सूचन होतं.

११. जगण्याचा हक्क

रघुनंदनच्या पत्रानं ती सटपटली. असं काही पत्र येईल, ही अपेक्षाच नव्हती. आता कुठे जरा लागी लागलं म्हणून तिनं निःश्वास टाकला होता. रघुनंदनचा बारावीचा निकाल हाती आला आणि मेडिकलसाठी धावपळ सुरू झाली. मुंबई-पुणे तर विचारातच घ्यायला नको. मग अन्य ठिकाणी प्रयत्न सुरू झाले.

किती अर्ज खरडायचे, किती प्रवास करायचा, कुठे कुठे शोध घ्यायचा... याला गणतीच नव्हती. शेवटी लेकाचं मन वळवावं म्हणून ललितागौरी म्हणाली, "रघू, जरा विचार कर. तू अभ्यास केला होतास. मार्कही चांगले पडलेत. पण मेडिकलच्या प्रवेशाला ते पुरेसे नाहीत, हे तुझ्या लक्षात येत नाही का?"

"आई, मी मर-मर अभ्यास केला होता. मला डॉक्टर व्हायचंय!"

"मला मान्य आहे. पण आपल्याला आरक्षित जागा आहेत का? कुणाच्या कोट्यातली सीट मिळवायला कुठे वशिला आहे का? पैसे भरून तरी आपण किती भरणार रे? चार लाख, हद्द तर पाच. तेसुद्धा कर्ज काढून. तू विचार कर रघू. मी काही सुचवू?"

"बोल–"

"डेन्टलला ॲडमिशन मिळाली, तर काय वाईट आहे?"

"तसं वाईट नाही गं, पण–"

"आता पण-परंतु करायला आपल्याला चॉईस आहे? बेळगावला किंवा मणिपालला–"

"आई, कुठून कुठे नेऊन टाकतेस! परकी माणसं, वेगळी भाषा... मला जड जाईल गं!"

"रघू, अरे, मला पण जड जाईल; पण करायचं काय? आहे त्यात मार्ग काढायला नको?"

बेळगावला आणि मणिपालला ती रघूबरोबर सोबत म्हणून गेली. परीक्षेचे

दोन दिवस त्याच्यासाठी तिथं राहिली. आता आठ दिवसांनी निकाल हाती यायचा होता. तोवर फक्त वाट बघणं, काळजी करणं आणि मनातल्या मनात देवाला हात जोडणं. निदान इथं तरी यश पदरी पडू दे.

आई होणं, ही खरंच कर्मकठीण गोष्ट. मुलं लहान असतात, तेव्हा लहान म्हणून काळजी करायची. ती वाढीला लागली की नीट मार्गानं जातात ना, संगत चांगली आहे ना, अभ्यासात लक्ष आहे ना– याची चिंता करायची आणि एका टप्प्यावर येऊन ठेपली की, त्यांचं करिअर, त्यांचं भविष्य याचा विचार करायचा. हे सगळं आईनं करायचं. वडिलांनी पैसे उभे करायचे. पण तेही महत्त्वाचेच ना! आणि एवढं सगळं जुळून आल्यावर त्याला मिसरूड आणि अक्कल यायच्या वयात जगाच्या स्वाधीन करून आपण फक्त पाहत राहायचं. आतल्या आत संपायचं, पण त्याचा उच्चार नाही करायचा. कारण जे करायचं, ते आपल्याच पोटच्या गोळ्यासाठी ना! मग तक्रार कुठे करायची?

आजही तशीच वेळ आली होती. गेले सहा महिने आपल्या अभ्यासात रमलेला रघुनंदन आज वेगळंच काही लिहीत होता. त्याला घरचं अन्न मिळावं, मायेचं माणूस मिळावं आणि एकाकी वाटू नये म्हणून ललितागौरीनं त्याची व्यवस्था त्याच्या सरूमावशीकडे केली होती.

सरू तिची बालमैत्रीण. अगदी बिगरीपासून मॅट्रिकपर्यंत दोघी एकत्र खेळल्या, नाचल्या, रुसल्या-फुगल्या अन् गळ्यात गळे घालून रडल्यादेखील. एका ताटात दूध-भात जेवलेल्या मैत्रिणी. सरस्वती अभ्यासात तेज, वृत्तीनं करारी, मनात येईल तेच करणारी. त्यामुळं ती शिकून कुणी मोठी होईल, ही सर्वांचीच अपेक्षा. पण बी. अे.चा निकाल लागण्यापूर्वीच घरच्यांनी तिचं लग्न ठरवलं. तिच्या 'होय-नाही'चा कुणी विचारच केला नाही. चांगलं सांगून आलेलं स्थळ हातचं कोण दवडणार?

तरी सरस्वतीनं हट्ट धरलाच, "ते पुढे शिकवणार असतील, तरच ती लग्न करेन."

"शिकून तरी नंतर लग्नच करणार ना?"

"आई, कसा विचार करतेस गं! मुलींनी काय करिअर करू नये? मला सायकॉलॉजी घेऊन एम. ए. करायचंय. पुढे त्याच विषयात–"

"ते तुझ्या नवऱ्याला सांग. आम्ही त्याला विनंती करून बघू."

"विनंती? काय गं, माझं काय वय वाढलंय; की मी टाकाऊ आहे?

आपण अट नाही घालू शकत?''

"अट? तुझे वडील काय जहागीरदार नाही लागून गेले की, तू कुणी पद्मिनी नाहीस. आम्ही त्यांना 'हो' कळवलंय. घराणं बाळबोध आहे. माणसं रीतीची आहेत. मुलगा चांगला पगारदार आहे–''

"वाडा मोठा आहे. गाई-गुरांनी गोठा भरलेला आहे. दहा माणसांचं नांदतं कुटुंब आहे; म्हणजे सकाळ-संध्याकाळ गोठ्यात धार काढायची, दुपारी भाकऱ्यांची चवड रचायची आणि रात्री–''

"एकदम चूप. काय तोंड आहे, की तोफखाना! मी तुझ्या वडिलांना निर्वाणीचं सांगितलंय– ही अशी तोंड सोडून, भांडून माघारी आली; तर दारात उभी नाही करणार.''

"येणारच नाही– कधीच येणार नाही. आता माझं नशीब आणि मी!'' सरस्वती असं ताड्फाड् बोलली आणि आई पुढून निघून गेली.

शेवटी ते लग्न झालं. मणिपालला जाण्यापूर्वी सरू निरोप घ्यायला आली. गळ्यात पडून रडरड रडली. म्हणाली, "ललित, ठाऊक नाही गं– नशिबात काय लिहिलंय.''

"असं म्हणू नकोस बाई. तुझा नवरा चांगला वाटतो. शिकवेल तो. एवढी फर्स्ट क्लासमध्ये आलीस. तुला घरी बसवण्याइतका तो खासच जुनाट नाही.'' काही तरी बोलायला हवं, म्हणून ललितागौरी बोलली. सरू डोळे पुसत निघून गेली.

मणिपालला गेल्यावर तिची दोन पत्रं आली. पहिलं सासरची माहिती सांगणारं, दुसरं आपण पुढे शिकणार असल्याचं. ते फारसं आनंदानं लिहिलं नव्हतं. तिनं वाद घालूनच परवानगी मिळवली असावी.

पुढे तिची पत्रं येणं बंद झालं. माहेर तर तिनं पुसूनच टाकलं होतं. हळूहळू दोघींच्या मैत्रीत अंतर पडत गेलं. आणि, आता एवढ्या वर्षांनी ललिता आपल्या लेकाला मणिपालला घेऊन आली होती. त्याची परीक्षा होईतो वेळच वेळ होता.

ती प्रथम पोस्टात गेली. बऱ्याच खटपटीनंतर पत्ता मिळाला. ती अनेक शंका घेऊन सरस्वतीच्या दारात उभी राहिली. नोकरानं दार उघडलं. तो तिला मागीलदारी घेऊन गेला. ललितागौरीच्या चट्कन लक्षात आलं– बंगल्याचा पुढचा प्रवेश तिच्यासाठी नव्हता. बंगला एकसंधच होता, पण ही मागची बाजू एका सोपानानं जोडली होती. एका बंगल्याचे दोन स्वतंत्र भाग, पण एकमेकांना

जोडलेले. हे एवढं चित्रच खूप काही सांगून गेलं.

दार उघडं होतं. ती खिडकीशी बसली होती. किंचित अधोवदन. दारावर पाटी होती– 'प्रा. सरस्वती–' बस्स! मधलं नाव, आडनाव काहीही नाही.

चाहूल लागली म्हणून सरस्वतीनं वर पाहिलं. सोनेरी फ्रेमचा रुंद चष्मा तिच्या भव्य कपाळाला शोभत होता. ती अंगानं थोडी हडकली होती, रंगही उतरला होता; पण चेहऱ्यावरचा गंभीर भाव तिच्या व्यक्तिमत्त्वाला उठाव देत होता. ती जिंकली होती की हरली होती?–

ललितागौरी दारातच थबकली. सरस्वती दोन पावलं पुढे आली. चष्मा काढून तिनं हातात घेतला. चेहऱ्यावरचं प्रश्नचिन्ह गेलं. विलग झालेल्या ओठांवर हसू पसरलं.

"तू... तू ललित तर नव्हेस?"

"ओळखलंस म्हणायचं!" सरस्वतीनं हात पुढे केला. तो तसाच राहू देत ललित तिच्या गळ्यात पडली. क्षण-दोन क्षण– भरलेले, भारलेले नि:शब्द! मग स्वत:ला सावरत सरस्वतीनं तिला समोरच्या खुर्चीवर बसवलं. तिला आपल्या डोळ्यांत साठवत म्हणाली, "किती वर्षांनी गं! मला वाटलं, या जगात माझं आता कुणी नाही. पण तू आलीस–"

"सरे, तू काही ठेवलंस? सगळ्या जगाकडे पाठ फिरवलीस– माझ्याकडे-सुद्धा. तुला जरादेखील वाटलं नाही–"

"खूप वाटलं गं ललित... तो सगळा इतिहासच झाला– इतिहास! आता फक्त स्मरणात राहिलाय. ते सगळं घडून गेलं– आयुष्याची उलथापालथ झाली... पानिपतचं युद्ध!"

"पण तू जिंकलीस."

"जिंकले की हरले; ठाऊक नाही. सांगते सगळं. आधी काही तरी घेऊ." तिनं सरबत केलं. साखर ढवळता-ढवळता म्हणाली, "कसं सांगू, म्हणजे तुला नेमकं कळेल? ललित, एक पत्नी म्हणून, गृहिणी म्हणून मी साफ हरले; पण एक स्त्री म्हणून जिंकले. कुठल्याच पावलाला हरले नाही. जे ठरवलं होतं, त्या-प्रमाणं जगले.

"आता प्रश्न पडतो, या जिंकण्याला तरी अर्थ असतो का? पण दुसऱ्या मार्गानं गेले असते, एक संसारी स्त्री म्हणून जगले असते; तर तसं जिणं मला सुखी करू शकलं नसतं. जाणिवेनं जगणाऱ्या स्त्रीची ही मोठी शोकांतिका असते. तिला कुठेच हरायचं नसतं... पण नियती तुमच्यापुढे फासे टाकते. तुम्ही

डाव मांडताना कुठल्या तरी एकाच बाजूची निवड करायची असते. दोन्हीकडच्या सोंगट्या तुमच्या नाही होऊ शकत.'' सरस्वती किती तरी वेळ बोलत होती. गेल्या कित्येक वर्षांत ती अशी मोकळी झालीच नसावी.

तिनं शिकायचं ठरवलं, तेव्हाच घरात ठिगणी पडली. तिचा अभ्यास, प्रॅक्टिकल्स, लायब्ररी, टुर्स– सगळं नव्या संसाराला बाधक होतं. कुठलाच बेत ठरवता येत नव्हता. मुख्य तर तिनं हनिमूनला जाण्याची कल्पनाच मोडून काढली. तिनं शांतपणे नवऱ्याला सांगितलं, ''आणखी किमान तीन वर्षं तू सहजीवनाचा विचार करू नकोस. आयुष्यात सेक्स हा महत्त्वाचा भाग आहेच; पण सर्वस्व नव्हे. मला करिअर महत्त्वाचे वाटते. त्यात चलबिचल नको. एकदा शिक्षण पूर्ण करून मी मार्गी लागले, की मग आहेच संसार. एकमेकांना समजून घ्यायलाही हा काळ महत्त्वाचा आहे.''

''अगं, मग लग्न कशाला केलंस?''

''लग्नाचा काय तेवढाच हेतू असतो? समजा– आपण एकमेकांना आवडलोच नाही तर? आधी परस्परांना समजून घेणं, स्वभाव जुळणं, समरस होणं– हे सगळं तितकंच गरजेचं आहे. शरीराचीही भाषा असते.''

''इनफ्! इनफ्, आय से! तू काय माझं बौद्धिक घ्यायला आलीयस?''

''नाही! पण कोणत्याही परिस्थितीत मी शरीराच्या देवाण-घेवाणीसाठी आले नाही. त्यासाठी कुणीही चालतं. परस्परांची ओळख पटणं, आत्मभाव निर्माण होणं आवश्यक आहे.''

तो सुन्न होऊन पाहत राहिला.

त्यानंतर त्यांच्यात कधी वाद झाला नाही, पण त्याचं लक्ष घरातून कमी झालं. जास्त वेळ तो बाहेरच राहायला लागला... आणि एक दिवस कामावर म्हणून गेला, तो परतलाच नाही.

आई रड-रड रडली. तिनं सुनेला बोलावून सांगितलं, ''बाई गं, तू थोर आहेस. आमच्या घरात साधी, संसारी मुलगी हवी. तू आपली तुझं सामान घे आणि माहेरचा रस्ता धर. शीक, मोठी हो, नाव मिळव; पण माझ्या घरात नको.''

''हे माझंही घर आहे. जेवढं तुमचं, तेवढंच माझं. मी त्यांची लग्नाची बायको आहे.''

''लग्नाची बायको अशी वागते? सहा महिन्यांत नवरा देशोधडीला

लागला. तुला असले चाळे करायचे होते, तर लग्नच का केलंस बये?''

"मी चाळे केले नाहीत. मला शिकायचं होतं–''

"चुलीत घाल तुझं शिक्षण! या वयात आम्हाला वनवास...''

त्या दिवसापासून घरात दोन चुली झाल्या. आणि, एक दिवस बंगल्याचे दोन भाग झाले. तिच्यासाठी दोन खोल्या वेगळ्या करून दिल्या गेल्या. दोन्ही घराचे प्रवेशही वेगळे झाले.

या सर्व प्रकारात सरस्वती शांतच होती. तिचा अभ्यास नेटानं चालला होता. आयुष्यात जे मिळवायचं, ते सगळं यश तिनं मिळवलं होतं. पण संसार हातून निसटला होता... एक इतिहास घडून गेला.

मध्यंतरी आई-वडील समझोता करायला येऊन गेले, पण तिनं त्यांच्याकडे पाठ फिरवली. ती एकटी एक खंबीरपणे जगत राहिली.

ललितागौरी जायला उठली, तेव्हा ती म्हणाली, ''रघूला इथं राहायचं असेल, तर जरूर राहू दे. मावशीचं घर त्याला परकं वाटणार नाही. नव्या गावात एकटा कुठं राहील? पुन्हा इथलं जेवण त्याला आवडेलच, असं नाही.''

"अगं, पण तुला अडचण–''

"अडचण कसली ललित? अगं, तो मला मुलासारखाच. निवान्तपणे अभ्यास करेल. शिवाय, माझ्या ओळखीनं त्याला फायदाच होईल.''

ललितागौरीची काळजी अनायासे मिटली. रघुनंदनलाही मावशी आवडली. बंगला चांगला होता. अभ्यास निवान्त होऊ शकणार होता.

गम्मत म्हणजे, सरस्वतीशी काडीमोड घेतलेले तिचे सासू-सासरे रघुनंदनचे मात्र दोस्त झाले. त्या म्हाताऱ्यांना या कोवळ्या मुलाची संगत आवडली. त्यालाही आजी-आजोबा मिळाले. सगळं ठाकठीक चाललं होतं. पहिले सहा महिने बघता-बघता संपले... आणि अचानक रघुनंदनचं हे कोड्यात टाकणारं पत्र हाती आलं. आता घरी जाऊन काही बोलता आलं नसतं. ललितागौरीला अंदाजच येईना, काय घडलं असेल याचा. रघू कॉलेजात काही गैर वागला असेल का? कॉलेजातून काही तक्रार आली असेल? सरू त्याला टाकून तर बोलली नसेल? तशी ती जरा कडक स्वभावाची आहे. हा अभ्यासाला कंटाळला असेल, तर मात्र अवघडच आहे. काय ही हल्लीची मुलं! स्वतः पलीकडे कसला विचारच नाही.

रघुनंदन तिला स्टेशनवर घ्यायला आला होता. तसा तो तब्येतीनं ठीक होता. तिनं उतावळेपणानं विचारलं, ''काय झालं रे? तू बरा आहेस ना? तुझं

कॉलेज–''

''आई, जरा शांत होशील? आधी आपण हॉटेलवर जाऊ. मग–''

''म्हणजे? तू हॉटेलात राहतोस?''

''नाही गं बाई. आपल्याला निवान्त बोलता यावं, म्हणून मी एक दिवसाकरता रूम बुक केलीय. तू कॉफी घे, फ्रेश हो– नंतर बोलू. अख्खा दिवस आहे बोलायला.''

ललितागौरी एकीकडे सगळं आवरत होती खरी, पण तिचं मन सुचित नव्हतं. कॉफी घ्यायला ती येऊन बसली, तरी तो गप्पच होता. ''अरे, बोल की! माझा जीव टांगणीला लागलय तुझं पत्र मिळाल्यापासून.''

''आई, मी सरूमावशीचा बंगला सोडतोय.''

''का?''

''अनेक कारणं आहेत. तिचे सासू-सासरे मला त्यांच्याकडे राहा म्हणतायत. बिचारे दु:खी आहेत. मला प्रेमानं खाऊ-पिऊ घालतात. तिच्याबद्दल खूप सांगतात...''

''म्हणून तू बाहेर पडतोयस?'' ललितागौरीनं मुलाला नीट न्याहाळलं. त्याच्या डोळ्यांत वादळ होतं. ती तशीच उठली. लेकाच्या डोक्यावरून मायेनं हात फिरवत म्हणाली, ''रघू, काय झालं? तू सांगतोयस यापेक्षा खूप काही घडलंय... बोलून मोकळा हो रघू. मला फार काळजी वाटते रे.''

''आई, सरूमावशी मला आवडत नाही–''

''का पण?''

''कारण... आई, रागावू नकोस, पण सरूमावशी चांगली बाई नाही–'' ललितागौरी एकदम दोन पावलं मागे झाली. 'चांगली नाही' या दोन शब्दांत अनेक अर्थ होते. आता रघुनंदनच्या डोळ्यांतलं वादळ तिच्या कृष्णमंडलात परावर्तित झालं. काय केलं सरस्वतीनं? ती तशी नाही– मुळीच नाही. ती जीव देईल, पण आडमार्गानं कदापि जाणार नाही. पण रघू तर म्हणत होता...

तिनं रघूच्याबाबतीत तर काही.... तिच्या सर्वांगातून वीज चमकली. तिनं झट्‌कन रघूचा हात हातात घेतला. विचारलं, ''काय केलं सरस्वतीनं?'' नकळत तिचा आवाज घोगरा झाला होता.

''गेल्या आठवड्यात आम्हाला अचानक सुट्टी मिळाली. मी चार वाजताच घरी आलो. तर, सरूमावशी घरातच होती. मी सहज तिच्या खोलीत डोकावलो. तर सरूमावशी–''

''बोल रे– गप्प नको बसूस.''

"सरूमावशी सिग्रेट ओढत होती. आई, मला हे स्वप्नातदेखील खरं वाटलं नसतं. एवढी बुद्धिमान, नेक बाई... तिनं चक्क सिग्रेट ओढावी? त्यात जराही संकोच नाही, लपवालपवी नाही. ती अशा पद्धतीनं ओढत होती, मला वाटतं, ती रोजच ओढत असणार. शी:!" त्याच्या बोलण्यात तिरस्कार होता. "तिचे सासू-सासरे बिचारे किती चांगले घरंदाज लोक आणि ही बाई... अशा बाईबरोबर कोण संसार करेल गं?"

ललितागौरीनं दीर्घ श्वास टाकला. कॉटवर जाऊन पडली. अगदी गळल्या, थकल्या स्वरात म्हणाली, "आपण मग बोलू. मी पडू जरा."

"आई, तुला हे सहन होणार नाही, वाईट वाटेल याची मला कल्पना होती. पण मी तरी काय करू?

"तू झोप आई. आता विचार करू नकोस. तुझ्याशी बोलल्यामुळं मला आता हलकं वाटतं बघ."

रात्री जेवणं आटोपल्यावर ललिता मुलाशेजारी येऊन बसली. दिवसभर ती सारखा विचारच करत होती. रघुनंदननं हातातलं पुस्तक बाजूला ठेवलं.

"रघू, मलाही तुला काही सांगायचंय. मला बोलू दे, मग तुझं मत सांग."

"बोल."

"रघू, मी तुझ्या वडिलांबरोबर डिव्होर्स घ्यायचा विचार करतेय."

"आईऽऽ ओह् नो! आई, काय झालं या सहा महिन्यांत? आणि तू एका शब्दानं मला कळवलं नाहीस. आई, काय घडलं? बाबांनी काय केलं?"

"सांगते. हल्ली ऑफिसमध्ये त्यांना कामाचा लोड खूप असतो. सारखे डोकं धरून बसलेले असतात. गेल्या सहा महिन्यांत तर–"

"काय केलं बाबांनी?"

"ते खूप सिग्रेट ओढायला लागलेत."

"आई..."

"सिग्रेटचं व्यसन वाईटच. मला नाही अशी माणसं आवडत. शी:! अशा पुरुषाबरोबर कोण संसार करेल?"

"आई, तुला म्हणायचंय काय? सरूमावशी करते, ही चांगली गोष्ट आहे?"

"नाही रघू, तिच्या व्यसनाची मी भलावण करत नाहीय. पण रघू, चट्कन वाईट म्हणताना दहा वेळा विचार करावा.

“सरूमावशी अगदी तरुण वयात एकटी, एकाकी पडली. आपलं ध्येय साधण्यासाठी तिनं जिवाची बाजी लावली. एकटेपणी दिवस काढताना कधी तोल जाऊ दिला नाही. हट्टी असेल ती, पण अशी विलक्षण हुशार माणसं मनस्वी असतातच. खूप सोसलं रे तिनं. कुणाची शामत नव्हती बोट दाखवण्याची. जबरदस्त बाई!

“दु:खाचं ओझं हलकं करण्याकरता तिनं हे व्यसन लावून घेतलं असेल. चांगलं नव्हेच ते; पण म्हणून तू लगेच तिला मोडीत काढावंस, याचं वाईट वाटलं मला.

“तुझे बाबा सिग्रेट ओढतात, म्हणून काय त्यांना वाईट म्हणायचं? एखाद्याविषयी मत व्यक्त करताना त्याच्या एकूणच जगण्याचा विचार करावा. चट्कन शेरा मारू नये.

“तुला त्या घराबाहेर पडायचंय, तर जरूर पड. व्यसनाविषयी तुझ्या मनात तिटकारा आहे, याचा मला आनंदच होतोय... पण त्यावरून तू कुणाची किंमत करू नकोस.

“निदान तुम्ही तरुण मुलांनी तरी स्त्रीचं व्यसन, पुरुषाचं व्यसन असा फरक करू नये. जी गोष्ट पुरुषाच्याबाबतीत सहजपणे घेतली जाते, ती स्त्रीच्याबाबतीत मापदंड ठरू नये. तिचा स्त्री म्हणून विचार न करता ‘माणूस’ म्हणून विचार कर. जे सुख सरूच्या प्राक्तनात नाही, ते आपण कोणत्या मार्गानं तिला मिळवून देणार आहोत? तिला मातृत्व लाभलेलं नाही– आता शक्यही नाही; पण ती तुला मुलगा मानते ना? हरवलेलं सुख ती कुठे तरी शोधू पाहतेय. दु:ख हटवायला पाहतेय. आपण थोडं क्षमाशील व्हायला नको?

“झोप आता. नीट विचार कर. तू जो निर्णय घेशील, तो मला मान्य आहे.”

ललितागौरी आपल्या कॉटवर जाऊन पडली. डोळे मिटून घेतले. तिला जाणवत होतं– बाजूच्या कॉटवर रघू सारखा कुशी पलटतोय.

सकाळी ती उठण्यापूर्वीच रघू बाहेर पडला होता. कॉलेज आटोपून तो येईल तेव्हा हॉटेल सोडायचं ठरलं होतं. तिनं भराभर स्वत:चं आवरलं आणि रिक्षा करून सरस्वतीचं घर गाठलं. ती काळजीच्या स्वरात म्हणाली,

“ये, अगदी वेळेवर आलीस. कालपासून चिरंजीव मित्राकडे गेलेत. अजून पत्ता नाही. ललित, मला हे मुळीच मान्य नाही. जरूर जा बाहेर. पण

काही शिस्त? सहा महिन्यांनी भेटतेस, म्हणून आता लाड करू नकोस त्याचे. मी त्याला चांगला दम भरणार आहे. येऊ देत तर खरा!''

"जरूर रागाव त्याला. तुझा मुलगा आणि तू! मी काय पाहुणी!'' ललित हसत म्हणाली.

तिचं लक्ष दाराकडे होतं. दारात रघुनंदन उभा होता– एवढासा चेहरा करून.

तो हळूच आत आला. आपल्या सरूमावशीच्या खांद्यावर हात ठेवून म्हणाला, "सॉरी मावशी, रागावू नकोस गं! तुझ्या रागाला मी फार घाबरतो.''

"रागावत नाही रे बाळा! काळजी वाटते. तिनं माझ्यावर जबाबदारी टाकलीय; मग आईसारखं करायला नको? माझ्या जिवाला घोर लावू नकोस बाबा!'' सरूनं त्याला मायेनं थोपटलं.

ललितागौरी आत सटकली. तिला सरस्वतीपुढे डोळे पुसायचे नव्हते.

१२. न संपलेलं नातं–

तास संपल्याची घंटा झाली. आम्ही सर्व जण जागचे उठलो. माझ्या बाजूनं एक मुलगी पुढे गेली. सावळीशी. सैलसर वेणी पाठीवर. आकाशी रंगाची साडी तिच्या गंभीर चेहऱ्यावरची शान वाढवत होती. मी पट्‌कन पुढे होत म्हटलं, "तुझी साडी छान आहे. तुला खुलून दिसते." ती गोड हसली. इतकी निर्मळ– मला वाटलं, मी जाई-जुईच्या मांडवाखाली उभी आहे! "मी हेमा–" तिनं हात पुढे केला.

"मी रमा." तिचा हात मी हातात घेतला. दुसऱ्या दिवशी आम्ही दोघी शेजारी बसलो. मी तिला 'हेमा' म्हणायची. आणि चारच दिवसांत सर्वांनी आमचं बारसं केलं– 'हेम-टीप.'

बघावं तिथं आम्ही एकत्र असायच्या. तसं आमच्यात काहीच साम्य नव्हतं. या विरोधाभासामुळं की काय, आमची मैत्री अधिकच घट्ट झाली. हेमा शांत, तर मी तडतडी. ती भित्री, तर मी धीट. मी अति हळवी, भावुक; तर ती शांत, विचारी. त्यामुळंच तिच्या घरात माझं कौतुक, तर माझ्या घरी तिचं.

एकदा वर्गात माझा धीटपणा सिद्ध करण्याची पैज लागली. मुली म्हणाल्या, "कुंटे सरांच्या तासाला तू वर्गात गूळपोळी खाऊन दाखवायची– अगदी दुसऱ्या बाकावर बसून. पण सरांना कळता कामा नये. घेतेस चॅलेंज?" मी चॅलेंज स्वीकारलं.

दुसऱ्या दिवशी हेमनं तवाभर खमंग गूळपोळी लोणकढं तूप लावून आणली. वर्ग सुरू झाला. मी गुपचूप बोकाणे भरतच होते. मागं बसलेली मुलं मुश्किलीनं हसू दाबत होती. मुली एकमेकींना खुणावत होत्या. हेमाच्या हृदयाचे ठोके मला स्पष्ट ऐकू येत होते. इकॉनॉमिक्ससारखा गंभीर विषय. मुलं का हसतायत, ते सरांना कळेना. ते चिडून ओरडले, "वॉट्‌स राँग विथ यू?" सगळ्यांची अळी-मिळी. मी आणि हेमा गंभीर. मी ४५ मिनिटांत पोळी फस्त करण्याचा विक्रम केला. जयंता बाहेर पडता-पडता म्हणाला, "रमा, सँपल आहेस!" आणि हेमानं कोपरापासून नमस्कार केला, "हरले बाई तुझ्यापुढे."

दर रविवारी आम्ही समुद्रावर जात असू. मी सायनहून माटुंग्याला झेड पुलावरून जायची. मग हेमा आणि मी चालत दादर चौपाटीवर. वाळूत पाय रुतवून आम्ही समुद्राचं गडद निळं रूप डोळ्यांत साठवायच्या.

"हेमा, गाणं म्हणतेस?" मी विचारायची.

"कुठलं म्हणू?"

"कुठलंही." तिच्या गोड गळ्यातली प्रत्येक तान मधुरच वाटायची. फेसाळतं पाणी आणि उसळणाऱ्या लाटा बघत ती म्हणायची–

"हा चांद उगवतीला, बघ आला
भरती आली दरियाला–"

गाणं लाटांवर स्वार व्हायचं. लाटा उत्सुकतेनं आणखी पुढे-पुढे यायच्या. कधी ओहोटी असायची. सूर्य मावळतीला चाललेला. आणि... वातावरण भारून टाकणारे शब्द उमटायचे–

"ऐक ऐक मुशाऽऽफिरा, माझीच ही कहाणी–
एक होता राजा अन् एक त्याची राणीऽऽ
राजा निघोनि गेला; टाकून येथ राणी
हृदयात जखम ही अन् डोळ्यांत येई पाणी–"

आम्ही दोघीही अबोल, अंतर्मुख. परतीच्या वाटाही अबोल-अबोल. दादर, माटुंगा ते सायन– सगळा पायी प्रवास. निघताना एवढंच, "बरं गं, भेटू." निःशब्द कासाविशी. पुन्हा उमलत्या सकाळी वर्गात शिरल्या-शिरल्या,

"रमा–"

"हेमा–"

माझं भावजीवन हेमनं व्यापलं होतं, तर मी तिचं स्वप्न होते. एकत्र फिरायचं, मिळून सिनेमा बघायचा, कविता ऐकायच्या, वाचायच्या, वाद घालायचे आणि मी अन् जयंता भर रस्त्यात भांडायला लागलो की, हेम हात जोडायची, "बाई गं, हा रस्ता आहे. लोक ऐकतात. तू गप्प बस ना!" जयंत हळूच विचारायचा, "रमा, भूक लागली ना गं? मग तुझी सावकार मैत्रीण आपल्याला डोसा खाऊ घालेल?" मग हॉटेलात शिरून आमचा कलगी-तुरा सुरू व्हायचा. आमची मैत्री हा बहुतेकांचा कौतुकाचा, तर अनेकांच्या पोटदुखीचा विषय असायचा.

आणि बी. अे.ला असताना माझं लग्न ठरलं. हेमा आणि जयंता भांड-भांड

भांडले. एक दिवस हेमा रडून डोळे सुजवून आली. "रमा, हे लग्न तू करू नकोस. सर्व प्राध्यापकांच्या, मित्र-मैत्रिणींच्या तुझ्याकडून खूप अपेक्षा आहेत."

"मी शब्द दिलाय, तो मी मोडणार नाही."

"मग आमची मैत्री तोडशील?"

"मैत्री मी कधीच तोडणार नाही, पण दिलेला शब्दही मोडणार नाही." हेमा उभी थरथरत होती. तिचे डोळे डबडबले होते. "...तर मग ही आपली अखेरची भेट–"

आम्ही सर्व जण पांगलो. वाटा बदलल्या. आयुष्य नव्या समस्या घेऊन सुरू झालं. किती उन्हाळे-पावसाळे उलटले आणि अचानक दादांची भेट झाली. "एकदा तुमच्या मैत्रिणीला भेटून या." ते म्हणाले.

"ती का नाही भेटत?"

"ती नाही भेटणार, तुम्हीच जा–" दादा मला बहुवचनी संबोधत होते. खटकलं. हेमनं निरोप घेतलाय. तिनं आपणहून का नये भेटू, असंच वाटायचं. पुढे आयुष्यात प्रत्येक वेळी ठेच लागली की, हेमचे शब्द आठवायचे; तिचे अश्रू कासावीस करायचे.

मग मीच एकदा दादांसमोर जाऊन उभी राहिले. म्हणाले, "दादा, मला– हेमचा पत्ता देता? मी तिला भेटून येईन." शेवटी मी कमीपणा घ्यायचा ठरवलं. नाही येत ना ती भेटायला, न येऊ दे; आपण तिच्या दारात जाऊन उभं राहायचं. रागावेल? बोलणार नाही? पाठ फिरवेल का? नाही, असं नाही होणार. हेम तिच्या रमाच्या बाबतीत असं वागूच शकणार नाही. डोक्यात कल्लोळ उठला होता. दादाही गप्पच होते. मग एकदम म्हणाले, "आता फार उशीर झाला–"

"म्हणजे?"

"म्हणजे ती या जगात नाही...!" मी शब्द हरवल्यासारखी बघत राहिले. हेम या जगात नाही? कसं शक्य आहे? माझा निरोप न घेता ती जाऊ शकते? हेम, तू एवढी कठोर कशी गं झालीस? चुकले गं मी. या आधी मी भेटायला यायला हवं होतं. आपल्या मैत्रीपेक्षा माझा इगो अधिक मोठा ठरला का गं? मी जडशीळ झाले. तशीच बेडरूमकडे वळले.

आई अंथरुणावर पडून होत्या. मला बघून आपला अशक्त देह सावरत त्या उठून बसल्या. "ये रमा–" मी त्यांच्या बाजूला टेकले, एखाद्या गुन्हेगारासारखी. आपल्या हडकुळ्या हातांनी मला जवळ घेत त्या बारीक आवाजात रडत होत्या.

तेवढंही त्राण त्यांच्यात नव्हतं. ''तुझी हेमा गेली, पण तू आलीस; एवढ्या वर्षांनी तुझ्या रूपानं माझी ताई परत आली.....'' त्यांच्या हुंदक्यांत, अश्रूंत मी माझी हेम शोधत होते.

कशी तरी भेलकांडत मी घरी आले. हेम या जगात नाही, ही वस्तुस्थिती मी स्वीकारूच शकत नव्हते.

आणि एक दिवस प्रमोदचा फोन आला, ''प्रेमा आलीय.''

''मग घेऊन ये ना तिला.''

''ती येऊ शकत नाही—''

''का?'' आणि चट्कन स्वतःला सावरत मी म्हटलं, ''मी येते भेटायला.'' तो खालच्या आवाजात म्हणाला, ''तिला कॅन्सर झालाय... तुम्हाला भेटायची तिची इच्छा आहे. आणि... आईला आम्ही काही सांगितलं नाही.''

''हं!'' मी कशीबशी बोलले. प्रेमा तशी ताठ मानेनं चालणारी ताड्फाड् बोलणारी. या संस्कृतवाल्यांचा दिमाख चालण्यात आणि बोलण्यातही जाणवायचा. आता कशी दिसत असेल? कशी बोलेल? एवढ्या वर्षांनंतर...

मी घरात शिरले. ती माझी वाट पाहत होती. अशक्त, रया गेलेली एक मुलगेलीशी बाई. आम्ही एकमेकींकडे पाहिलं. तिनं बाहू पसरले. एकमेकींच्या मिठीत आम्ही नुसतीच आसवं ढाळत होतो. ''शेवटी दोघींची भेट झालीच नाही ना?'' माझा गळा दाटून आला. शब्द फुटेनात. माझे हात घट्ट पकडून प्रेमा म्हणाली, ''मला माझी ताई तुमच्यात मिळाली.''

मी रस्ताभर गाल भिजवतच होते. मला हेमा कुठे भेटेल? कुणात?

दुसरे दिवशी सकाळी मी कोठावळ्यांना फोन केला—

''पुस्तक झालं?''

''मजकूर छापून झाला. सुरवातीची पानं मशीनवर आहेत.''

''मी अर्पणपत्रिका देऊ शकते?'' ते क्षणभर थांबले. ''आजच्या आज देऊ शकाल?''

''हो. मी घेऊन येते. ४ वाजेपर्यंत नक्की पोचते.''

अशोक कोठावळे वाटच पाहत होते. अशी कोणती महत्त्वाची अर्पण-पत्रिका आहे, याची त्यांनाही उत्सुकता होती. चारच्या काट्याला मी कार्यालयात पोचले. त्यांच्या हातात कागद दिला. त्यांनी अर्पणपत्रिका वाचली—

''हेम...

त्यानंतर आपण आयुष्यात
पुन्हा कधीच भेटलो नाही.
आता तर तू हाकेपलीकडे गेली आहेस.
विश्वास ठेव– माझ्या प्रत्येक आनंदाच्या
यशाच्या क्षणी,
तू माझ्या मनात जागी आहेस–''

–रमा.

कोठावळे काहीच बोलले नाहीत. खालमानेनं त्यांनी पाण्याचा ग्लास पुढे सरकवला. मी झपझप पाणी प्यायले. उठले. निरोपादाखल खुर्ची करकरली, तेवढीच.

पुस्तकं आली. माझ्या टेबलावर 'अनोळखी ओळख'ची प्रत. बाहेर झिम्माड पाऊस. पिसाटलेला वारा. घड्याळाचे काटे बारावर स्थिरावलेले.

खोलीत मी आणि हेम... आणखी जन्मभराच्या स्नेहाची शपथ घालणारी अर्पणपत्रिका...

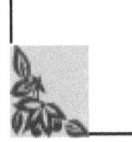

१३. रहाटगाडगं

"अन्नपूर्णीऽऽ अगं अन्नपूर्णीऽऽ" जयमालानं दारातनं हाकारलं. माथ्यावरचा पदर सारखा करत अन्नपूर्णा लगबगीनं बाहेर आली. पूर्ण चंद्रासारखा तिचा वाटोळा चेहरा उल्हसित झाला. "अगं बाई! जयाबाई का? केव्हा आलीस गं?"

जयी तिची बालपणाची धारवाडची मैत्रीण. माहेरवाशिणी सासरी गेल्या आणि दुरावल्या. पण मैत्रीत अंतर पडलं नाही. निरागस वयातली निरपेक्ष मैत्री. दोघी कडकडून भेटल्या. न भेटलेली वर्षं केव्हाच पुसली गेली. जयी उत्साहानं म्हणाली,

"रात्रीच तर आले. आल्यावर काय राहवतंय माझ्याच्यानं? पहिली तुझी चौकशी केली, बघ!"

"करणारच गं! दूर गेलो म्हणून काय झालं? आपण सख्ख्या मैत्रिणी. एकमेकीकडे जीव ओढ घेतोच ना!"

"कशी आहेस अन्नपूर्णी? चांगली गरगरलीयस. घर पण छान आहे गं."

"हो बाई. आधीचा वाडा अगदीच जुना झाला होता. पण सासूबाई तो सोडायला मुळी तयार नव्हत्या. त्यांचं उभं आयुष्य तिथं गेलं. म्हणायच्या, 'माझी शेवटची पालखी इथनंच बाहेर पडेल.' काय बोलणार? यांनी त्यांचा प्रत्येक शब्द झेलला. तेरा दिवस तिकडंच केले आणि मग हे घर बांधायला घेतलं– अगदी तुझ्या माहेरच्यासमोर. मलाही बरं वाटतं गं. येता-जाता अम्मा दिसतात. बाप्पा भेटतात. आधार वाटतो वडिलधाऱ्यांचा. तू मात्र लांब गेलीस बाई."

"कुणाचे तीळ-तांदूळ कुठं असतील– काय सांगावं?"

"पुरे ते तीळ-तांदूळ. आधी घर तरी बघ." दोघी घरभर फिरल्या. स्वयंपाकाच्या काकूंना उपमा करायला सांगून अन्नपूर्णा जिन्याकडे वळली. "वरच बसू या आरामात. आणि तिथं एक गम्मत पण आहे. तुला आवडेल बघ." अन्नपूर्णा अंगानं सुटली होती खरी, पण मैत्रीण आल्याच्या उत्साहात चटचट जिना चढून वर गेली.

"अगं बाई, झोपाळा का? आणि चांदीच्या कड्या! अन्नपूर्णा, तुझा नवरा

अगदी हौशी दिसतोय गं. सगळं तुझ्या मनासारखं केलेलं दिसतंय!'' जयमाला झोपाळ्यावर टेकली. अन्नपूर्णा तिच्या बाजूला बसत म्हणाली, ''जयीबाई, काही तरी म्हण की गं. रिकामा झोका बरा नाही वाटत.''

''काय म्हणू?''

''ते गं, लहानपणी आमच्या घरी झोके घेता-घेता म्हणायचीस ते– आठवतं?''

जयमालानं एक उंच झोका घेतला आणि आपल्या बसक्या आवाजात, पण मोकळेपणी कानडी गाणं गायला सुरवात केली–

''ललितकलामय लावण्यलीला
वेणु विनोनय, विजय गोपाळा
तुंग दयामय, शृंगारलीला
ललितकला.....''

अन्नपूर्णी मनभर ऐकत होती. तिची अव्वा स्वयंपाकघरात काम करत असली, तरी तिचे कान मात्र बाहेरच असायचे. गाणं संपलं की, ती बशीभरून उप्पू-तुप्पा अवलक्की (तिखट-मिठांचे पोहे) घेऊन यायची. वर वाफाळणारी स्ट्राँग कॉफी. अव्वा गेली आणि माहेरचं अप्रूपही संपलं. लग्न होऊन मैत्रिणी दोन दिशांना पांगल्या. पण आठवणी बुजल्या नाहीत. आताही अन्नपूर्णीला माहेर आठवलं. पदरानं डोळे टिपत म्हणाली, ''चल, गरम-गरम उप्पीट खाऊ या.'' खाता-खाता अन्नपूर्णा म्हणाली,

''तुझं कसं चाललंय?''

''बरंच तर काय!''

''असं का म्हणतीस? यजमान चांगले आहेत ना?''

''आहेत गं. पण दहा माणसांचं घर. सोवळं-ओवळं. धाबळी नेसून पाणी भरायचं. रोजचा नैवेद्य. पुरुषांची पंगत आधी, मग आम्ही बायकांनी बसायचं. जेवेतो दोन-अडीच वाजतात. कासावीस होतो जीव. असं येता-जाता तोंडात पण टाकता येत नाही. थोरल्या जाऊ बाई आहेत ना! भारी कडक. त्या खेड्यातच वाढल्या. अगं, मला नाही चैन पडत. सारखं चुलीपुढं मरायचं. सकाळ-संध्याकाळच्या पाळ्या ठरलेल्या.''

''तुला त्रास होत असणार. इथं लाडात वाढलीस.''

''हो ना गं. पण बाप्पांनी हे स्थळ पसंत केलं. म्हणाले, 'चार माणसांच्या घरात वागायला शीक. शिस्त लागेल आयुष्याला.' त्यांचा शब्द कोण मोडणार? कधी कधी वाटतं, पळून यावं इकडे.''

"असंबिसं काय करू नकोस बाई. आपल्या भल्याचंच करणार ना ते? सुरवातीला जड जाईल थोडं, मग होते सवय. जन्मात न पाहिलेला माणूस 'आपला' होतो ना? तसंच घर पण आपलं होतं."

"तुला काय जातं सांगायला? तुम्ही आपले दोघंच राजा-राणी, वर हाताशी नोकरचाकर." अन्नपूर्णा गप्प झाली खरी, पण तिच्या चेहऱ्यावर समाधान पसरलं. नाही म्हटलं तरी जयीला असूया वाटलीच. आणि ती झट्कन उठली. "अम्मा वाट बघेल. जाते. आता पुन्हा येईन गं!" अन्नपूर्णानं तिला कुंकू लावलं. दारापर्यंत निरोप द्यायला आली. तिच्याही मनात आलं– जयी दहा जणींत उठून दिसेल, अशी. आपण आपल्या सामान्यच. पण देवानं झुकतं माप आपल्या पदरात टाकलं. नकळत तिचं मन सुखावलं. तृप्तीची एक लहानशी लहर अंगभर सरसरून गेली.

पुढल्या आठ दिवसांत जयी फिरकलीच नाही. अम्माबरोबर फिरतच होती. आली ती घाईघाईत निरोप घ्यायला.

"हे तू बरं नाही केलंस जयी. अगं, एकदा तरी जेवायला यायचंस."

"काय करू? सवडच झाली नाही बघ. आता पुन्हा येईन ना–"

"पुन्हा येशील तेव्हा बघू. आत तरी ये. कुंकू लावते." अन्नपूर्णीनं तिची खणा-नारळानं ओटी भरली. भारीतलं जरीकाठी लुगडं दिलं. नाही म्हटलं तरी जयीच्या मनात खुटखुटलं. आपण असं देऊ शकू? हिला श्रीमंतीची ऐट मिरवायचीय.

अन्नपूर्णानं मात्र आपल्या बालमैत्रिणीचं मनापासून कौतुक केलं. आपण मनासारखं काही करू शकलो, याचंच समाधान तिच्या चेहऱ्यावर पसरलं होतं.

त्यानंतर जयीचं येणं घडलंच नाही. पहिलं बाळंतपण त्यांच्या पद्धतीप्रमाणे सासरीच झालं. अम्माच इथनं बाळंतविडा घेऊन गेली. अगदी कच्च्या डिंकापासून ते बाळाच्या गुटीपर्यंत सगळं. सासरच्यांनी नावं नकोत ठेवायला. तब्बल दोन महिने लेकीचं बाळंतपण करून त्या परतल्या.

दुसऱ्या खेपेला जयी गेली, तर अन्नपूर्णी शिमल्याला गेल्याचं कळलं. उन्हाचा त्रास नको म्हणून. मिळून काय, दोघींची चुकामूकच होत गेली. आणि आता पूर्ण आठ वर्षांनी दोन मुलांना घेऊन जयी माहेरपणाला आली. संध्याकाळी मुलं मामाबरोबर फिरायला गेली आणि जयी पायांत चपला सरकवत म्हणाली, "अम्मा, मी अन्नपूर्णीकडे जाऊन येते गं–"

अम्मा लगबगीनं बाहेर येत म्हणाली, "हे बघ, मागल्या दारानं जा. हल्ली पुढचं दार बंदच असतं त्यांचं."

"म्हणजे गं?"

"कळेल तुला–" असं म्हणत अम्मा आत गेली. जयी अन्नपूर्णाच्या घराशी येऊन ठेपली.

फाटक बंदच होतं. इथं कधी काळी बाग होती? दारात जुईचा मांडव हसऱ्या चेहऱ्यानं स्वागताला सज्ज असायचा. अंगणात सुरेख रांगोळी काढलेली असायची. उंबरठ्यावर गोपद्म. आज घर तोंड मिटून बसलं होतं. जयी घराला वळसा घालून मागल्या दारी गेली. अन्नपूर्णी कांदा चिरत बसली होती.

"हे काय, आज स्वयंपाकाच्या काकू आल्या नाहीत वाटतं?" जयी बोलली खरी, पण अन्नपूर्णेची कळा स्वयंपाकीणबाईचीच झाली होती.

लुगडं जुनंपानंच दिसत होतं. ती कमालीची रोडावली होती. चेहरा काळवंडला होता. डोळ्यांखाली काळी वर्तुळं उठून दिसत होती. "तो कांदा ठेव बघू बाजूला– आपण वर झोपाळ्यावर बसून बोलू."

"नको, इथंच बसू. मी हात धुऊन येते." जिन्याचं तोंड दार लावून बंद केलं होतं. "हे काय?" जयी तिथंच थबकली.

"तो जिना बंद केलाय."

"का?"

"तिथं धाकट्या बाई राहतात." जयीनं आश्चर्यानं अन्नपूर्णीकडं पाहिलं. अन्नपूर्णीकडं दोनच खोल्या होत्या. एक बाहेरची आणि एक स्वयंपाकघर. बाजूची जागा भिंत बांधून वेगळी केली होती. तिकडे भाडेकरू राहत होते.

"मी इथं एकटीच राहते जयी. यजमानांनी दुसरं लग्न केलं."

"काय?... असं कसं गं?"

"माझी कूस फळली नाही. घराण्याला वारस हवा ना!"

"अगं, मग दिराचं नाही तर नणंदेचं पोर दत्तक घ्यायचं."

"त्यांना त्यांच्या रक्ताचं मूल हवं होतं. मग त्यांनी दुसरं लग्न केलं."

"तू सही का केलीस कागदपत्रांवर?"

"मग काय करायचं? इच्छा नसली तरी आयुष्य ओढत राहायचं एकमेकांबरोबर? त्या संसाराला काही अर्थ आहे का?"

"तू म्हणतेस ते बरोबर आहे अन्नपूर्णी; पण आता स्पष्टच बोलते– हीच स्थिती उलट असती तर? तूच दुसरा विचार केला असतास तर?"

"तर, काय सांगू? जर-तरला उत्तर नसतं. जे घडलंय ते हे, आणि असं."

"ते दिसतंय. स्वत:ला खूप पिळलंस. त्याच्या सुखात सुख मानलंस

आणि वाट्याला काय आलं?''

''तू वेगळ्या पद्धतीनं विचार करतेस जयी. माझा नऊ वर्षं संसार झाला. सुखाचा झाला. त्याचं सुख-माझं सुख अशी टक्केवारी नसते. सुख दोघांचं असतं. संसार दोघांचा असतो. तो तसा होणार नसेल, तर सगळी चवच जाते बघ जगण्याची.''

''तुझी व्यवस्था तरी नीट केलीय का?''

''हो. मला पुरतील एवढे पैसे महिन्याला मिळतात. शिवाय घराची विभागणी झालीय, तर शेजारी भाडेकरू ठेवलेत. त्याचं भाडं येतं. रग्गड झालं की. एका जीवाला कितीसं लागतं?''

''जीव एवढंच मागतो का गं? त्याला फक्त पोटच असतं? आणि हे एकटेपण?''

''एकटी कुठे? वरच असतात दोघं.''

''अन्नपूर्णी, तुझी शिकस्त आहे बाई! अगं, याला काय सोबत म्हणतात? दुसऱ्या बाईला तुझ्या हक्काच्या जागी बघायचं? मी असते, तर डोकं फोडलं असतं तिचं!'' अन्नपूर्णा फिकट हसली. म्हणाली, ''डोकं फोडून प्रश्न सुटतो? उलट, आणखी तिढा निर्माण होतो. जाऊ दे. तुझं कसं चाललंय आता?''

''चांगलं चाललंय. मी आता वेगळी झालेय. आम्ही मुंबईला राहायला गेलोय. दोन मुलं आहेत. त्यांच्या शाळा, यांचं ऑफीस– सगळं छान जमलंय. ये कधी चार दिवस विश्रांतीला, तेवढाच बदल. बरं वाटेल तुला मुलांच्यात.'' जयी बोलली खरी, पण तिलाच अपराधी वाटलं. मूल नसल्यामुळंच तिचं आयुष्य विस्कटलं होतं; नेमका तोच उल्लेख झाला. तिनं अन्नपूर्णीकडं पाहिलं. तिचा चेहरा शांत होता. दारापर्यंत ती निरोप द्यायला गेली. म्हणाली, ''मी खरंच येईन तुझ्याकडे कधी तरी. पण काही विसरण्यासाठी म्हणून नव्हे. जयी, खरं सांगते– माझा विश्वास आहे, हेही दिवस जातील. अगं, हे आयुष्याचं रहाटगाडगं असंच फिरत असतं. सुख भरभरून येतं आणि एका टोकाला गेलं की रितं होतं. सुख-दु:खाचे पेले असेच भरतात आणि रिते होतात. मी अजून हार मानली नाही.''

जयीनं आश्चर्यानं आपल्या मैत्रिणीकडं पाहिलं. बोलली नाही काहीच. मूल न देणारी बायको म्हणून विवाहविच्छेद घेऊन दुसरी बायको आणणारा तिचा नवरा आता तिला काय सुख देणार होता?

अन्नपूर्णानंच दुसरं लग्न केलं, तर ते शक्य होतं. पण तिची वृत्ती तशी नव्हती. काय करून ती आयुष्यात सुखी होणार होती, हे जयीला कळूच शकत नव्हतं. आता फक्त वाट पाहणं तिच्या हाती होतं. बिचारीचं आयुष्य मार्गी लागो,

एवढीच इच्छा ती करू शकत होती.

त्यानंतर जयमाला एकदा माहेरी आली होती. पण अन्नपूर्णाकडे जावं, असं तिला वाटेना. काय बोलायचं, काय विचारायचं? शिवाय चुकून ती दोघं येताना दिसली, तर आणखीच त्रास व्हायचा. त्यापेक्षा नकोच. अन्नपूर्णेच्या दारातली जुई आता बहरणार नव्हती आणि अंगणातली रांगोळी धुळीशी एकरूप झाली होती.

एक दिवस अचानक जयीचा फोन वाजला. रात्रीचा कुणाचा फोन? अम्माकडे सगळं ठीक तर आहे ना? तिनं घाईत फोन उचलला.

"अगं, मी अन्नपूर्णी बोलतेय."

"अगं बाई, कुठून?"

"मुंबईतूनच."

"केव्हा आलीस?"

"आज सकाळी."

"आणि आत्ता फोन करतेस? इथंच नाही का उतरायचं?"

"तुझ्या सगळ्या प्रश्नांची उत्तरं उद्या देणाराय."

"जेवायला ये."

"हो गं बाई. तू वेळ मोकळा ठेव. बरंच बोलायचंय."

जयमालाला खूप आनंद झाला. अन्नपूर्णी आपल्या घरी प्रथमच येणार. काय करू न् काय नको, असं तिला झालं. पुन्हा आतून भीतीही वाटली. ती बरी असेल ना? की, तशीच दुःखी? नक्की काय घडलं असेल? कुठलाच विचार मनात ठरेना. आता अस्वस्थपणे वाट बघण्याशिवाय गत्यंतरच नव्हतं.

बरोबर बाराच्या ठोक्याला अन्नपूर्णी आली. दोघी मैत्रिणी दारातच एकमेकींकडे बघत राहिल्या. शेवटी अन्नपूर्णाच हसून म्हणाली, "अगं द्वाडा, घरात घेशील का बघतच बसशील माझ्याकडं?"

"ये– ये ना गं!" जयी म्हणाली खरी, पण ती पूर्ण भांबावलीच होती. अन्नपूर्णाचा पुन्हा कायापालट झाला होता. ती छान टोपपदरी लुगडं नेसली होती. हातात बिल्वर, मधे-मधे हिरव्या बांगड्या, गळ्यात ते जुनंच घसघशीत मंगळसूत्र आणि कपाळावर पूर्ण चंद्राएवढं कुंकू. ते रूप छान होतंच, पण बुचकळ्यात टाकणारं. आणखी एक मोठी धक्का देणारी गोष्ट म्हणजे, तिचं बोट धरून एक छोटीशी छकुली उभी होती. अगदी हुबेहूब तिचंच रूपडं.

"ही कोण?"

"ही? माझीच की गं! वरदा, नमस्कार करा मावशीला."

वरदलक्ष्मीनं दारातच जयीच्या पायांवर डोकं ठेवलं. "माझं नाव वलदछक्ष्मी बाबा-आई. वय ३ वलशे. ल्हानाल–"

"बरं-बरं. कळलं आम्हाला." वरदाला उचलून घेत जयी आत गेली. तिच्या डोक्यातला गोंधळ आणखीच वाढला होता. उत्सकुता तर होतीच, पण कुठून सुरवात करावी, तेच कळत नव्हतं. वरदाला स्वयंपाकाच्या काकूंच्या हातात सोपवून तिनं त्यांना खाली पिटाळलं. "काकू, हिला खाली बागेत फिरवून आणा. फुलं द्या छान-छान."

"बरं, आता सांग तू–"

"तुझ्या डोक्यात आलंय, तसं काही नाही. मी दुसरं लग्न केलंय, पण त्यांच्याशीच."

"म्हणजे गं काय? ते सरबत घे आधी, मग बोल."

"मोठा इतिहास घडलाय बघ. मालकांचं आणि त्या बाईचं फारसं काही जमलं नाही. भांडणं होतच होती. कानावर यायचं, पण मी गप्प राहायची. माझा संबंधच काय?"

"भांडणं का व्हायची?"

"तेच कारण. तिलाही मूल होईना. ती म्हणायची, तुम्ही पण डॉक्टरकडे चला. माझी एकटीचीच तपासणी कशाला? कुणातही दोष असू शकतो. पण ते तयार होईनात. आपल्या पुरुषांच्या मानापमानाच्या कल्पनाच चमत्कारिक असतात बघ. माझं धाडस नव्हतं गं! पण ती हट्टाला पेटली. शेवटी एक दिवस घर सोडून निघून गेली.

"मग दोघं भेटले ते कोर्टातच. या गोष्टी इतक्या नाजुक आहेत... कुणापुढं बोलताही येत नाहीत. त्या दोघांच्या भांडणाला आणखीही काही कारण असेल; मला ठाऊक नाही. अगं, तिनं आता दुसरं लग्नही केलं म्हणे."

"मरो! पण हा परत कसा आला तुझ्याकडे?"

"एक दिवस त्यांनी जिन्याचा दरवाजा काढून टाकला. आपणहून सगळी हकिगत मला सांगितली. क्षमा मागितली गं माझी!"

"मागेल तर काय! ती गेली, आता–"

"असं म्हणू नकोस. दोघं विभक्त झाल्यावर त्यांना नवा घरोबा करता आला असता. त्यांच्याकडे पैसा आहे, रूप आहे. वय पण काय– पुरुषाच्या बाबतीत कुणी फारसं मनावर घेत नाहीत. तसं वय पण फार नव्हे. मिळाली

असती एखादी कुमारी. पण ते माझ्यात गुंतले होते. माझं संयमी वागणं बघत होते. म्हणाले, 'तुझ्यासारखी बायको शोधून मिळणार नाही. मी तुझा अपराधी आहे. क्षमा कर.' पुरुष अशी कबुली देत नाहीत. आणखी–"

"काय?"

"तुला म्हणून सांगते. दरम्यान, ते डॉक्टरकडे जाऊन आले. एक लहानसं ऑपरेशन करावं लागलं आणि सगळं ठीक झालं. ती पण कबुली दिली त्यांनी."

"हे आधीच घडलं असतं, तर पुढचा ताप टळला असता ना!"

"ते भोग असतात जयी. त्यांना आणि मला– दोघांनाही ते भोगावे लागले. ग्रहण सुटलं."

"छान झालं." तेवढ्यात घंटी वाजली. वरदलक्ष्मी ओंजळभर फुलं घेऊन दारात उभी होती. तिला प्रेमानं कडेवर घेत जयीनं तिची पापी घेतली. म्हणाली, "त्याचंच गोड फळ म्हणजे आमची वलदलछमी!"

त्यावर ती छोटी एकदम म्हणाली, "अय्या! तुम्ही अशा बोबलकांदा कशा? माझं नाव वलदछमी. नीट बोला ना!"

त्यावर दोघीही मोठ्यानं हसल्या.

अन्नपूर्णीचा हात प्रेमानं हातात घेत जयमाला म्हणाली, "चल, मला आधी तुझी माहेरची ओटी भरू दे." ओटी भरून कपाळावर अक्षता टेकवताना जयी गहिवरून म्हणाली, "खूप सहन केलंस. अन्नपूर्णी, तुझा सुखाचा पेला असाच भरलेला राहू दे!"

मिटल्या ओठांनी दुःख सहन करणाऱ्या अन्नपूर्णेनं कधी डोळ्यांतून टिपूस येऊ दिलं नव्हतं, पण आज या आनंदाच्या क्षणी तिला स्वतःला आवरता आलं नाही. गेली तीन वर्षं पापण्यांआड थांबवलेली आसवं आज मुक्तपणे गालांवर ओघळत होती. तिनं त्यांना अडवलं नाही.

१४. तिची सावली

मला कथा लिहायची आहे. पेन-कागद आतुरतेनं माझ्याकडं पाहतायत. पण मनच रिकामं आहे– ओसाड माळरानासारखं. काही हलत नाहीये, बोलत नाहीये. हे असं का? बळेबळे लिहितेय, फाडतेय– पुन्हा नवा कागद.... कुठं जीव अडकतच नाही.

काय झालंय मला? आसपास, दूरवर काही घडतच नाहीये का? की, घडूनही माझ्या मनाला त्याची नोंद घ्यावीशी वाटत नाहीये? माझं मन असं बधिर का झालंय? माझी प्रतिभा मला सोडून तर गेली नाही ना?....

आतून कुठून तरी टाहो... हे काय चाललंय काय? घड्याळाचे काटे आपलं कर्तव्य पार पाडतायत ११-११॥-१२.. पावसाचं तांडव. काटे बारावर स्थिर आहेत. मी डोळे तारवटून त्या घड्याळाकडे पाहतेय. –आणि हे काय? इतका वेळ धावणारे काटे आता स्थिर झालेयत! पुढे जातच नाहीयेत. आता दिवेही गेलेयत. फक्त भन्नाट वारा. तो पिसाटलाय खरा, पण माझं बंद दार त्याच्या वेगानं थडथडत नाहीये. ही दारावर थाप पडतेय. अगदी हळू, पण 'आत येऊ'ची परवानगी मागणारी. घरात तर असं कुणी अवेळी दार वाजवत नाही. मग बाहेरचं कुणी?.....कुणी घरात शिरेलच कसं? आणि माझं दार वाजवेलच कसं? क्षण-दोन क्षण शांतता. मी घाबरलेय का? कोण जाणे. पण जागच्या जागीच लाकूड झालेय.

आणि आता जाणवतंय, माझ्या या १२ बाय १४ च्या खोलीत आणखीही कुणी तरी आहे. कोण? श्वास जाणवत नाहीये, तरीही दुसरं एक अस्तित्व जाणवतंय, मला अस्वस्थ करतंय. मी खिडकी उघडतेय. बाहेरच्या दिव्याची एक फिकट पिवळसर तिरीप आतल्या अंधाराला दूर सारतेय. त्या अशक्त उजेडातही एक सावली पुढे सरकताना दिसतेय. सावलीच– पण नव्हे, पांढरी सावली. असंही काही असू शकतं? काय पण? सजीव? निर्जीव? की....?

किती आश्चर्य आहे! माझ्या मनातल्या भीतीइतकीच माझी उत्सुकताही

जागलीय. हळूहळू ती पांढरी सावली माझ्या दिशेनं पुढे सरकतेय. मी हळूच कॉटकडे जाते. लवंडते. पाय पोटात घेऊन, अंगाचं मुटकुळं करून निपचित पडते.

मी मेलेय का? नसावी. कारण माझा श्वास चालू आहे– जोरात. अंगातून गरम वाफा निघतायत. डोळे मिटता मिटत नाहीयेत. त्या क्षीण उजेडात सावलीचा मागोवा घेतायत.

योग्य अंतर ठेवून ती सावली थबकली.

"ओळखलंस?" ....शब्द आले. तोंड, नाक, डोळे असं काही नव्हतंच. चेहऱ्याचा एक लंबगोलाकार! ओळखायचं? अशा आकाराला?

"न..... नाही. म्हणजे, हो. कोण तू? कुठून आलीस? आणि मी तुला कशी ओळखणार?" आता मला थोडा धीर आला.

"तिथून–जिथून 'अशी' माणसं येतात, तिथून."

"म्हणजे तू माणूस आहेस? मला काहीच उमजत नाहीये. तू जर माणूस असशील... तर अशी कशी देहहीन, आकारहीन?"

"मी नुसतं माणूस म्हटलं नाही; 'अशी' माणसं म्हटलं– माझ्यासारखी!"

"म्हणजे? तू नक्की आहेस तरी कोण?"

"मी तुझी एके काळची मैत्रीण–"

"मैत्रीण? ती तरुण असते. म्हातारी होते. थकते. अशी सावली होत नाही– तीही अशी पांढरी सावली! अगं, हसतेस काय? बोल ना!" आता मी उठून बसले होते. तिच्याशी संवाद साधत होते. ती गंभीरपणे म्हणाली, "मी तुझी मैत्रीणच– पण आजची नव्हे, कालची-परवाची, केव्हाची तरी. आज मी तुझ्या कथेच्या जगातली मैत्रीण."

"म्हणजे, तू प्रत्यक्षातली नव्हेस तर!"

"प्रत्यक्षातली असते, तर अशी सावली होऊन आले नसते. आणि भूत-खेत, पिशाच योनीतली असते; तर अशी पांढरी दिसले नसते. मी तुझी वर्तमानातली मैत्रीण, पण अस्तित्व नसलेली. मी तुझ्या इच्छेतली आहे. कल्पनेतली आहे. आठवतं– कोण्या एके काळी आपण नेहमी भेटायचो. मी माझ्याबद्दल बोलत सुटायची. माझी स्वप्नं, माझे मनोरथ... ते कधी पूर्ण होणार नाहीत, हे तुला जाणवायचं. माझा हडकुळा कळाहीन देह, रुखेसुखे केस, कसले तरीच कपडे... आणि.... हो, आता लपवू कशाला? भुकेला चेहरा.

"माणसाला सगळं काही लपवता येतं, पण पोटातली आग काही लपवता

येत नाही. माझ्या दीनवाण्या चेहऱ्यावर ते स्पष्ट दिसायचं.

"मी जेव्हा-केव्हा तुझ्या घरी यायची, तेव्हा तू मला खाऊ-पिऊ घालायचीस. तुझ्या घरचं अन्न मला आवडायचं. मला कळायचं... ताटातला कण न्‌ कण मी निपटून खायची, तेव्हा तुझ्या डोळ्यांत तिरस्कार असायचा. तुला हे कधीच कळायचं नाही की, मी कालपासून काही खाल्लेचंच नसायचं. आणि कदाचित उद्याही मला पोळी-भाजी भेटायची नाही. तू वाढायचीस तेवढं मी संपवत जायची. पोटाची पखाल भरून ठेवायची. तुला नाही कळायचं बये, फाके पडणं म्हणजे काय. पोटातली आतडीच स्वतःला कुरतडायची गं! पण बोलू कशी? मी भिकारीण नव्हते. झोळी पसरत नव्हते. आणि सांगू? मनातलं बोलावं, असं माझं कुणी नव्हतं गं! मी बोलायची आणि खात जायची. तू वाढत राहायचीस.

"तशी तू प्रेमळच. थोडी दांभिकही. आपण दुसऱ्यासाठी काही करतोय, हाच तुझा दंभ. तू काही संत एकनाथ नव्हेस, कुत्र्यापाठी भाकर-तुकडा घेऊन धावायला. पण इतर निर्मनुष्य लोकांपेक्षा तू बरीच उजवी आहेस.

"आणि हो, एकदा तुझ्या धाकट्यानं मला बकाबका खाताना पाहिलं. तो कुणा मित्राबरोबर थम्स-अप् पीत होता. मला पाहून तो दचकला. तट्‌दिशी उठला. मी ओळख देईन, याची धास्ती वाटली बापड्याला. माझ्यासारख्या कळिंद्र बाईला नाती नसतात. तो तर मैत्रिणीचा मुलगा. त्या ओळखीचा डाग कशाला लावू? पण दयाबुद्धीनं त्यानं माझे पैसे भरले. काऊंटरवरच्या मॅनेजरला सांगितलं, 'त्या बाईला पोटभर जेवू घाला.' समोरच्या आरशात दिसलं मला. मी तृप्तीनं जेवले.

"एक सांगू? तो तुझ्यासारखा दांभिक नाही. उपकाराचा टेंभा नाही मिरवला आणि खोटं हसून नातंही नाही दाखवलं. तुझी मैत्रीण, एवढंच त्याला माहिती. काही का असेना, तुझ्या पोरानं मला जेवू घातलं. त्याची ही कृतज्ञ फेड. तुला सुचत नसताना खाद्य पुरवायला आले. मी पोटानं उपाशी, तू विचारानं!

"तुला कथा लिहायचीच ना? मी तुझ्याकडे यायची तेव्हा तू नेहमी म्हणायचीस, 'कल्पे, मला तुझी कहाणी सांग, तुझ्या आयुष्यावर मी लिहीन.'..."

"अरे, म्हणजे तू कल्पलता कोटीभास्कर?"

"इतका वेळ लागला लक्षात यायला? तर, तू अनेकदा म्हणायचीस, 'मला तुझ्यावर कादंबरी लिहायचीय. किती विचित्र आणि विलक्षण आयुष्य आहे तुझं! एक तीन-चार महिने तू रोज ये. बोल, मी लिहीन. इथेच जेव, चहा घे. कादंबरी लिहून झाली की पैसे पण देईन.'

“पैसा! माणसाला कुठच्या कुठे नेणारा. मी तर दळिद्री होतेच. तू मला जेवणाचं आमिष दाखवलंस. पैशाचं प्रलोभन! पण मी बधले नाही.

“मला औदार्य दाखवून तू पैसे आणि कीर्ती मिळवणार होतीस. मला ते होऊ द्यायचं नव्हतं.”

“अगं, पण–”

“थांब, मधे बोलू नकोस. मला पुरतं बोलू दे. मी तेव्हा मनुष्यकोटीतली होते. राग-लोभ-द्वेष-मद-मत्सर यांनी परिपूर्ण. तू सौदा करणार होतीस, पण उघडपणे स्वत:कडे थोरपणा घेऊन.”

“पण मी तुला मोबदला देणार होते.”

“मोबदला? हुं:! तू माझ्या आयुष्याची लक्तरं वेशीवर टांगून स्वत: प्रतिभावंत म्हणून मिरवणार होतीस. तू माझ्यावर दया करून स्वत:चा फायदा साधणार होतीस.”

“किती विकृत विचार आहेत तुझे! तुझ्यासाठी काही केलं; तर दया, सहानुभूती अशा चिठ्ठ्या डकवतेस? दुसऱ्याला स्वार्थी ठरवतेस? आणि काही केलं नाही तर दुसऱ्याला क्रूर, निर्दयी ठरवतेस? अशी कशी गं तू?”

“मी तशीच होते. पण आता तशी नाही. कारण आता मी मनुष्यकोटीतून पार पडले आहे. त्यामुळंच तुझ्या मनात शिरून तुझ्या इच्छांचा मी वेध घेते आहे. तुझ्यासारख्यांच्या मनात शिरून तुमच्या अस्सल रूपाचा शोध घेत आहे. या क्षणाला विचारशील तर, मी तुझ्यावर दया करते आहे.”

“या जगात प्रकट रूपात न वावरणारी तू– माझ्यावर दया करतेस? मेलीस तरी तुझी किडकी वृत्ती जात नाही.”

“मी मेले नाहीय नीरू, मी देहत्याग करून सूक्ष्म रूपानं तुझ्या मनात शिरलेय. तुला विषय सुचत नव्हता. त्यामुळे मी ठरवलं– माझं मानवी आयुष्य कसं गेलं, ते तुला सांगावं. लिही. भरपूर पैसा, कीर्ती मिळव. मला त्यातलं काहीच नकोय. देह नसल्यानं मला आता लोभही नाही.”

“तर मग, हा सगळा खटाटोप कशासाठी केलास?”

“सांगितलं ना– तुझ्या घरचं अन्न खाल्लंय, त्याची कृतज्ञ जाण ठेवून आलेय.”

“ठीक. आलीयस, तर बस. पाणी देऊ?”

मला हसण्याचा आवाज आला. मी वैतागले. “पाणी हा विनोदी शब्द आहे? हसतेस काय?”

"तू विसरतेस की, मी माणूस नाही. मला स्वतंत्र असे अवयव कुठं आहेत? मी फक्त सावली आहे. पण तू मला सावली न म्हणता 'इच्छाशक्ती' म्हण. आणि हेही लक्षात घे– मी बसू नाही शकत. उभी राहूनच बोलेन."

"बोल, सावकाशीनं सगळं सांग. पण आधी सांग, तू मेलीस कशी?"

"सांगितलं ना, मी देहत्याग केला म्हणून. मेल्यावर माणसाची रक्षा होते. मी इच्छारूपानं वावरते आहे. जिथं हवं तिथं, हवं तेव्हा. इच्छा असेल तरच त्या व्यक्तीला मी दिसू शकते, त्याच्याशीच बोलू शकते.

"तर... मी देहत्याग का केला? सोपं आहे! भुकेली होते. काही करण्याचं त्राण नव्हतं. माझ्या आजूबाजूच्यांना, नातेवाइकांना माझ्या मरण्यात इंटरेस्ट होता. अगं, त्यांना माझी जागा बळकावायची होती. खरं तर त्यांनी मला कोंडलं गं! घरातल्या तांदळात, डाळीत खडे मिसळून ठेवले. साखरेत, गुळात पाणी घालून ठेवलं. मर्डर! कोल्ड ब्लडेड मर्डर! प्री-प्लान्ड मर्डर! माझी १० बाय १२ ची खोली म्हणजे सोन्याचं अंडं. फुकटम फाकट ३-४ लाख रुपये मिळणार ना! त्यावर सगळ्यांची नजर.

"तू एकटी वेगळी होतीस. तुला कळतं तर नीरू, तू मला पाणी पाजलं असतंस. घरून डबा आणून जेवू घातलं असतंस. तू, फक्त तूच! तीन दिवस अन्न-पाण्यावाचून तडफडत होते. ते सगळे खिडकीच्या गजाला तोंड लावून बघत होते. एकमेकांशी बोलत होते– अजून आहे?...

"तर काय! तो येईल ताबा घ्यायला... कळवायचं कशाला? आपण आपलं लॉक लावायचं! अरे, पण तिला मरू दे ना!

"तुझी आण सांगते– तडफडले, पण त्यांच्या पुढे हात पसरले नाहीत. तसाच देह ठेवला....

"आता गम्मत सांगते. ते सगळेच चाळकरी एकमेकांची डोकी फोडतायत. सगळे आते-मामे-मावस हक्क सांगतायत. मला घराबाहेर काढलं, तेव्हा सर्वांची दारं वाजवली होती मी.

"अगं, फिल्ममधली बाई म्हणजे बदनाम. हे सगळे संभावित. बायकांना डोळ्यांनी खाणारे. चोरून...." ती पुन्हा हसली. "तुला तसे शब्द आवडणार नाहीत, पण तू समजून घे. नीरू, तुझ्या गळ्याशपथ गं, मी कुणाला हात-बोट लावू दिलं नाही– नवऱ्यालासुद्धा. पवित्र राहिले.... हे सगळं आज तुला सांगतेय. तू माझी आठवण काढायचीस. कळायचं मला. म्हणायचीस, 'कुठं गेली ही? येत का नाही? दोन महिने उलटले.' आठवण काढणारी तू एकटीच. एकदा तर

म्हणालीस, 'कुठे रस्त्याच्या कडेला भुकेनं तडफडून तर मेली नसेल?' यावर
मी पोटात तुटून ओक्साबोक्शी रडले. कोण कुणासाठी असं जीव लावत नाही
गं! तुझ्या या मुलखावेगळ्या स्वभावामुळंच आज आले. आता पुन्हा अशीच
येईन. आता उजाडेल. मला प्रकाशाचं वावडं आहे. बाय-बाय नीरू....!''

ती गेली– अचानक आली तशीच. डोळे जड झाले होते, पण झोप येत
नव्हती. येणार कशी? कल्पा अचानक का येईनाशी झाली याचं उत्तर मिळालं,
पण ती मुक्त झाली नव्हती; इच्छारूपानं वावरत होती. किती किती प्रकारे ती
मला भेटली होती....

पहिली भेट झाली ती प्रोफेसर्स रूममध्ये. ज्युनिअरच्या विद्यार्थ्यांनी आम्हा
सिनिअर्सना निरोप दिला, तेव्हा. त्या लंबगोलाकृती टेबलच्या मध्यभागी एका
बाजूला मी, दुसऱ्या बाजूला ती. मी म्हणजे खादीची– पांढरी साडी, एक शेपटा
आणि मोठं कुंकू. कॉलेजची पोरं म्हणायची, ''अ लेडी इन व्हाईट.'' आणि ती–
''अ लेडी इन कलर्स.''

तिची एन्ट्रीच मुळी टक् टक् सॅण्डल्स वाजवत झाली. लयबद्ध चाल.
चेहऱ्यावर जग जिंकल्याचा उन्माद. मी तिच्याकडे बघून हसले. तिनं फक्त
दखल घेतली. प्राध्यापकांनी माझी ओळख करून दिली. आता ती ओळखीचं
हसली. मी फक्त पाहिलं, हसले नाही. त्या समारंभात ती कुठलंसं बंगाली गाणं
गायली. उंच स्वरात. गोड.

परतताना मला गाठून म्हणाली, ''माझं गाणं आवडलं?''

''गाणंच आवडलं. परमेश्वरानं तुला 'आवाज' दिलाय.'' तिनं माझा हात
आवेगानं दाबला आणि तरंगत बाहेर पडली.

त्यानंतर तब्बल वीस वर्षांनी ती एका थिएटरबाहेर भेटली. 'वासुदेव
बळवन्त'चा एकच शो होता. मला तो पाहायचाच होता. पिक्चर हाऊसफुल
होता. काय करावं, कळेना. एवढ्यात कुणी तरी पाठीवर हात ठेवला. मी दचकून
मागं पाहिलं. ''पाच का दस–''

अरे– ही तर...? ती हसली. ''तिकीट हवंय ना? चल– माझ्याकडे दोन
पासेस आहेत.''

''तू कल्पलता कोटीभास्कर?''

''हो गं बाई!''

''मग तू अशी–?''

"हो, मी बदललेय. तो मोठा इतिहास आहे. बोलू मग. चल–"

तिनं मला ओढतच आत नेलं. मग मी तिला विसरले. मला विसरले. विश्वास कुंटेनी उभा केलेला वासुदेव बळवन्त अंधारात पाहत राहिले, त्यातच हरवले.

डोळे पुसत दोघी बाहेर आलो. न बोलता चालत राहिलो. कोपऱ्यावर एक लस्सी मागवली. मी तिला निरखतच होते. माणूस बदलतो तो एवढा आणि असा? ती हडकली होती. साडी कळाहीन, जीर्ण होती. तिचं दारिद्र्य तिचा चेहरा सांगत होता.

"कशी आहेस?" काही तरी बोलायला हवं म्हणून मी विचारलं.

"मजेत." मी फक्त तिच्याकडे पाहिलं. ती गडबडून म्हणाली,

"म्हणजे तू तेव्हाशी तुलना करू नकोस. तेव्हा कसे गं आपण फ्री बर्ड्स होतो. स्वत:चा बंगला, नोकर, ॲण्ड ऑल दॅट.... सॉरी. म्हणजे आम्हा फिल्मवाल्यांना तुमच्यासारखं प्योर मराठी नाही बोलता येत."

"म्हणजे, तू बोलपटात कामं करतेस?"

"काम? ओऽ नो. म्हणजे तसं काय गं, मला ऑफर्स होत्या. पण मी आधीच ठरवलं होतं–"

"काय?"

"दोन वर्षं हृषीदांकडे थर्ड असिस्टंट म्हणून काम केलं. एक्स्पिरियन्ससाठी गं! हृषीदा म्हणजे काय– ग्रेट!

"दादा माणूस! आता मी बापूंकडे आहे."

"बापू कोण?"

"अगं, शान्तारामबापू!"

"पैसे मिळतात?"

"शिट्! कसला विचार करतेस? तुला साहित्यात पैसे मिळतात? नुसतं नाव. म्हणजे मी साहित्यिकांना कमी लेखत नाही गं, पण दारिद्र्याची झोळी."

"तू पोटा-पाण्याचं काय करतेस?" मी मूळ विषयाला भिडले.

"तशी अगं, गोदरेजमध्ये काम करत होते. फिल्म फेस्टिव्हल लागलं. म्हटलं, पंधरा दिवस रजा हवीय. साला देईना गं. साधी पंधराशे रुपड्यांची नोकरी. मारली लाथ! म्हटलं, आय् केअर अ हँग. आणि गेले फेस्टिव्हलला."

"चांगलं केलंस. आता काय करतेस सध्या?"

"ट्युशन्स करतेय. आणि बी.टी. पण."

"तुला आणखी लस्सी मागवू?"

"मागव. अगं, आज जेवायला वेळच मिळाला नाही. सचिवालयात गेले होते–" मी काय ते समजले. ती उपाशीच असावी. वाईट वाटलं. "घरी कोण कोण असतं?"

"कोणच नाही. मी एकटी."

"म्हणजे?"

"म्हणजे आता कुठून सांगू? बोलू सावकाशीनं."

पण सावकाशीनं कधी भेटलीच नाही. आणि एकदा अचानक उगवली. माझ्या हातात दोन वाळके पेढे देत म्हणाली, "मी बी. टी. फर्स्ट क्लासमधे पास झाले. अगं, आनंद साजरा करावा, असं कुणीच नाही. तुला आनंद होईल म्हणून पेढे घेऊन आले. दोन मी खाल्ले, दोन तुला. एक तू खा, एक तुझ्या मुलाला दे. नवऱ्याला देऊ नकोस. तो माझ्याकडे रागानं बघतो. गरीब असणं हा काय गुन्हा आहे? मी त्याचे चार चव्वल खाते थोडेच? म्हणजे, तुझे खाते गं! पण–"

"हळू बोल."

ती तुटून पडून जेवली. ताट पुसून-पुसून चाटत होती. मला कळमळलं. मी ताट आत नेऊन ठेवलं.

ती पुन्हा एकदा आली, ती फाटक्या पिशवीत कसलं-कसलं सामान घेऊन.

"अगं, या वेळी? रात्रीचे नऊ वाजलेत."

"वाजेनात. मी एक-एक वाजतादेखील घरी जाते. कुणाची शामत नाही हात लावायची." मी तिच्याकडे पाहिलं. केसांच्या जटा, गालफडं बसलेली, डोळे खोल गेलेले. कुठल्या तरी साडीवर कुठला तरी ब्लाऊज. तिची दशा-दशा झाली होती. रूप भयावह होतं. कोण आणि कशाला बघणार तिच्याकडे?

ती आधी घटाघटा पाणी प्यायली. मग म्हणाली, "एक शाळेत नोकरी धरली. ती हेडबाई म्हणाली, 'तुम्ही नेटक्या होऊन या. मुलांपुढे असं वाईट दिसतं.' नेटक्या म्हणजे गं काय? हे लोंबते इअररिंग्ज, रूज, लिपस्टिक– हे सगळं आमच्या लाईनमधलं मस्टच असतं गं. मी सांगितलं, हे मी बदलणार नाही. आणि दोन महिने पगार मिळाला की घेईन ना चांगल्या साड्या. तर, तिनं मला घरी पाठवलं. म्हटलं, गेली उडत! आता मी बिझिनेस सुरू केलाय. उदबत्त्या, मेणबत्त्या, पावडर, सोप– झालं तर सेंट्स. तुला काय देऊ? काही

तरी घे.''

"हे बघ कल्पा– तुझं प्रत्येक एक-एक सँपल ठेव. काय झालं, ते बिल सांग.'' तिनं भराभरा वस्तू काढल्या. कागदावर हिशेब मांडू लागली. "मला बिल नको गं, फक्त पैसे सांग.'' मी पैसे दिले. पोळी-भाजी बांधून पण दिली. ती कृतज्ञतेनं म्हणाली, "बरं झालं, उद्या दुपारची वेळ भागली. म्हणजे, आहे गं सगळं... मला करायचा कंटाळा येतो.''

तिचे दारिद्र्याचे दशावतार मी पाहतच होते. शेवटी म्हटलं, "कल्पा, तू माझ्याकडे ३-४ महिने ये. इथेच जेव. दुपारी विश्रांती घे. संध्याकाळी डबा घेऊन जा. फक्त तुझी कहाणी सांग. कादंबरी पूर्ण झाली की, मी तुला पैसे देईन.''

ती चट्कन उठली. म्हणाली, "आपण सवडीनं ठरवू.'' पण तिला सवड झालीच नाही. मी तिची वाट बघत होते. प्रथम कादंबरीसाठी, पण मग काळजीनं.

ही बंगल्यात, श्रीमंतीत वाढलेली पोर. एम. ए., बी. टी. झालेली. त्या काळी पंधराशेची नोकरी होती, ती घालवून बसली. अन्नाला महाग झाली. डोक्यात फिल्मचं भन्नाट वेड. आता तिचं काय झालं असेल? कुठं गेली असेल? मेली की काय? एकटी.... एकाकी.

मध्यंतरी दोन वर्षे उलटली. पुन्हा एका रात्री वारा पिसाटला होता. पावसाचा धांगडधिंगा मनाचा थरकाप उडवत होता. झाडाच्या फांद्या जमिनीकडे लवत होत्या आणि पुन्हा उफाळून झिंज्या फिसकारल्यासारख्या वर उठत होत्या. काटे बाराकडे सरकत होते. सरकले अन् तिथंच स्थिर झाले. दिवे विझले. मला काही तरी विचित्र वाटलं. मी खिडकी उघडली. उजेडाची एक तिरपी रेष आत शिरली आणि त्याच वेळी बंद दाराची कडी किंचित वाजली. मी दचकून पाहिलं.

होय, ती पांढरी सावली हळूहळू आत सरकत होती! मी पहिल्याइतकी घाबरले नाही. फक्त नजर स्थिर केली. ती कल्पाचीच सावली होती– पांढरी.

"ये.''

"आज मी पटपट बोलते. तू ऐक. अनेक फेऱ्या पूर्ण करून मला यावं लागतं. तो क्षण पकडावा लागतो. आता फार थोडाच काळ माझ्या हाताशी आहे. तू कथा पूर्ण केलीस?''

"नाही. तू कुठे काय सांगितलंस? मला तुझं मरण कळलं; लांबलचक आयुष्याचा इतिहास नाही कळला.''

"सांगते. लांबलचक काही नाही. जे आहे, ते अन्‌युज्वल आहे. बरोबर-

चूक, चांगलं-वाईट तू ठरवायचंस. तर मी एका सधन कुटुंबातली, सुसंस्कृत घरातील धाकटी मुलगी. अशा घरातल्या मुली कशा असतात, तशीच मी होते. थोडी लाडावलेली, बरीच हट्टी, स्वत:चंच खरं करणारी... पण हुशार. व्यवहाराचं फारसं ज्ञान नसलं तरी जे ज्ञान मिळालं, ते आत्मसात करणारी. कॉलेजात तू मला पाहिलं होतंस.''

''होय. नुसतंच पाहिलं आणि तेवढ्यावरूनही तुला जाणलं. माझे सगळेच अंदाज खरे ठरले. पण तुझ्या दुर्दैवाची कहाणी मी समजू शकले नाही.''

''एम. ए. झाल्यावर वडिलांनी मला नोकरीला चिकटवलं. माझ्या डोक्यात फिल्म इंडस्ट्री, बंगाली डिरेक्टर्स. वडलांना स्वच्छ सांगितलं, 'मी सिनेमा क्षेत्रात जाणार.' ते रागावले गं...

म्हणाले, ''आणि काय करणार? आमच्या अब्रूचे धिंडवडे काढणार?''

''त्या लाईनमधले सगळे काय घाणेरडे लोक असतात?''

''ते पीतांबर नेसून देवपूजा करत असतील. आपल्याला करायचंय काय? तू हे वेड डोक्यातून काढून टाक.''

''हे वेड नाही पपा, हे माझं स्वप्न आहे. समजायला लागल्यापासून-''

''तुला समजत असतं, तर अशी बेअक्कलसारखी बोलली नसतीस.''

''पपा, मी विचार करून बोलते. आणि मी जे ठरवते, तेच बोलते. जे बोलते- तशीच वागते.''

''यू शट् अप- प्लीज ऽऽ शट् अप.''

''तुम्ही माझं तोंड बंद कराल, वागणं माझ्या हातात आहे ना!'' पपा तिरमिरीत उठले आणि खाडकन् माझ्या मुस्काटात ठेवून दिली. ''मारा, ठार मारा ऽऽ पण सांगून ठेवते- मी फिल्म लाईनमधेच जाणार.''

''तर मग तू मला मेलीस आणि मी तुला मेलो. चल, चालती हो या घरातून-''

''आणि मी घराबाहेर पडले. नीरू, घराबाहेर पडणं म्हणजे काय, याचा अर्थ मला तेव्हा कळला. किती उबदार सुरक्षित कवचात असतो आपण! सगळं क्षणात संपलं गं. जाऊन लेडीज होस्टेलमधे राहिले. बहिणीनं शोध घेऊन कपडे आणून दिले. पण सगळं चोरून. कुणी फिरकलं नाही- जगलेय की मेलेय बघायला. तुला नवल वाटेल, मलाही त्या घरी परत जावंसं वाटलं नाही. हात पसरणं माझ्या रक्तातच नव्हतं.

''मग कळलं की, बाबा हार्ट ॲटॅकनं गेले. आईला भेटायला गेले. ती

बाहेर आलीच नाही. म्हणाली, 'तुझ्यामुळे माझं कुंकू पुसलं; आता तुझं तोंड बघायचीही इच्छा नाही. जा–'

"आता खऱ्या अर्थी माझं नातं संपलं, आधार गेला. कुठे तरी मनात वाटायचं गं, पण तेही संपलं.

"मी हृषीदांपुढे जाऊन उभी राहिले. म्हटलं, 'मला शिकायचंय.' त्यांना सगळं खरं-खरं सांगितलं. मग त्यांच्याकडे जात राहिले. दिग्दर्शनातले बारकावे शिकत गेले. खरं तर त्या तीन वर्षांत मला फिल्म इंडस्ट्रीची ओळख झाली. लक्षात आलं– आणखी दहा वर्षं इथं राहिले, तरी अधिकारपद मिळणार नाही."

"लग्न केलं नाहीस?"

"केलं. तो एक खेळच झाला आयुष्याचा. जागा शोधत होते. त्याच ऑफिसमध्ये एकाशी ओळख झाली. चांगला होता गं! दिसायला, वागायला, बोलायला खूपच चांगला. तो ज्योतिष बघत होता. माझा हात बघितला. मग फेस-रीडिंग केलं आणि गप्पच बसला. म्हणाला, 'वेळ आली की सांगेन.'

"म्हटलं, वेळ केव्हा येणार? आणि तुम्ही कुठे भेटणार?

" तर म्हणाला, नक्कीच भेटू. पण गम्मत अशी की– तो कुठं कुठं भेटतच गेला. ओळख वाढत गेली. आम्ही लग्न करायचं ठरवलं. मग म्हणाला, आता वेळ आलीय, सांगतो. आपण लग्न करणार आहोत, पण मूल होऊ द्यायचं नाही."

"म्हणजे?"

"म्हणजे, तू सहा महिन्यांत विधवा होणार आहेस. माझं आयुष्य तेवढंच आहे."

"तुला काही आजार–

"काहीही नाही. माझ्या आणि तुझ्या हातावरच्या रेषा ते स्पष्ट सांगतायत. तुला जागेची गरज आहे. मी माझी खोली तुझ्या नावावर करतो. निदान तुझी वणवण तरी थांबेल.

"मी हसले. मनात म्हटलं, वेड्यासारखं काही तरी बोलतोय. अगदी चांगला हेल्दी, तरुण मुलगा; पण त्यानं सगळं झटपट केलं. आम्ही रजिस्टर लग्न केलं. जागा, बँक अकाउंट सगळं माझ्या नावावर. पण मी एवढी सिरीयस नव्हते गं. आणि काय सांगू नीरू, एक दिवस बाहेरून आले तर.... अगं, मेलाच तो. सिव्हिअर हार्ट ॲटॅक! सगळं संपलं गं....

"मी पुन्हा फिल्म लाईनमध्ये गुंतवलं स्वतःला. बी.टी. पण जॉईन केलं.

बापूंकडे जायला लागले. थोडे पैसे मिळायचे, पण पुरायचे नाहीत. हाल व्हायला लागले.

"कधी कधी वाटायचं– का मेला असेल तो? मरणाचं दु:ख मला समजावं, म्हणून? पण माझ्या डोक्यावर छप्पर देऊन गेला."

आता ती सावली गदगदत होती. ती रडत असावी. मी गप्पच होते. मग म्हणाली, "बापूंकडून बाहेर पडले. मला स्वत:चं पिक्चर काढायचं होतं. पडद्यावर नाव झळकलेलं पाहायचं होतं–

"दिग्दर्शक– व्ही. शांताराम...

"तसं– दिग्दर्शक कल्पलता कोटीभास्कर–"

"नाव बदललं नाहीस तू?"

"बदललं ना! पण फिल्मसाठी तेच ठेवलं होतं. आता काय– तेच राहिलं शेवटी. खूप हाल काढले गं! किती दारं ठोठावली... शाळा, कॉलेज, ट्युशन्स– कुठं म्हणून थारा नाही. मी सांगायची, 'माझा लेसन ऑब्झर्व्ह करा, मग नोकरीवर ठेवा.' तर म्हणे, 'तुमचा अॅपिअरन्स सूट होत नाही.' फिल्मी साले! आम्ही सरळ तोंड रंगवणाऱ्यांच्या जगातले आहोत. पण तुम्ही? तुम्हालाही रंगरंगोटी महत्त्वाची वाटते? नोकरी नाही– पैसा नाही– तर सांग, फिल्म कशी काढू?"

"जळ्ळं लक्षण! आयुष्याची राखरांगोळी झाली, तरी तुझं फिल्मचं खूळ डोक्यातून जात नाही."

"ते खूळ नव्हतं नीरू, माझं स्वप्न होतं गं! मला ते प्रत्यक्षात आणायचं होतं. फिल्म क्रिटिक म्हणून इंग्लिश पेपरला लिहायची– तेही टोपण नावानं. पैसे मिळायचे गं, पण ते लोक पण सांगायचे, 'ऑफिसला कशाला येता? आर्टिकल पोस्ट करा.' इथून-तिथून सगळे नकली. मुखवटेवाले.

"पण सांगते नीरू, त्या झगमगाटाच्या जगात फिरूनही मी कधी शील विकलं नाही. आता अशी झाले गं, पण तरुणपणी तू पाहिलं होतंस. पैसा नाही, सत्ता नाही, घर नाही, आपलं म्हणावं असं कुणी नाही. गेले, तेव्हा रडायलाही कुणी नव्हतं. तू रडली असतीस.... अगं, तू आत्ता रडतेस? रड, पोटभर रड. माझ्या दु:खासाठी रड, पांढऱ्या कपाळासाठी रड; म्हणजे तू माझ्यावर आतड्यानं लिहिशील. पण खबरदार, माझ्या फिल्मच्या वेडासाठी हळहळशील तर! माझं ते स्वप्न खरं होणार आहे."

"अगं, तू... तू खरोखर वेडी तर नाहीस? तुला देह नाही, अस्तित्व नाही; तरी–"

"हो, तरीसुद्धा! एखादा कुणी माझ्यासारखाच झपाटलेला असेल, त्याच्या अंतरात्म्यात मी शिरेन; माझ्या इच्छाशक्तीच्या बळावर! तू बघशील. कधी तरी– माझ्या आयुष्याची फिल्म!"

सावली दाराकडे सरकली. आवाज थांबला. दार हलल्यागत वाटलं. बंद झालं. ती कधी येईल, म्हणून मी खूप वाट पाहिली. पण ती फिरकलीच नाही.

सिनेमाची मासिकं, पाक्षिकं चाळण्याचं मला नंतर वेडच लागलं. परीक्षणं न चुकता नजरेखालून घालू लागले. पण तसे साधर्म्य असणारं पिक्चर कुठं दिसतंच नव्हतं.

आता मला वाटायला लागलंय, आपणच एखादं पिक्चर काढलं तर? दिग्दर्शिका–

'कल्पलता कोटीभास्कर.'

...मी पैसे जमवते आहे.

* * *

१५. राष्ट्रपती, तुम्हारा तो जबाब नहीं!

विद्यानं रिसिव्हर उचलला. भाऊ बोलत होता. बहुतेक शनिवारी त्याचा फोन यायचा. मग आज मधेच कसा काय?

"तुला वेळ आहे का आज?" त्यानं विचारलं.

"अरे भाऊ, असं का विचारतोस? बोल–"

"फोनवर नाही बोलता येणार; प्रत्यक्षच बोलायला हवं. तू घरी येतेस, की मी येऊ तुझ्याकडे?"

"तू ये ना. केव्हा येतोस?"

"संध्याकाळी ४-४॥ ला येतो, म्हणजे तू एकटीच भेटशील."

"ये. मी वाट बघतेय." विद्यानं फोन खाली ठेवला खरा, पण ती आतून खूप अस्वस्थ झाली. काय बोलायचंय भाऊला? घरात काही नवं भांडण? जावा-जावांच्या कुरबुरी नव्या नव्हत्या. दोघंही भाऊ त्यात लक्ष घालत नव्हते. "तुम्ही एकमेकींची डोकी फोडा हवी तर, आमच्यापर्यंत आणू नका", असं सांगून मोकळे झाले होते. सासवा-सुनांची वादावादीही नवी नव्हती. "रडा जावा तिकडं. शिंची भांडणं काही संपत नाहीत. अशा आवेशात तंटत असतात की वाटतं, पानिपताच्या लढाईत हेच तोफखाने पाठवले असते, तर शत्रूपक्षानं 'घालीन लोटांगण–' म्हणत तिथंच शरणागती पत्करली असती!" बाबा वैतागून बोलायचे.

"घ्या, सुनांची बाजू घ्या. शेवटी मीच वाईट, मीच तोंडाळ."

"मी तुला एकटीला बोललो का?"

"पण माझ्यावर ठेपर का ठेवता? त्या दोघी कशा वागतात, बघताय ना?"

"वागू देत. आपण गप्प बसावं."

"बरोबर. आपण गप्प बसावं, आपण सहन करावं; आणि त्यांनी काय करावं? आई होत्या, तेव्हा लहान म्हणून मी गप्प राहायची आणि या लहान,

म्हणून मीच गप्प राहायचं. सांगते ना, कुठून लग्न केलं या माणसाशी...''

"शेवटी सगळं आपल्या लग्नाशी येऊन ठेपलं का? आता ५० वर्षे झाली लग्नाला. कुठून लग्न केलं वगैरे ऐतिहासिक गोष्टी आता कुठून उकरून काढता? आपलं लग्न या विषयावर आता परिसंवाद नको." यावर आईची धुसफूस, आदळ-आपट अन् सुनांची दोन दिशांना तोंडं. मग भाऊनं विद्याकडे जाऊन कथाकथन करणं– हे सगळं नेहमीचं.

भाऊ येईस्तो विद्याच्या जिवात जीव नव्हता. नेमकं काय झालं असेल? भाऊ फोनवर का बोलला नाही? या दोघींची भांडणं विकोपाला तर गेली नसतील? की, मनस्तापानं आईची तब्येत बिघडलीय? की, घराच्या वाटण्या......? छे:! हे फारच झालं. तिची सगळी दुपार काळजीत गेली. भाऊ चार वाजता येणार म्हणजे तीन वाजताच ऑफिसातून निघाला असणार. घड्याळाकडे पाहत ती येरझारा घालत राहिली.

बरोबर ४ वाजता दाराची घंटी वाजली. तिनं धपापत्या उरानं दार उघडलं. "गुड आफ्टर नून मॅडम!" कपाळावरच्या आठ्या सौम्य करत तिनं विचारलं, "काय पाहिजे?"

"मुझे कुच्छ नहीं चाहिये. ये फिनेल का नं.१ प्रॉडक्ट है. और आप के लिये ये खास ऑफर है. दो बॉटल के साथ एक खूबसुरत ग्लास प्रेझेंट."

"दोन बाटल्या घेऊन काय बिल्डिंग धुऊन काढू?"

"थँक्यू मॅम! आप पूरा बिल्डिंग का कान्ट्रॅक्ट दे रहीं है?"

"डोंबल तुझं!"

"ओ ऽ क्या होता है?"

"छे:! उच्छाद मांडतात ही पोरं. पोटासाठी येतात, पण एक जण मराठीत बोलेल तर शपथ!"

"मै समझा नही."

"कितना बरस हुआ बम्बै में आकर?"

"तीन बरस."

"तीन बरस में मराठी शिक्या नहीं? तो कागद-पेन्सील लेके आव– हम शिकवता है. डोंबल या ने कि, डों-ब-ल! अभी जाव! कटकट मत करो." विद्यानं धाड्कन दार बंद केलं. पाचच मिनिटांत पुन्हा बेल! विद्यानं खाट्कन दार उघडलं आणि वरच्या पट्टीत ओरडली, "हमे फिनेल, रॉकेल, पेट्रोल कुच्छ नही चाहिये. और..." ती एकदम गप्प झाली. "भाऊ! अरे, तू? मला वाटलं, तो–"

"फिरता विक्रेता. तुम्ही बायका ना, स्वत: श्वास घेत नाही आणि दुसऱ्याला श्वास सोडू देत नाही. एकदम धडाड् धोम!"

"अरे, तसं नव्हे भाऊ. हे विक्रेते नको तेव्हा येतात. मी माझ्या घोरात आणि–"

"तुला काय झालं आता?"

"मला काही झालं नाही रे... पण तुला काही तरी झालंय ना, त्या काळजीनं मलाच काही तरी व्हायला लागलं."

"बरं, मी आत येऊ?"

"ये, ये. आणि पटपट सांग काय झालं ते."

"तू नेहमीच अशी घोड्यावर बसलेली कशी गं? मी एवढा दमून आलोय; पाणी तरी देशील?"

"पाणीच काय, चहा-कॉफी-सरबत... सगळं देते. आधी सांग–"

"मी काहीही सांगत नाही, मला आधी पाणी दे. घशाला कोरड पडलीय माझ्या." विद्यानं लगेच तांब्या-भांडं आणून त्याच्यापुढे ठेवलं. "माठातलं पाणी आहे. चालेल ना?"

"मला अरबी समुद्रातलं पाणी पण चालेल, पण दे." भाऊ शांतपणे पाणी पीत होता. विद्या अस्वस्थ. हा लवकर प्यायला तर बरं, असा चेहरा.

"अगं, काल मी ऑफिसमधून घरी आलो, तर घरात स्मशानशांतता."

"का? आईची तब्येत बरी आहे ना?"

"हो, अगदी ठणठणीत आहे. आई-बाबा व सर्व कुटुम्बीय आरोग्यसंपन्न जीवन जगताहेत. आणि ऐक, मी बोलताना मधे-मधे पचपच करायची नाही. प्रश्न मग विचारायचे."

"तू म्हणजे, अगदी काच आणतोस. इकडे माझं बी. पी. वाढलंय."

"बोलू नको का मग?"

"बोल बाबा एकदाचा."

"मग एकदम शांत हो. तिकडे घरात सर्वांचं बी. पी. वाढलंय, पल्स रेट हाय गेलाय."

"अरे, पण का?"

"तेच सांगतो ना! काल मी ऑफीसमधून–"

"ते कळलं. स्मशानशान्तता– इथपर्यंत आपण आलो होतो. आता पुढचं सांग."

"हं! तर मला प्रश्न पडला, नेमकं घडलंय काय? बाबा पेपर पाठ करत होते, आई रवा भाजत होती. सुना अद्याप घरी आल्या नव्हत्या. ही दोघं घरात भांडत असली ना, तरी बिघडत नाही. घर जागतं असतं. इथं काय– पानं उलटल्याचा हॉलमधे आवाज आणि स्वयंपाकघरातून कालथ्याचा आवाज. मी आलो-नाही याची कुणाला पर्वाच नाही. जाम चिडलो. अरे, हे काय घर आहे? मोठ्याने ओरडलो, 'मी आलोयऽऽ' आई आणखी वरच्या पट्टीत म्हणाली, 'थांब, आरती आणते ओवाळायला.'

"हा सगळा वृतान्त मग सांग. आधी काय नेमकं घडलं–"

"तुला एकदम नाटकाचा उत्कर्षबिंदू हवा. तसं नाही सांगता येत. नांदीपासून सुरवात करावी लागते."

"तू काही गंभीरपणानं सांगणार आहेस, की नुसती मजा करतोयस?"

"विद्या... अगं, काही तरी गंभीर घडलंय, म्हणूनच आलोय."

"मग बोल बाबा एकदाचा."

"घरातल्या या दोन्ही कडक लक्ष्म्या हल्ली एवढ्या भांडतायत की, आम्हा चौघांना त्यांनी सळो की पळो करून सोडलंय."

"मग तुम्ही काय बांगड्या भरल्यायत?"

"आम्ही काय दांडपट्टा खेळायचा, की लाठी चार्ज करायचा? लोकांना फुकटची करमणूक हवीच असते. त्या दोघींनी ताळतंत्रं सोडलंय म्हणून आम्ही पण–"

"आई काय म्हणतीय?"

"म्हणणार काय? ऐकतेय-ऐकतेय आणि अति झालं की, एक सिक्सर ठेवून देते. मग रडारड, नदीला पूर. हा प्रकार बघून बाबा आईला ओरडणार. मग आईची रडण्याची पट्टी आणखी वरची– अपमान झाला म्हणून. दादा तर म्हणाला, मला तर संन्यास घ्यावासा वाटतो. मी सांगितलं– मी संन्यासबिन्यास घेणार नाही, एक दिवस गुपचूप पळून जाईन."

"अरे बाबा, यात नवीन काही नाही. मला हे सांग, मला एवढ्या तातडीनं का भेटायला आलास?"

"तेच सांगतो ना! अशा या धुमसत्या घरात कालपासून सायलेन्स झोन!"

"काल काय घडलं?"

"मला नेमकं ठाऊक नाही, पण त्या दोघींनी काही तरी निर्णायक तक्रार केलीय बाबांकडे. कालपासून कुणीच कुणाशी बोलत नाहीय. बाबा म्हणाले,

तायडीला आज घेऊनच ये. मला सगळा सोक्ष-मोक्ष लावायचा आहे, त्याला साक्षीदार हवा. म्हणून तुला घेऊन जायला मी आलोय. तू येतेस ना बरोबर?''

''यायला तर हवंच. पण नेमकी काय तक्रार आहे त्यांची? विभक्त व्हायचंय, की वाटा हवाय?''

''मला खरंच ठाऊक नाही विद्या. आज सगळ्यांसमोर गौप्यस्फोट व्हायचाय.''

''म्हणजे, तुला आणि दादाला काहीच कल्पना नाही? अरे, प्रेमविवाह ना तुमचे?''

''तिथंच तर घोडं पेंड खातंय ना! झक् मारली आणि या प्रेमाच्या फंदात पडलो. काय अक्कल होती गं तेव्हा? पोरगी गोड बोलतेय म्हटल्यावर पाघळलो; झालं! आता घरादाराला नाचवतायत दोघी. मला वाटतं, बाबांनी काही विचार केलाच असेल.''

''मी चहा आणते. तू घेईस्तो मी चट्‌कन आवरून येते. कॅसेट लावू का तोवर?''

''आता मीच गातो मोठ्यानं. आई शप्पत! वेडा होईन गं या भांडणापायी.''

दोघं मुकाटच घरात शिरली. विशेष म्हणजे, आज पूर्ण प्लाटून सज्ज होती घरात.

''तायडे, आलीस का? ये हो!'' बाबांचा आनंद त्यांच्या बोलण्यातून जाणवत होता.''

''अगं बाई, वन्सं आल्या का? बरं झालं आलात. बसा हं! मी सरबत आणते.'' धाकटी भावजय प्रेमानं म्हणाली. तेवढ्यात मोठी वहिनी पुढे होत म्हणाली, ''सरबत काय, मी पोहे करते पट्‌कन. दमला असाल ना प्रवासात?''

''दमायला काय, त्या दादरहून चालत नाही आल्या.'' धाकटी थोरलीला तोडत म्हणाली. लगेच थोरलीनं धाकटीचा पत्ता कट् केला, ''बसनं आलं तरी गर्दीचा त्रास होतोच. बाकी तुला काय कळणार म्हणा! सक्काळी ९ ला बाहेर पडायचं ते रात्री ९ ला यायचं– आयतं गिळायला.''

लगेच धाकटी म्हणाली, ''तुम्हाला काय कळणार पी. अे.ची कामं! जनरल नॉलेज कशाशी खातात, हे माहीत असेल तर ना! आरामात १०-१०॥ ला निघायचं आणि रात्री ८ पर्यंत आळस देत घरी. दिवसभर आपलं चाललंय, 'धागा धागा अखंड विणू या'– शिंपीणच ना शेवटी!''

''खबरदार शिंपीण म्हणून हिणवशील तर! स्मार्ट दिसायला शेवटी

शिंपिणीचेच पाय धरता ना? तरी बरं– सायबाच्या मागे शेपूट हलवत नाही हिंडत. आमचे आम्ही राजे. हाताखाली चार माणसं ठेवलीयत. उगाच नाही लोक 'लेडीज स्पेशलिस्ट' म्हणून ओळखत.'' थोरलीनं खुन्नस दिली.

लगेच धाकटीचं तडफदार उत्तर– ''पाटी आपणच लावायची. जागेकरता इंग्रजीत अर्ज करायचा होता, तर भाऊजींच्या नाकदुऱ्या काढाव्या लागल्या. आपण आपल्या सह्याजीराव.''

''माझ्याच नवऱ्याकडून लिहून घेतला ना? तुझ्या नवऱ्याचे नाही पाय धरले.''

ही जुगलबंदी चालू असताना आईनं आतून बशीत लाडू घालून आणला. प्रेमानं तिच्या केसांतून हात फिरवत म्हणाली, ''खा, निचिंतीनं. तुला आवडतो ना डिंकाचा लाडू?''

''होय आई. त्यातून तो तुझ्या हातचा– मग काय विचारता! पण काय गं, या दोघी अशाच कच्-कच् करतात दिवसभर?''

''बरं झालं प्रत्यक्षच ऐकलंस ते. एक शब्द खाली पडू देत नाहीत. आमच्यात नव्हतं बाई धाडस असं वडिलधाऱ्यांपुढं वचवच करायचं.''

''ऐकलंस ना सासूबाई काय म्हणाल्या ते!'' मोठीनं धाकटीची जागा दाखवून दिली.

''तुम्हीच ऐका. एवढं नाक वर करून बोलताय ते!'' धाकटीनं थोरलीचं माप काढलं.

''आपण नकटी ते नकटी; वर माझ्यावर जळते!'' थोरलीनं धाकटीचं नाक मुळासकट कापलं. मग धाकटी ऐकून घेणार थोडीच? ''तर-तर! तुमचं नाक म्हणजे पारसीकचा बोगदा. पसंतीच्या वेळी दादाभाओजी काय ढापणं लावून बसले होते की काय, म्हणते मी! शिवाय कलर में मार खाया, ते वेगळंच.''

''होय गं! तू म्हणजे केवड्याची पातच की नाही!''

''तुमची का जलन होते एवढी?'' –धाकटीचा ठसका.

''ए बायांनो, गप्प बसा बघू दोघी! कठीण आहे हो या घरात दिवस काढणं. माणूस वेडा होईल चार दिवसांत!'' विद्या मोठ्यानं खेकसली. दोघी जळफळत आपापल्या खोलीत गेल्या. ''शिव-शिव'' म्हणत बाबांनी डोक्याला हात लावला. दोघे भाऊ समोरच्या झाडाची पानं मोजण्यात गढून गेले होते. त्यांना काही ऐकू येत नव्हतं.

''हे असं द्वंद्वयुद्ध रोज चालतं का गं आई?''

''सारख्या धुमसत तर असतात. म्हणून दोघींना स्वयंपाकाच्या वेळा

ठरवून दिल्या. थोरलीनं सकाळचं सांभाळायचं आणि धाकटीनं संध्याकाळचा स्वयंपाक. आणि रविवार सकाळ-संध्याकाळ मी करायचा.''

"आणि या दोघी बसून खातात?"

"नाही गं, रविवारी सकाळी दोघी बेल वाटत हिंडतात आणि संध्याकाळी माहेरी जाऊन आईचे कान भरण्याचं सत्कार्य करतात.'' आईनं बातमीपत्र वाचलं.

"अहो राष्ट्रपती, तुम्ही जरा तोंडाला पलस्तर मारलंत, तर आम्हाला जगणं शक्य होईल. दोघींचा बाजा वाजतोच आहे, त्यात तुमचा पोलीस बँड नको!''

"ऐकलीस पिताजींची मुक्ताफळं? सतत मला निकालात काढायचं. आता दोघींच्या लाह्या फुटल्या, तेव्हा हे गौतम बुद्ध होऊन बसले होते. मी तोंड उघडलं की, मग मात्र लगेच माझा अपमान करायचा. खरंच तायडे, मी तुझ्या घरी येते राहायला.''

"अहो, ती बिचारी तिच्या घरी सुखानं नांदतेय, तिथं वणवा पेटवून येऊ नका.''

"बाबा-आई, तुम्ही दोघं कबड्डी खेळायचे थांबता का? विद्याला आज का बोलावलंत, ते सांगितलंत तर बरं होईल.'' भाऊनं मधे तोंड घातलं.

"हो, आता मूळ मुद्द्यालाच भिडतो. बरं का तायडे– काल या माझ्या दोन्ही सुनांनी मला पत्र लिहिलंय.''

"काय? तुम्हाला पत्र लिहिलंय? घरातल्या घरात? आणि तेही मला न सांगता?'' आईचा संतापाचा पारा एकदम वर चढला.

"तुम्हाला काय सांगायचं? इथं विचारपूर्वक निर्णय घ्यायचाय.'' बाबा पुन्हा एकदा आईला चीतपट करत म्हणाले. विद्या काकुळतीनं म्हणाली, ''बाबा, कळायला लागल्यापासून तुमचे प्रेमसंवाद मी ऐकतेय. आजचा ज्वलंत प्रश्न आहे तो त्या दोघींचा; तेव्हा तुमचं राहू दे बाजूला. त्या दोघी काय म्हणतात, ते सांगा.''

"त्यांना एकत्र राहायचं नाहीय. आता खोल्या वेगळ्या असल्या, तरी जेवणं एकत्र, चहा-पाणी एकाच टेबलावर. नाही म्हटलं तरी समोरासमोर तोंड येणारच की.''

"याच्यावर इलाज काय?''

"ते त्यांच्या-त्यांच्या नवऱ्यांनी ठरवायचं. मी तर हात टेकले या दोघींपुढे. या सुशिक्षित म्हणवणाऱ्या मुली– जरा म्हणून पडतं घ्यायला तयार नाहीत. तू नाही, तुझा बाप--- कुणाची समजूत काढणार?''

"भाऊ-दादा, तुमचं काय म्हणणं आहे?''

"आमचं तर डोकं चालत नाही. आता आईच काही तरी मार्ग सुचवेल.'' दादा हताशपणं म्हणाला.

"दादा-भाऊ, तुम्ही दोघं बायकांना घेऊन स्वतंत्र बिऱ्हाड करणार का?''

"काय, सुचवतेस काय विद्या? आई-बाबांना सोडून आम्ही कुठेही जाणार नाही.'' भाऊ निश्चयानं म्हणाला.

"अहो राष्ट्रपती, आता चालवा तुमचं डोकं.'' बाबांनी आईला डिवचलं.

"म्हणजे मला डोकं आहे, हे मान्य करता तर! दाद्या, भावड्या– मी म्हणेन तसं वागाल?'' दोघांनीही मान हलवली.

"अगदी बिनशर्त.'' दोघं एकदम म्हणाले.

"तर मग ऐका–'' सर्वांनी कान टवकारले. आई खर्जात आवाज लावून बोलत होती. बेत नक्की झाला. विद्या आनंदानं जायला निघाली. तेवढ्यात एकीनं उपमा आणि दुसरीनं पोहे करून आणले. विद्यानं हसत-हसत दोन्ही रिचवलं. आई म्हणाली, "बघ– माझ्या सुना कशा गुणी! माहेरवाशिणीचं प्रेमानं करतात.'' बाबा मिशीतल्या मिशीत हसत होते. 'आहात खऱ्या मुत्सद्दी!' –हेच त्यांना सुचवायचं होतं.

मग दोघा भावांनी पूर्ण आठवड्याची रजा घेतली. घरातून बाहेर पडले की, दोघं मिळून मोहिमेवर निघायचे. बोरिवली ते कर्जत दोघांच्या फेऱ्या सुरू झाल्या. शेवटी एकदाचं काम फत्ते झालं. धाकट्यानं मीरा रोडला वन रूम किचन भाड्यानं मिळवली, तर थोरल्यानं वांगणीला जागा नक्की केली. थोरल्याच्या बायकोचं टेलरिंग शॉप अंधेरीला होतं, तर धाकट्याच्या बायकोचं ऑफीस फ्लोरा फाउंटनला. दोघं खूष होऊन रात्री घरी आले.

जेवताना थोरल्यानं सुरवात केली. "आई, वांगणीला एक वन रूम किचन मिळालीय. परवाच रविवार आहे. तेव्हा–'' आई चेहऱ्यावर आश्चर्य दाखवत म्हणाली, "वन रूम? एवढ्याशा जागेत राहणार तुम्ही?''

"तुम्ही म्हणजे? मी कुठं जाणार नाही तुम्हाला सोडून. वेगळं व्हायचंय तुझ्या सुनांना.''

"अरे दादा, मी पण मीरा रोडची जागा नक्की करून आलो. रविवारी हिला पोचवून येईन तिथं.''

"म्हणजे?'' दोघी सुनांचा घास हातात आणि तोंड पोस्टाच्या पेटीसारखं उघडं. आई चिन्तेचा सूर लावत म्हणाली, "तुम्ही दोघं वेडे की काय? त्या मुलींना एकेकटीला कुठे लांब ठेवून येणार?''

"आई, मी मोठा मुलगा. वेड्यासारखा हिच्यामागे बाहेर पडलो, तर माझा हक्क संपलाच की गं. या भावड्याला आयतंच फावेल.''

"आणि आई, आधीपासून हा टपलाच आहे जागेवर. एकदा का मी बाहेर पडलो की, हा घराण्याचा टॉर्च! आपोआपच जागा घशाखाली घालेल."

"अरे, काय चाललंय तुमचं? आम्हा दोघांना मरू द्या सुखानं; मग बसा एकमेकांच्या नरड्या आवळत. काय आदर्श पोरं आहेत! आमच्या डोळ्यांदेखत यांच्या वाटण्या चालल्यायत. राष्ट्रपती, तुम्ही माझ्याबरोबर येणार का? आपणच दोघं बाहेर पडू. अशा नतद्रष्ट पोरांची तोंडं नकोत बघायला." बाबा रागानं उठलेच.

तशी आई म्हणाली, "हे बघा, इथं चार जणांत मी दोन घास सुखाचे खाते तरी. एकदा का तुमच्या छत्राखाली आले की, माझे हाल कुत्रा खाणार नाही. माझी पालखी इथूनच बाहेर पडेल. मी कुठं येणार नाही."

"आई-बाबा, तुम्ही कुठंही जायचं नाही. आपण चौघं इथं आनंदानं राहू. त्या दोघींना बाहेर पडायचंय ना, त्यांच्या मनासारखं होऊ दे."

दोघी मुसमुसत आपल्या खोलीत जाऊन पडल्या. रात्रभर दोन्ही खोल्यांतले दिवे जळतच होते. काय खलबतं झाली, राम जाणे!

विशेष म्हणजे, रविवारी दोघी मैत्रिणींची घरं घेत हिंडल्या नाहीत की, संध्याकाळी आईला आठवड्याचं वार्तापत्र द्यायला गेल्या नाहीत. भांडणं नाहीत की धुसफूस नाही. शेवटी शनिवारी आईच म्हणाली, "दादाऽऽ अरे, कुठल्या तरी चांगल्या नाटकाची तिकिटं काढून आणा रे."

"किती?"

"चार!" सुना चेहरे वाळवून मुकाट बसून होत्या. शेवटी आईनंच आवाज लावला, "अगं, खरकटे चेहरे घेऊन अशाच जाणार आहात? जरा तोंड विसळा तरी! चांगली झबली-टोपडी घाला आणि पडा बाहेर नवऱ्याबरोबर!"

"अय्या! म्हणजे आम्ही जायचं?"

"मग काय आम्ही जाणार? यड्या का काय तुम्ही?" मग पळाल्याच दोघी आपापल्या खोलीत सुंदर व्हायला. बाबा आईच्या डोक्यावर हळूच टपली मारून म्हणाले, "राष्ट्रपती, तुम्हारा तो जवाब नहीं!"

आई पदराआड तोंड लपवून वस्त्रगाळ हसत होती.

★ ★ ★

१६. विधिलिखित

६.५० झाले होते. गाडी केव्हाच सुटायला हवी होती. एवढ्या लहानशा स्टेशनवर इतका वेळ थांबण्याची आवश्यकताही नव्हती. काही तरुण मुलं उत्साहानं उड्या मारून चौकशी करायला गेली. खाली उभी असलेली माणसं तर्क करत होती–

"पुढच्या स्टेशनात ॲक्सिडेंट झाला असेल."

"कुणाचा कशाला बळी घेतोस? रूळ दुरुस्ती वगैरे चालली असेल."

तेवढ्यात तिसऱ्यानं तोंड उघडलं, "आपल्याकडे उपद्व्यापी लोक कमी नाहीत. फिश प्लेट्स उघडल्या असतील."

एवढ्यात पुढे गेलेली तरुण मुलं धावत आली. "काय झालं?" मी उत्सुकतेनं विचारलं.

"कुणी तरी V. I. P. यायचे आहेत, त्याकरता सर्वांचा खोळंबा! आपल्या देशात हे असंच–" मग देश या विषयावर सर्व जण अधिकारवाणीनं मतं देत राहिले. तोवर कुणी एक बाई लगबगीनं आल्या. त्यांच्यामागून एक अंगरक्षक, हमाल आणि ढीगभर सामान. तो अंगरक्षक सामान लावत होता. त्यानंच हमालाला पैसे दिले. "मी पुढच्या स्टेशनवर येतो. आपल्याला काही हवं असेल–?"

"मला काही लागणार नाही, पण तू येऊन जा."

"होय बाईसाहेब. मी शेजारच्याच डब्यात आहे." तो झट्कन उतरला. सामानावर एक नजर टाकून ती हुश्श करून बसली. चेहरा माझ्या समोर आला. मी एकदम मोठ्यानं म्हणाले, "तू..... मनकर्णिका?"

सौम्य हसून ती म्हणाली, "नाही, तुला मनूच. तू बबडी ना?"

"हो गं! किती वर्षांनी हे नाव ऐकतेय! आता बबडी म्हणणारं कुणीच राहिलं नाही बघ."

"आपलीच वयं किती झाली बघ ना! आता एवढ्या सलगीनं हाक मारणारं कोण भेटणार? सगळ्या दहा दिशांना पांगल्या. तुझं नाव मात्र कुठं कुठं

वाचते. बरं वाटतं गं!''

''पण बोटभर पत्र काही पाठवलं नाहीस.''

''कसलं पत्र पाठवतेस! माझी कर्मकहाणी मला ठाऊक.''

''हो बाई! सावकारीण तू. मखमली पायघड्यांवरून चालणारी. तुझ्यासाठीच दहा मिनिटं गाडी थांबवली ना!''

''होय. पण चकाकतं ते सगळंच सोनं असतं का गं?''

''म्हणजे? मी नाही समजले?''

''सांगते. तू कुठवर जाणार आहेस?''

''धारवाडला– काकांकडे.''

''मग एवढी मोठी रात्र आहे आपल्याला. आता स्टेशन जवळ आलंय. तो भीमाप्पा कॉफी आणि इडली-चटणी घेऊन येईल. मग निवान्त बोलू.''

नाही म्हटलं तरी मनीच्या बोलण्यानं मी अस्वस्थ झाले होते. ती चांगली श्रीमंता घरी पडली होती. बी. अे.ला असतानाच तिला मागणी आली. तिच्या बाप्पांनी पण काय विचार केला, कोण जाणे. गडगंज इस्टेट, त्याला एकुलता एक वारसदार. सावकारी करून त्याच्या वडलांनी प्रचंड माया जमवली होती. शेती-वाडी, जमीन-जुमला, मोठे वाडे... लक्ष्मी घरात पाणी भरत होती. मनकर्णिकेला त्यांनी कुठे तरी पाहिली आणि राजस रूपाच्या या सुलक्षणी मुलीला आपणहून मागणी घातली.

लग्न चार दिवस गाजत होतं. लग्नात मनीला पाहिली, तीच. सासरी जाण्यापूर्वी ती घाईघाईत निरोप घ्यायला आली. आणि आता वीस वर्षांनी दोघी अशा अचानक भेटत होतो. केवढी स्थित्यंतरं झाली एवढ्या वर्षांत! आम्हालाही प्रौढपण आलं होतं.

कॉफी घेता-घेता आम्ही इकडचं-तिकडचं बोलत होतो. नोकरापुढं काही खासगी गोष्टी नकोत, म्हणून. सुदैवानं कुपेमध्ये आम्ही दोघीच होतो. खाण्या-पिण्याचा सरंजाम उचलून भीमा बाहेर पडला. ''तू खाऊन घे हं पोटभर.''

''होय बाईसाहेब.'' भीमाप्पा अदबीनं म्हणाला.

''आणि हे बघ, रात्री धावत-पळत येऊ नकोस. ही माझी मैत्रीण आहे सोबतीला, बरं!''

''होय बाईसाहेब.'' आम्ही दोघी आता निवान्त झालो. तिचं अंथरूण-पांघरूण भीमाप्पानं नीट ठेवलं होतं. माझं मी घालून घेतलं. बेडलँप लावून आम्ही दोघी आरामात लवंडलो.

''बबडे, झोप आली का गं?'' तिनं हळू हाकारलं.

"नाही गं! एरवीच मला प्रवासात झोप येत नाही; आता तर तुझं बोलणं ऐकून मी थोडी बेचैनच झालेय. वर बघता, तुझा सगळा राजेशाही थाट आहे.''

"देव दयेनं तो आहेच; नाही तर दशा झाली असती–''

"अप्पासाहेब–''

"ते गेले. दहा वर्षं झाली.'' मी उठून बसले. तिच्या कपाळावर कुंकू होतं. कानांत हिऱ्याच्या कुड्या. गळ्याकडे आता माझं लक्ष गेलं. डोक्यावरच्या पदरामुळं गळा झाकलेलाच होता. निरखून पाहिल्यावर तिथं फक्त एकदाणी होती, हे ध्यानात आलं.

"ते गेल्यावर सगळाच भार तुझ्यावर पडला असेल?''

"होय. तो सगळा इतिहासच आहे. सांगते. आजवर तोंड बंदच ठेवलं होतं. पण बबडे, तू भेटलीस आणि जखमेची खपली उचकटली बघ.

"थोरले मालक– म्हणजे सासरे होते तोवर घर कसं शिस्तीत चाललं होतं. देव-धर्म, कुळाचार, सणवार– घराच्या परंपरेला धरून चाललं होतं. त्यांच्यापुढं बोलण्याची कुणाची शामत नव्हती. कर्तव्यकठोर होते तितकेच प्रेमळ आणि दिलदार. आपल्या हयातीतच त्यांनी मुलींना त्यांची वाटणी काढून दिली होती. बाकी सगळं यांचंच.

"सासरे तसे अचानकच गेले. सकाळचे सूर्यनमस्कार घालत होते ते, एकदम तिथंच कोसळले. डॉक्टर येण्यापूर्वीच सगळं आटोपलं होतं. वर्षभरातच सासूबाई गेल्या. तुला आश्चर्य वाटेल– जाण्यापूर्वी एक महिना आधी त्यांनी मला घरातली व्रतं-वैकल्यं, सण-वार याबद्दल सांगितलंच; पण इस्टेट, ठेवी, शेतसारा, सावकारी याबद्दलही पूर्ण माहिती दिली. काय त्यांना भविष्य जाणवलं असेल, देव जाणे! पण एवढ्या वर्षांत या घरातल्या व्यवहाराची मला काडीइतकीही माहिती नव्हती. जवळ बसवून कागदपत्रं दाखवून सगळं समजावून सांगितलं त्यांनी. मला कळतच नव्हतं, त्या हे का सांगतायत! विचारलं तर म्हणायच्या, 'तू आता कर्ती-सवरती आहेस. आपल्या घराबद्दल कधी अडाणी राहू नये बघ.'

"मी म्हणाले, 'पण तुम्ही आहात की बघायला.'

'मी आहे गं, पण मला सांग, तू माझी काठी का मी तुझी?' यावर मी काय बोलणार? कदाचित मुलाच्या सैल वागण्यामुळं असेल, त्यांचा सगळा भरिभार माझ्यावर होता. आम्ही दोघी एकमेकींपुढं स्पष्ट बोलत नव्हतो, एवढंच. पण मुलाचं बेताल वागणं आणि मी आतल्या आत कुढणं त्यांना कळून चुकलं होतं. खरं तर आम्ही दोघी आपापलं दुःख लपवण्याचा प्रयत्न करत होतो.

"पण शेवटी स्फोट व्हायचा तो झालाच. आम्ही दोघं वसुलीसाठी बाहेरगावी चाललो होतो. गावाची वेस ओलांडली आणि यांनी ड्रायव्हरला खाली उतरवलं. मला कळेचना– काय चाललंय? मी खाली उतरून पुढे बसण्यासाठी निघाले; तर हे म्हणाले, तू मागेच बस. त्यांचा आवाज चढा होता. मी भांबावले. जागीच चिकटून बसले. यांनी ड्रायव्हरला थोडे पैसे दिले आणि दोन दिवसांची रजा. आमची गाडी अर्धा-एक मैल गेली असेल-नसेल... यांनी ब्रेक लावला. 'कुणी यायचं आहे का?' मी विचारलं तर म्हणाले, 'जास्ती चौकश्या नकोत. मधे-मधे तोंड खुपसू नये.' मी चुपचाप झाले. दोनच मिनिटांत एक बाई आली. यांच्या शेजारी खेटून बसली."

"कोण होती?"

"जिच्या नादी लागले होते, पैसे उडवत होते– तीच. अशा बायका कशा असतात; ती तशीच होती. मागे प्रत्यक्ष त्यांची बायको बसलीय, याची तिला भीडभाड नव्हती. माझी स्थिती काय झाली असेल– तू कल्पना कर. वैऱ्यावरदेखील अशी वेळ येऊ नये.

"माझ्या लक्षात आलं. केवळ आईच्या डोळ्यांत धूळ फेकण्यासाठी मला सोबत घेतलीय. मी चकार शब्दही त्यांना सांगणार नाही याची यांना खात्री होती.

"ती दोघं हसत-खिदळत होती, पीत होती..."

"आणि तू?"

"मी काय करू शकत होते– सांग?"

"सोडून द्यायचंस अशा पशूला. तुझे बाप्पा तुझ्या पाठीशी नक्कीच उभे राहिले असते."

"असते गं. पण आपल्या लाडक्या लेकीच्या आयुष्याची ही दुर्दशा बघून खचले असते. त्यांच्या मृत्यूला मी कारण व्हावं, हे मला सहन झालं नसतं. इकडे सासूबाई स्वतःच खचल्या होत्या. मी अशी काही वागले असते, तर त्यांच्या घराण्याच्या प्रतिष्ठेला मोठाच धक्का बसला असता. 'इकडे आड आणि तिकडे विहीर!' गाडीत मी मागे बसले होते आणि ती दोघं पुढे. त्यांचे चाळे बघून मला काय झालं, ते काय सांगू? मी फक्त परमेश्वराची करुणा भाकत होते– 'बाबा रे, सोडव मला यातून... नाही सहन होत. तू जर डोळे मिटून बसला नसशील, तर हे दुःख पचवण्याची शक्ती तरी दे–'

"आणि बबडे, काय सांगू? परमेश्वरानं ती हाक ऐकली. त्यानं मला सोडवलं, पण त्याच्या पद्धतीनं. त्याचे आडाखे काही वेगळेच असतात.

"ती दोघं देहभान विसरून पीत होती. टिपूर चांदणं पडलं होतं. गार वारं सुटलं होतं. हवा तसा एकान्त होता. त्या जोशात वेगानं गाडी चालवताना त्यांचा स्वत:वरचा ताबा सुटला... आणि गाडी समोरच्या पिंपळावर जोरात आदळली. मी बाहेर फेकली गेले. ती दोघं जागीच ठार झाली...." बोलता-बोलताच तिला जोराचा हुंदका फुटला.

"किती भयंकर!" रात्रीच्या त्या शांत वेळी, गाडीच्या धडधडाटात मनकर्णिकेचे हुंदके मिसळून गेले. गेल्या दहा वर्षांत गोठलेलं दु:ख आता फुफाटून बाहेर पडत होतं. स्वत:ला सावरण्यासाठी तिनं तोंडावर हात दाबून धरला. आता आसवं थांबली होती, पण ती उभी थरथरत होती. काय करावं न कळून मी नुसतीच हा आकान्त पाहत होते.

क्षणभरानं मी उठले. तिच्या मस्तकावर हळू थोपटलं. तिला प्यायला पाणी दिलं. एका दृष्टीनं झालं हे बरंच झालं. तिनं पोटभर रडून तरी घेतलं. बाप्पा आणि आईच्या मायेच्या सावलीत वाढलेल्या मनीनं हे केवढं आक्रीत घडलेलं पाहिलं!

जराशानं ती तोंडावर पाणी मारून आली. म्हणाली, "बबडे, मी आज तुझ्याजवळ मन मोकळं केलं– खूप हलकं वाटलं गं."

मी तिच्याकडे निरखून पाहत होते. मन हलकं झालं, असं ती म्हणाली खरी; पण तिचा चेहरा वेगळंच काही सांगत होता. दहा वर्षांपूर्वीचा तो दाहक प्रसंग तिच्या डोळ्यांत सजीव झाला होता. दु:ख, अपमान, प्रतारणा– सगळं त्यात एकवटलं होतं. चेहरा ताणला होता. तोंडातून उष्ण श्वास बाहेर पडत होते.

तिच्या मस्तकावर हळू थोपटत मी म्हटलं, "खूप सोसलंस गं. आज मन मोकळं केलंस, ते बरं झालं. आता शांत हो बघू. ते सगळे दुष्ट अनुभव भूतकाळात गाडून टाक."

"मी तोच प्रयत्न करतेय. आजवर कधी त्याचा उच्चार केला नाही. सासूबाईंनाही बोलले नाही. पण एवढा मोठा अपघात लपून राहणार थोडाच? पोलीस केस, पंचनामा– सगळं आलंच. मी तर बेशुद्ध होते. सासूबाईंनाच संकटाला सामोरं जावं लागलं. अब्रूचे हे धिंडवडे त्यांना सहन झाले नाहीत. कोर्टातच जबानी देताना त्या कोसळल्या. माझी अवस्था काय झाली असेल– कल्पना कर. थोरले मालक आधीच गेले. सुटले म्हणायचे. सासूबाई मात्र खऱ्या दुर्दैवी. त्यांना हे दशावतार पाहावे लागले."

"पण तू त्यातून सावरलीस, हे नशीब."

"होय, परमेश्वरानंच मला बळ दिलं. त्यानंतर घरच्या कारभारात मी पूर्ण

लक्ष घातलं. तुला आश्चर्य वाटेल बबडे, अशा वेळी कुठचे कोण नातेवाईक उपदेश करायला आले. कुणाला आपला मुलगा मला दत्तक द्यायचा होता, कुणाला माझे एकटेपण घालवायला मुलीची सोबत द्यायची होती, लोक फसवतील म्हणून इस्टेटीचं मार्गी लावायला कुणाला माझा सल्लागार व्हायचं होतं... काय सांगू तुला! स्वार्थी, लबाड लोकांचं खरं रूप कळलं. अशा वेळी आमचे कारभारी आणि नोकरमाणसं खंबीरपणे पाठीशी उभी राहिली. शिवाय सासूबाईंनी सगळं माहिती करून दिलं होतं. पहिल्या ३-४ महिन्यांतच मी सावरले.

"पुरुषाच्या हिमतीनं कारभार ताब्यात घेतला. वसुलीपासून ते धान्य कोठारात पोचवेपर्यंत, व्यापाऱ्यांशी ठरवाठरवी करण्यापर्यंत प्रत्येक गोष्ट जातीनं केली. कधी डगमगले नाही. आता त्याचं विशेष काही वाटतही नाही. नशीब– आई अन् बाप्पा आधीच गेले."

"मग आता त्या एवढ्या मोठ्या वाड्यात एकटीच राहतेस?"

"एकटी कशानं? मी आमच्या कुळांपैकी एकीची मुलगी दत्तक घेतलीय."

"म्हणजे, हे सगळं–"

"होय, तिलाच मिळणार आहे. एक कुटुंब वर येईल. त्याचं भाग्य उजळेल. घर खातं-पितं-नांदतं होईल. माझा मुलींवर विश्वास आहे. त्या प्रेम देतात. खाल्ल्या अन्नाला जागतात. आपण चांगलं पेरत राहायचं. त्याचं फळ चांगलंच येतं. मी नोकरांवर पण खूप विश्वास टाकते. त्यांच्यावाचून या संकटातून मी तरले नसते.

"आधी आई गेली, मग बाप्पा गेले. आपली लेक ऐश्वर्यात, मजेत आहे– हाच त्यांचा समज. मी चकार शब्दानं त्यांना कळू दिलं नाही. त्यांच्या जाण्याचं दु:ख कमी होतं म्हणून की काय, काळानं अप्पांच्यावर झडप घातली. त्यानंतर वर्षातच सासूबाई गेल्या. चारी माणसं देखता डोळा गेली.

"अप्पा गेल्यावर यांच्या वागण्याला ताळतंत्र राहिलं नाही. आजवर सगळे चाळे लपून-छपून चालायचे; आता सगळंच उघड सुरू झालं. सासूबाईंना तोही धक्का सहन झाला नसावा.

"ठाऊक नाही मला– मी कुठल्या रसायनातून घडलेय. सगळं विधिलिखित सहन करूनही पुन्हा आयुष्यात उभी राहिले. म्हणशील तर, माझं रक्ताचं कुणीच नाही. पण त्याहीपेक्षा अधिक ही जोडलेली माणसं आहेत– जीवाला जीव देणारी. कधी कधी एकटीच विचार करत बसते तेव्हा वाटतं, काय आपलं आयुष्य! कुठे होते, कुठे येऊन पडले! मलाच प्रश्न पडतो, आई-बाप्पांच्या मायेच्या सावलीत वाढलेली मनी हीच का? किती स्वप्नं रंगवली होती! शेवटी

स्वप्नंच! ती खरी होण्यासाठी नसतातच. बबडे, खरंच गं आयुष्याचं गणित कधीच बरोबर येत नसावं; की बरोबर येऊ नये, असंच ते मांडलेलं असतं? कुणास ठाऊक! आपण कुठं मांडतो आपल्या जगण्या-वागण्याचं त्रैराशिक, पंचराशिक? 'तो' मांडत असतो. त्यानंच नाही का मला मुलीच्या जन्माला घातलं? कन्या, पत्नी, माता आणि मग– कुणीच नाही. कुणाचीच कुणी नाही. फक्त एक स्त्री. या तीन अवस्थांतला फक्त व्यथेचा भोग त्यानं माझ्या पदरात टाकला आणि तो खेळ बघत बसला. कुणी मागितला होता हा जोगवा त्याच्याकडे? त्याच्या खेळातली आपण प्यादी. आपल्या इच्छेचं, हवं-नकोचं त्याला काय?''

"मने, तुझं सगळं बोलणं मी ऐकलं. तुझी व्यथा माझ्यापर्यंत पोचली. पण असं सांग– तो जो कुणी निर्मिती किंवा विनाश करायला बसलाय; त्यानं काय प्रत्येकाची इच्छा विचारायची? मला सांग मनू, कुणी तरी आपणहून दुःखाचं दान मागेल का गं? आपण कुन्ती नव्हे, सर्वसाधारण माणसं आहोत. देवानं दिलेलं वरदान आपल्याला हवं, आनंद हवा, वैभव हवं, मन तृप्त करणारं सुख हवं... असं जग चालू शकेल?

"अशा दुःखातूनही तू तरलीस– विवेकानं पुढचे निर्णय घेतलेस– हे किती चांगलं केलंस! अनेकांची दात्री झालीस. एक कुटुंब तारलंस. केवढं तुझं थोरपण! मला तर तुझा अभिमान वाटतो.''

"अभिमान वाटावा, असं मी काय केलं बबडे? होतं त्यातलंच मूठ-चिमूट वाटलं ना?''

"पण तेच त्यांचं आयुष्य उजळून गेलं. अशीच अनेकांची माता हो. चल, माझं उतरायचं ठिकाण जवळ आलं. कळलं नाही, रात्र केव्हा संपली.''

"कधी तरी सवड काढून ये माझ्या घरी. माझं फार्महाऊस आवडेल तुला. माझी नोकरमाणसं, माझी मुलगी, स्वयंपाकाच्या कक्की... सगळा आपलाच परिवार गं! काही तरी सुचेल तुला लिहायला.''

"अगं मने, रात्रभर हे एवढं सांगितलंस... केवढी उलाढाल एका आयुष्यातली! घडणं– बिघडणं– पुन्हा हिमतीनं उभं करणं... सगळं थक्क करणारं आहे.... आणि येईन ना आता केव्हा तरी. चल–''

मी खाली उतरले. ती हात हलवून निरोप देत होती. पण आता मी एकटी नव्हते; तिची कहाणी तिनं मोठ्या विश्वासानं माझ्या हाती सोपवली होती.

✳ ✳ ✳

१७. आत्मशोध

"हॅलो–"

"कोण? तू 'तो' तर नव्हेस?"

"होय, तोच मी. परवा तुझ्याशी बोललो, तोच!"

"मी फोन ठेवते. निनावी माणसांशी मी बोलत नाही."

"तू फार चट्कन चिडतेस. दुसऱ्याला नीट समजून तरी घे. अगं सोने, मला खरंच नाव नाही."

"तू माणूस तरी आहेस का?"

"नाही."

"म्हणजे तू कुणी भूत-पिशाच..."

"ओह नो! घाबरू नकोस."

"मग तू कुणी देवदूत?"

"हे बघ– मी कोण, याबद्दल सवडीनं बोलू. सध्या मला माझ्या एका स्वप्नाबद्दल तुला सांगायचंय."

"तुझं स्वप्न ना– मला त्यात दमडीचाही इंटरेस्ट नाही."

"पण तुला यात इंटरेस्ट घ्यावा लागेल."

"का बरं?"

"कारण ते स्वप्न तुझ्याबद्दल आहे?"

"तू वेडा तर नाहीस? अरे गृहस्था, ज्या स्त्रीला तू आयुष्यात कधी पाहिलं नाहीस, तिचा तुझ्या स्वप्नाशी काय संबंध?"

"संबंध आहे. कारण गेले तीन दिवस तू रोज माझ्या स्वप्नात येतेस."

"मी? ते कसं शक्य आहे? मी कशी आहे, माहीत तरी आहे का तुला?"

"होय. तू कोवळ्या सूर्यकिरणांसारखी नाजूक आणि सुंदर आहेस. दवबिंदूसारखी पारदर्शी आणि निष्कपट आहेस. वाऱ्यासारखी भन्नाट आहेस...

आणि हसतेस निर्झरासारखी खळाळ! स्वच्छ, निरागस.''

"तुला कसं कळलं?''

"या सर्वांतून जी मूर्ती तयार होते, ती तू आहेस!''

"हे तुला कुणी सांगितलं?''

"गेले कित्येक दिवस मी शोध घेत होतो... आणि गेले तीन दिवस मला तेच ते स्वप्न पडतंय?

"तू काही तरी अनाकलनीय आणि गूढ बोलतोयस. कोण आहेस तू? आणि मलाच का फोन करतोस?''

"कारण गेले तीन दिवस मला एकच स्वप्न पडतंय–

"हिमालयाहून उंच असं एक शिखर आहे. तिथं तू उभी आहेस. तिथून तू जग पाहतेयस. परमेश्वराला म्हणतेयस, 'मला हे विश्वाचं कोडं उलगडायचं आहे. माणूस नावाचं सुंदर पुस्तक वाचायचंय. मला पंख दे, दिव्य दृष्टी दे!' हे मागणारी तू कशी आहेस, हे मी पाहिलं. भटकत राहिलो. किती काळ गेला, ठाऊक नाही. मग अचानक काल तू दिसलीस. त्या सगळ्या वर्णनाशी जुळणारी आणि आणखीही काही–"

"काय?''

"अव्यवहारी, निष्पाप, भोळी-खुळी. उधळून देणारी, हरवणारी, जगात असून जगाच्या नियमांचा स्पर्श न झालेली.''

"म्हणजे खुळी म्हणायचंय का तुला?''

"मी जे म्हणायचंय, ते म्हटलंय... तर, एकदाची तू सापडलीस.''

"सापडले ना? बरं झालं. आता मला पण एक स्वप्न पडतंय, गेले तीन दिवस.''

"वंडरफुल्! तुलाही गेले तीन दिवस स्वप्न पडतंय? एकच स्वप्न तीन दिवस? मग गेले तीन दिवस मी तुला स्वप्नात दिसतो की काय?''

"छट्! काही तरी बोलू नकोस. मी तुझं स्वप्न मुकाट्यानं ऐकलं. आता तू माझं स्वप्न चुपचाप ऐकून घे.''

"आपण बराच वेळ बोललो, नाही?''

"होय. तरी तुला माझं स्वप्न ऐकावंच लागेल.''

"बोल. मी ऐकतोय गं सोनू!''

"माझं नाव सुवर्णरेखा आहे. अनोळखी माणसानं एवढी सलगी करू नये. मला नाही आवडत.''

"हे बराय! एक तर दुसऱ्याच्या स्वप्नात यायचं, दुसऱ्याला शोधायला लावायचं आणि वर–"

"अरे, पण मी सांगतीय ना तुला? आता गप्प बस बघू. ऐक–"

"ऐकतो ना!"

"फिकट निळा आकाशाचा पडदा... तिसरी घंटा वाजतेय आणि पडदा हळूहळू बाजूला होतोय. काळाचे पैंजण छुम्छुम्तायत. आतून एक सफेद घोडा बाहेर येतो आणि वेगानं पृथ्वीच्या दिशेने झेप घेतो. घोडा असा उमदा, देखणा– की बस्स! देखते रहो. त्या घोड्यावर एक राजपुत्र. वाटावं, सूर्यच माणसाचं रूप घेऊन खाली उतरतोय!"

"काय सुंदर स्वप्न आहे गं! रिअली, इंटरेस्टिंग! पण मला सांग, तो राजपुत्र अधिक देखणा की त्याचा घोडा?"

"तो राजपुत्र हे सूर्यनारायणाचं मानवी रूप असेल, तर त्याच्या रथाच्या सात घोड्यांतला तो एक घोडा. मधे-मधे बोलू नकोस, नाही तर मी पुढचं सांगतच नाही– जा!"

"सॉरी... सॉरी म्हटलं ना! आता बोल."

"आता तो घोडा जसा जमिनीवर यायला लागला तसं त्याचं रूप बदलत गेलं."

"असं का बरं?"

"कारण इथल्या वातावरणाचा, हवेचा, माणसांच्या दुर्गुणांचा त्याला संसर्ग लागला. शिवाय, माणसांना तो त्यांच्यातलाच वाटायला हवा ना!"

"खरंच ते. आणि तो स्वार?"

"दुर्दैवानं तोही बदलला. त्याला इथल्या पापी माणसांचा वास आला. व्हायरस! एकदा शिरला देहात की, खलास!"

"हे बघ, तुझं विवेचन नको. पुढं काय झालं, ते सांग."

"तो आमच्या अंगणात आला."

"कोण? व्हायरस?"

"शट् अप! तो राजपुत्र इथं रे– जाई-जुईच्या मांडवावर!"

"घोड्यासकट? काय फुलांचा घोडा होता का काय?"

"ते मला नाही ठाऊक. म्हणाला, चल माझ्याबरोबर, मी तुला–"

"मुम्बै फिरवीन...."

"कसले पांचट विनोद करतोस! तो म्हणाला, 'मी तुला विश्वसंचार करून

आणेन.’ मी विचारलं, ‘अरे, मी वेलीवर कशी चढू?’ तर म्हणाला, ‘डोन्ट वरी. मी आहे ना!’

“च्यायला! इंग्रजीत बोलला गं तो?”

“कुणाच्या आईला? शिव्या कसल्या देतोस? अरे, तो जर मराठी बोलू शकला, तर इंग्रजी का नाही बोलू शकणार? देवत्वाचा स्पर्श होता ना त्याला! हे बघ– तुझं स्वप्न मी ऐकलं ना? आता माझं तू ऐकणार आहेस, की चरबट प्रश्न विचारत बसणार आहेस?”

“बोल बाई, बोल.”

“तर, त्यानं मला घोड्यावर अलगद उचलून घेतलं.”

“लकी गाय!”

“ए रेड्या, चुपचाप ऐक.

“आणि उंच झेप घेतली. मी सर्वांगानं अनुभवत होते.... उंच, उंच. ढगांचा निळा-निळा कापूस लपेटून घेत मी आणखी उंच चालले होते. खाली कंच हिरवी शेतं– मखमल जशी! आणि गम्मतच झाली.”

“काय झालं गं?”

“मी हिरवी राणी झाले.”

“म्हणजे?”

“म्हणजे माझे कपडे हिरवे झाले. हिरव्या चाफ्यांचा स्कर्ट-ब्लाऊज. केसांवर वेलींचा मुकुट. माझ्या चेहऱ्याला पाचूची आभा. मी कुणी वेगळीच झाले.

“मग त्यानं दुसरं उड्डाण घेतलं. खाली गूढ-गहिरा समुद्र. लाटा उसळत होत्या. फुफाटून उंच मौजा घेत होत्या. किती प्रचंड! वाटायचं– त्या सगळा आसमन्तच स्वाहा करणार. केवढं भीषण तांडव!”

“घाबरली नाहीस?”

“घाबरले तर! माझा पल्स रेट हाय.”

“हाय, हाय!”

“पण तो म्हणाला, ‘डोन्ट वरी बेबी, मै हू ना!’...”

“चक्क बेबी म्हणाला? ग्रेट! आणि हिंदी पण बोलला?”

“सांगितलं ना, सूर्यदेवाचा अंश आहे तो, म्हणून!”

“सही!”

“आता तू सही करून इंप मारू नकोस. बी सीरियस.”

"बी काय? सीरियस म्हटलं की झाड, वृक्ष म्हणायला हवं."

"मी कंटाळले रे तुझ्या विनोदाला. आता सांगतच नाही, ज्जा!"

"सॉरी–सॉरी."

"त्यानं सांगितलं, मला धरून बस. तू बिलकुल पडणार नाहीस... आणि काय सांगू? आता समुद्र नजरेआड गेला. हिमालयावरून आम्ही आणखी उंच निघालो."

"हिमालय पाहिलास तू?"

"हो ना, अंगठ्याएवढा! त्यावर इवली-इवली झाडं. खाली कोसळणाऱ्या शुभ्र धारा. आता मी डोळे मिटले होते. मला जाणवत होता– शांत, सौम्य प्रकाश– कसलं तरी अति मधुर संगीत. ते स्वर असे दैवी होते की– मनातले सगळे किंतु, सगळे संभ्रम, दुष्ट विचार, हेवे-दावे-स्पर्धा लयाला जाव्यात.

"आता ऐकू येत होता बासरीचा स्वर्गीय स्वर. माझी अवस्था... मी नच इथली, नव्हतेच कधीही– अशी झालेली. मला वाटतं, तो कृष्ण कन्हैयाच्या बासरीचा नाद असावा. उगाच नाही गोपिका वेड्या झाल्या. पूर्वी मी या पुराणकथा ऐकून हसायची. पण मीच अनुभवत होते नादब्रह्माची ती अपूर्व मोहिनी. त्यानं विचारलं, 'कशी आहेस?' काय उत्तर देऊ? या स्थितीला एकच शब्द आहे, 'झपूर्झा.' ती वर्णन करता येत नाही; अनुभवावी लागते. कारण मी कशी होते, हे मलाच कळत नव्हतं. आनंद हा शब्द अपुरा वाटावा, सुख ही स्थिती अवर्णनीय व्हावी... जग आणि जीवन याची जाणीवच इथं मिटून जावी! माझ्या अंतर्मनात 'ॐ शांतिः।'चे घोष ऐकू येत होते.

"आता मी दरी-खोऱ्यांवरून प्रवास करत होते. पाण्याचे लहान-लहान शुभ्र ओहोळ... ते दरीत कोसळत होते. कोसळताना त्यांचे मोत्यांचे सर होत होते. त्या दरीतून कसले तरी गूढ शब्द घुमत होते. पुढे तर मला हाका ऐकू येऊ लागल्या– 'सुवर्णा'... 'सुवर्णा'... माझी दातखिळी बसली होती जशी. कोण मला हाकारत होतं? कोण? माझ्या अंगावर सर्रऽऽकन काटा आला. तो म्हणाला, 'ये तो गुरू कि पुकार है! आपका गुरू कौन है?'

"मेरा गुरू तो खुद परमात्माहि है!"

"तो इन्ही का स्वर है– ध्यान से सुनो! आणि तो आवाज मला स्पष्ट स्पष्टपणे ऐकू येऊ लागला–

"पुनरपि जननं पुनरपि मरणं

पुनरपि जननीजठरे शयनम्!
इह संसारे खलु दुस्तारे
कृपयापारे पाहि मुरारे॥''

''अरे, ही तर शंकराचार्यांची देववाणी– इथं कशी घुमतेय? हजारो वर्षं पत्थर होऊन उभे असलेले, पहुडलेले हे खडक... आता जन्म-मरणाचा फेरा नको म्हणून प्रार्थना करत असतील का?

''की, माझं मरण जवळ आल्याचं सुचवत असतील? आता पुन: पुन्हा जन्म घेणं नको. या बिकट अशा संसारातून हे श्रीकृष्णा, मला पैलतीरी घेऊन जा– अशी माझ्यासाठी प्रार्थना तर करत नसतील?''

''तू मरणाला घाबरतेस?''

''जे इहलोकात राहतात आणि ज्यांना परलोक म्हणजे काय याचं ज्ञान नाही, ते सर्वच जण मृत्यूला घाबरतात. जोवर मरण दूर आहे, तोवरच ते सुंदर वाटतं.''

''तू छान बोलतेस. पण मी विचारतोय, तू घाबरली होतीस का?''

''नाही; कारण त्याची सोबत होती. तो कदाचित मला मरणाच्या दारातही घेऊन चालला असेल– पण मी एकटी नव्हते.'' तो अनोळखी फोनवर हसला.

''तू हसलास का?''

''सहज. का? हसू नये? तुझे विचार ऐकून हसू आलं. ते समाधानाचं हसू आहे. पुढे काय झालं?''

''आम्ही आणखी पुढे आलो, काळे कभिन्न पत्थर छातीचा कोट करून उभे होते. आणि खोल-खोल, अति खोल– नजर पोचणार नाही इतक्या खोल– त्या पाषाणांच्या अंतरंगाचा वेध घेत ते शुभ्र लडिवाळ नीर पुढे जातच होतं. मी त्याला विचारलं, कुठे जातंय हे पाणी? कुठे संपतो तो कातळ?

''तुला ऐकायचा आहे पाण्याचा तो हृदयस्थ स्वर?... त्याचं ऐकून मी शहारले. थरथरत बोलले, 'नको, नको– मला भय वाटतं.' तो हसला. हळू थोपटत म्हणाला, 'वेडी! मी आहे ना गं! का अशी घाबरतेस?' केवढा आश्वासक स्पर्श! मी त्याच्या हृदयावर मान टेकली आणि–''

''आणि काय झालं?''

''त्यानं मला झटकन बाजूला केलं आणि एका क्षणात त्याचा घोडा सरसर खाली आला. मी जोरात ओरडले, 'नका मला त्या दारीत टाकू. माझ्या

चिंध्या होऊन जातील. कुणाला पत्ता पण लागणार नाही... नको मला त्या पाषाणखंडावर सोडून जाऊस. एकटी, एकाकी– मी तडफडून मरेन. नको रे...'

"चूपऽऽ तो ओरडला. त्याचं रौद्र रूप मी प्रथमच पाहत होते. 'कसला कसला विचार करतेस? माणसानं इतकं विचारात आणि स्वप्नात बुडून जाऊ नये. एक आयुष्य वाट्याला आलंय, ते मजेत जगावं आणि घडलेलं सगळं विसरून जावं.'

"काय विसरू? हा सगळा जगावेगळा अनुभव? ते विश्वदर्शन? ती आनंद-यात्रा? ती सोनेरी स्वप्ननगरी? मग जगणं म्हणजे काय? मजा म्हणजे काय? आणि जाणिवेचा अर्थ काय? तुझ्या आश्वासक मखमली शब्दांचा अर्थ काय?

"या सगळ्यांचा अर्थ तुला एक दिवस कळेल. मी पुन्हा भेटेन, तेव्हा. आता मी पुन्हा त्या जुईच्या मांडवाशी तुला सोडतोय...

"मला प्लीजऽऽ माझ्या अंगणात सोड. मी मघाशी बसले होते, तिथं...

"मघाशी? अगं वेडू, तुला कळलं नाही– तू माझ्याबरोबर किती फिरलीस ते? नऊ वर्षे, नऊ महिने, नऊ दिवस तू माझ्याबरोबर फिरत होतीस!

"यू चीट...! म्हणजे एवढी वर्षं, एवढा काळ तू मला फिरवत होतास? अरे, माझी मुलं मोठी झाली असतील. त्यांची लग्नंही झाली असतील. कदाचित मला नातवंडंदेखील झाली असतील. आईसाठी मुलं वणवण भटकली असतील. माणूस मरणं दुःखदायक असलं तरी अतर्क्य नाही– पण नाहीसंच होणं? कुठं गेली आई सर्वांना सोडून– न सांगता-सवरता? त्यांचा आकान्त तू नक्कीच ऐकला असशील.

"होय, मी ऐकला. तरी तुला सगळ्यांपासून तोडलं. ही तपश्चर्याच अशी आहे. या विश्वाचं दर्शन घ्यायचं असेल, निसर्गाशी बोलायचं असेल, माणूस नावाचं पुस्तक वाचायचं असेल; तर असंच सर्वांपासून दूर जावं लागतं. आपलंच एक वेगळं जग उभं करावं लागतं. हे तपाचरण करण्यासाठी तू एरवी तयार झाली नसतीस, म्हणून तुला मी घेऊन गेलो.

"पण ही माणसं आता माझी कुणीही नसतील. माझं नाव, गाव, अस्तित्व... सगळं तू पुसून टाकलंस. दुष्टपणा केलास... मला एकाकी केलंस.

"नाही गं, तुला मी खूप मोठी सोबत दिली. अशी सोबत फार थोड्या भाग्यवन्तांना मिळते. तुझ्या म्हणवणाऱ्या लोकांपासून तू दूर गेलीस खरी; पण तुझं वेगळं जग उभं करण्याची दृष्टी तुला आली.

''पण तू मला तशी कल्पना तरी दिलीस?

''तुला मी खुळवेली म्हणतो, ते उगाच नाही. तुला ये म्हटलं; तू आलीस. कसली शंकासुद्धा आली नाही तुझ्या मनात. आता मात्र 'उतर' म्हणतोय, तर उतरच.

''असं का केलंस तू?

''तो माझा खेळ आहे.

''इतका क्रूर?

''टाकीचे घाव घालूनच मूर्ती तयार होते. मी त्यासाठी माणूस शोधत होतो. एक तर्कटी भेटला. त्याचे प्रश्न, शंका-कुशंका संपतच नव्हत्या. एक कवडा भेटला– हा चारोळ्या ऐकवून मला भंडावणार, हे मी लगेच ओळखलं. ओल्या मातीला आकार देता येतो; कोरड्या ढेकळाला नाही.

''आणि एक तू भेटलीस. स्वप्नं जगणारी, त्यातच हरवणारी. हळुवार, भोळी-खुळी. म्हणूनच मी तुला उचललं. तुला ठाऊक आहे, मी तुला उचललं तेव्हा तू स्वप्न पाहत होतीस. स्वप्नात माणसाचा देह हा काही काळ– कदाचित सेकंद– भानरहित असतो आणि त्याचा जागृत आत्मा सात विश्वे किंवा सात योनी किंवा सात सृष्टितत्त्वांतून फिरून येतो. पण तुला मी देहासह उचलली. कारण त्या सर्व दृष्टिगोचर संवेदना तुला देहातून घ्यायच्या होत्या. आणि मी तुला घेऊन गेलो– एल्डोरॅडोकडे!

''म्हणजे?

''म्हणजे– A place of fabulous opportunity - संधीचा संपन्न मार्ग. तुझ्यापुढे विश्वाचे अनेक पदर उलगडत गेले. तू निसर्गाचं लावण्य पाहिलंस, तसंच त्याचं रौद्र रूपही पाहिलंस. शांतीचा अनुपम स्पर्श अनुभवलास आणि रुद्राचं भीषण तांडव डोळ्यांत साठवलंस. तुझ्या जाणिवा विस्तारल्या. तू हरवलीस, आनंदाच्या डोहात न्हालीस, भिऊन ससा झालीस आणि प्रेमस्वरूपही झालीस. तू मनानं आणि विचारानं श्रीमंत झालीस. आता मी तुला सोडून चाललोय. त्यामुळे तुला पुरुष आणि प्रकृतीचं ज्ञानही झालं.

''मला एवढंच कळतं, तू माझ्या जगापासून मला तोडलंस आणि तुझं जग तू घेऊन चाललास. आता मी कोण? कुणाची कोण?

''अशी निराश होऊ नकोस. तू त्यांच्यापासून तुटलीस खरी– पण हे बघ, या एकटेपणातूनच तुझं वेगळं जग उभं राहील. तुझ्या हृदयात जे बंदिस्त झालंय, त्यांना शब्द दे. शब्दांना सौंदर्याचा स्पर्श दे. तुझ्या मनातल्या भीतीला,

दु:खाला संपवणारा परतत्त्वाचा स्पर्श असेल. तू तुझ्या सगळ्या अनुभवांना जागं कर. जग तुझ्या डोळ्यांनी ते समजून घेईल. आता तू एका लहान कुटुंबाची नसशील. बंदिस्त भिंतीत नसशील. ज्यांची मनं जागी आहेत, त्या सर्वांची तू असशील. तुझा तू शोध घे. एक नवं आयुष्य जगायला शीक...

"एवढं बोलून, मला दारात सोडून तो निघून गेला. तो घोडा, तो निसर्ग, पाताळलोक, वेगळं विश्व... सगळं-सगळं कसं वितळूनच गेलं."

तो सुवर्णरेखेचं बोलणं ऐकत राहिला. क्षण, दोन क्षण आणि एकदम हसतच सुटला.

"हसतोस काय? वेडा कुठला! तो तसा, तू असा! मला काही कळेनासंच झालंय.... माझं घर आता माझं वाटतच नाही. माणसं तीच, पण वेगळ्या सवयीची झालीयत. कळतंय मला– त्यांना मी त्यांची वाटत नाही आणि मला ते माझे वाटत नाहीत. त्यांनी मला एक खोली दिलीय– घरातलीच; पण घरापासून तुटलेली. मी आता बहुतेक वेळ इथंच असते. वाचत असते, नाही तर लिहीत असते."

"काय लिहितेस?"

"जे पाहिलं, अनुभवलं– त्यावर. ही आत्मकथाच, पण अनेकविध रूपांतली. माझी पुस्तकं निघालीयत. लोक वाचतात, भेटतात, बोलतात, मी त्यांच्या बरोबर जाते. भाषणं देते, त्यांच्या सुख-दु:खांवर बोलते, लिहिते. मी त्यांना त्यांची वाटते. मला माझं विश्व सापडलंय."

"माझा शोध संपला."

"कसला?"

"मी तुला स्वप्नात पाहिली. मग शोधत निघालो. तू जुईच्या मांडवात नव्हतीस, घराच्या उंबरठ्यावर नव्हतीस. आता तुला स्वप्नंही पडत नाहीत, कारण मी तुझ्या स्वप्नातूनही फिरून आलो. नऊ वर्षं, नऊ महिने, नऊ दिवस– या काळापूर्वी तुला स्वप्नं पडायची. आता तू पुस्तकांतून भेटतेस. मी पुस्तकं चाळली. तिथं तुझे फोटो पण पाहिले. आता तुझ्याशी फोनवर बोलतो आहे."

"तुम्ही अशी विलक्षण माणसं मला भेटता. आता मी जर तुला सापडलेय, तर भेटत का नाहीस? माझा एवढा शोध का घेतलास?"

"पेरलंय ते उगवलंय की नाही, हे पाहायला."

"काय पेरलं होतंस?"

"स्वप्नांचं जग."

''म्हणजे, तू आहेस तरी कोण? तुझं नाव?''

''मला नाव नाही. अगं वेडाबाई– ज्याच्याबरोबर नऊ वर्षं, नऊ महिने, नऊ दिवस तू फिरलीस; तोच मी. तुझं स्वप्न– दीर्घ स्वप्न! त्याची फलश्रुती मी पाहिली. आता मी चाललो.''

''कुठं?''

''नव्या शोधात. ज्यांची हृदयं बोलू शकतात, अशांच्या शोधात. त्यांना स्वप्नं द्यायला, त्यांची प्रतिभा जागी करायला. वाईट वाटून घेऊ नकोस; मी तुला दिसणार कसा? कारण मीच तुझं स्वप्न आहे, मीच तुझा ध्यास आहे, मीच तुझा श्वास आहे....''

सुवर्णानं समोर कागद ओढला. पेन घेतलं. बाहेर गडगडाट झाला. वीज पडली. पाठोपाठ धुवांधार पाऊस कोसळू लागला. रात्र चढत होती. घड्याळ धावत होतं. ती लिहीत होती– सतत तीन दिवस पाहिलेल्या त्या स्वप्नाबद्दल, तिच्याशी संवाद साधून निघून गेलेल्या त्याच्याबद्दल– म्हणजेच स्वतःबद्दल!

–आत्मशोध!

१८. अंधारून आलंय-

समुद्राच्या या टोकाला माणसांची वर्दळ कधीच नसायची. आतल्या रस्त्यानं गेलं की, अशांती जाणवून देणारा 'शांती मंडप' होता. बायका– मुलं-पुरुष आणि गुरुजी नावाचा महापुरुष– कावळ्याच्या मध्यस्थीनं मुक्तीचा मार्ग मोकळा करून देणारा! गेलेल्याला त्या गर्दीतून, घुसमटलेपणातून लवकर मोकळं करणारा.

जमलेल्यांचे उदास चेहरे. कुणी रडणारे, कुणी हे सगळं केव्हा आटोपतंय अशा चेहऱ्यानं बसलेले. पिंड, कावळे आणि आलेले सगळे एका छापातले. मधे भिंत होती, हे केवढं बरं होतं! दोन जगांतलं अंतर दाखवणारा अबोल साक्षीदार! कात्यायनी जित्या-जागत्यांच्या स्मशानातली. स्मृतींना तिलांजली द्यायला तर ती या आडवळणावर येऊन बसायची.

समुद्राच्या या बाजूला माणसांची फारशी वर्दळ नसायची. ऑक्सिजनचं वाटप कमी प्रमाणात व्हायचं. त्यामुळे अशुद्ध मानलेल्या या भागात ती मोकळा श्वास घ्यायची. समोरचं निळंशार तांडव डोळ्यांत साठवायची. लाटा डौलानं पुढं यायच्या अन् विरहिणीच्या जखमी मनानं परतायच्या. कधी फणा उभारून फूत्कारत झेप घ्यायच्या, तर कधी मंद-क्षीण स्वरात माघार घ्यायच्या.

लाटांच्या स्पर्शांनी रुपेरी वाळू उबदार व्हायची. कुणी उन्मत्तपणे पाय रोवून उभं राहायचं. पायांशी लडिवाळ चाळे करत वाळू हळूच निसटायची, पुन्हा समुद्राचं स्वागत करायला. पाय रोवणारा फसायचा. पण असं फसण्यातही गम्मत असायची. हसू यायचं, राग नाही यायचा.

तिथं मुलं किल्ले बांधायला यायची नाहीत, की लव्हबर्ड्स चोचीत चोच घालायला विसावायची नाहीत. घोड्यांचा रथही दुरूनच वळायचा. इथला स्पर्श नको. मावळतीला कधी वळून पाहिलं की, भिंतीपल्याडच्या लाल ज्वाळा आकाशात झेप घेताना दिसायच्या. कधी धूर-धूर.... त्यातून आत्मा वर जात असेल का? आत्म्याला आकार असतो? की, धुरातून निर्माण होणारे वेडेवाकडे

आकार हेच आत्म्याचं चिरस्थायी रूप?

हे वातावरण तिला जवळचं वाटायचं. मनातल्या एकाकी दु:खाला इथं सोबत मिळायची. गेली कित्येक वर्षं तीही अशीच शब्द हरवून बसली होती. अशा वेळी माणसाच्या मनाची मसणवट होते. आपलं कोण, परकं कोण; खरं कोण, मुखवट्याचं कोण– यातला फरकच कळेनासा होतो. माणसं अशी का वागत असतील? त्याकरताच शंकराचार्य सर्व-संग परित्याग करून संन्यासी झाले असतील. म्हणूनच, म्हणून गेले असतील–

'कस्त्वं कोऽहं कुत आयात:
का मे जननी को मे तात:
इति परिभावय सर्वमसारं
विश्वं त्यक्त्वा स्वप्नविचारम्।।'

आपण का नाही शंकराचार्य झालो? सगळे अनुभव घेऊनही त्याच चिखलात रुतत राहिलो. सगळे ऋषि-मुनी ओठांवरच राहिले विद्वत्ता दाखवण्यासाठी. प्रत्यक्षात आपण कोरडेच राहिलो. संसार नसूनही गुंतत राहिलो, नात्याचे पीळ घट्ट करत राहिलो. माणसं जोडत राहिलो. नवनव्या समस्यांत भोवंडत गेलो.

यातून सुटका? प्रश्न संपतच नाहीत. त्यातून आज जे घडलं, ते मनाला इतकं धक्का देणारं होतं की, कात्यायनी सुन्न होऊन गेली. मागे तिचा एक मित्र तिला म्हणाला होता, "जन्मोजन्मीचे हे सूडकरी या जन्मी नात्यातले होऊन आपल्या आयुष्यात आलेत." तिला या क्षणी असंच वाटत होतं....

वीस वर्षांपूर्वी एका भल्या पहाटे तिच्या लक्षात आलं की– ज्याच्यासाठी तिनं वड पुजला होता, तो महाभाग घर सोडून, जबाबदाऱ्यांवर तुळशीपत्र ठेवून नाहीसा झालाय. कुठं शोधायचा? त्याचा तऱ्हेवाईक स्वभाव माहीत होता. तरी या विचित्र दैवगतीकडे कात्यायनी पाहत राहिली. मग तर त्याच्या नाहीसं होण्याची तिला सवय झाली. एक-दोन वर्षं गेली की तो घराला, त्याच त्या बायकोला कंटाळायचा. भगवी कफनी घालून, रुद्राक्षाची माळ अडकवून नाहीसाच व्हायचा.

पहिल्या वेळी ती घाबरली होती. याला-त्याला विनवून चार दिशांना माणसं पाठवली. तो कुठे नव्हताच. मग अचानक एक दिवस उगवला. काही घडलंच नाही, अशा आविर्भावात घरावर नजर टाकली. सगळं नीट चाललंय,

हे बघून तो स्थिरावला.

पुन्हा दुसरी 'खेप' आली आणि तो गायब झाला. नऊ महिने रेटायचे, कळा सोसायच्या, एकटीनं जबाबदारी ओढायची आणि मूल वर्षाचं झालं की हा उगवायचा. कुठं, काय- हे प्रश्न फिजूल असायचे. तिनं काळजी घेतली- तिसऱ्या वेळी पाळणा आणायची वेळच येणार नाही. झालं एवढं खूप झालं.

आपली बायको उडाणटप्पू आहे, संसाराला निरुपयोगी आहे- असा बहाणा करून तो पुन्हा गायब झाला. या खेपेला तिला मनस्ताप झाला नाही. निदान एक डोकेदुखी कमी झाली, म्हणून तिनं सुटकेचा श्वास टाकला. पण या खेपी तो परतलाच नाही. पहिल्या वर्षी नाही आणि पुढली पंचवीस वर्षंही नाही. कुणी हौशी शेजाऱ्यानं येऊन सांगितलं, "भाईसाहेबांनी काय दुसरा घरोबा केला म्हणे? एवढा सोन्यासारखा संसार, पण काय अवदसा सुचली पाहा...!" तिनं त्या माणसाकडे पाहत कडवटपणं विचारलं, "फार वाईट वाटलं का तुम्हाला?"

"वहिनी, तुमच्यासाठी आणि मुलांसाठी हो!"

"तुम्ही मुलांची काळजी करू नका. आणि, माझी तर बिलकुलच करू नका. मी समर्थ आहे सांभाळायला."

"हा नुसता सांभाळण्याचा प्रश्न नाही वहिनी, तुमचंही वय लहान आहे-" त्यानं कात्यायनीकडे पाहिलं. तिच्या डोळ्यांतल्या अंगारांनीच तो विझला. त्यानंतर कुणी हळहळ व्यक्त करायला आलं नाही.

आईच्या नजरेत मुलं वाढत होती. अभ्यासातही दोघं हुशार होती. कैलासनाथ शिकून शिष्यवृत्तीवर परदेशात गेला. पदवी, नोकरी आणि तिथंच स्थायिक होणं क्रमशः झालं. मुलीनं न्यूट्रिशनचा अभ्यासक्रम पुरा करून नोकरी धरली. या पूर्ण पंचवीस वर्षांत कात्यायनी नातेवाइकांकडे गेली नाही, की कुणाची बापुडवाणेपणे मदत मागितली नाही.

तिला सोबत होती ती समुद्राची. वेळ मिळेल तेव्हा ती इथं येऊन बसायची. आकाशाचं प्रतिबिंब पाण्यात पाहायची. पाण्यानं आकाशाचं रूप चोरलंय की आकाशानंच त्या गूढ गहिऱ्या निळाईत हरवून घेतलंय; तिला कळायचं नाही. दोघं दूर राहूनही एकमेकांना साथ देत होती. असं फक्त निसर्गातच शक्य होतं. एकरूपता, निष्ठा, समर्पण! तिला ही तदाकार होणारी सृष्टी आवडायची. पुन्हा इथे प्रश्न नव्हते, गुन्ता नव्हता.

ते सगळं 'माणूस' म्हणवून घेणाऱ्यांच्या जगात होतं. गेली पंचवीस वर्षं भोगलेलं कमी होतं म्हणून की काय, आज एक नवीच समस्या विक्राळ रूप

धारण करून तिच्यापुढे ऊभी होती.

नाथा परदेशातून बऱ्याच वर्षांनी आला होता आणि नंदिनी त्याच्या येण्याचीच जणू वाट बघत होती. काल दोघांनीही आईला सांगितलं, "इना, आम्हाला तुझ्याशी महत्त्वाचं बोलायचंय." त्या दोघांनाही आई, माँ ही संबोधनं जुनाट वाटायची. कात्यायनीचं आधुनिक लघुरूप त्यांनी 'इना' केलं होतं. तिनंही स्वीकारलं होतं.

"त्यासाठी आता रात्रीची वेळ शोधलीत? नाथा, आता तू राहणार आहेस ना थोडे दिवस? आणि नंदे, तू तर इथंच आहेस. काय घाई आहे?"

"घाई आहे इना. उद्यापासून मी लेडीज होस्टेलमध्ये शिफ्ट होणार आहे."

"कायऽऽ! अगं, काय वेडी की खुळी तू? आपण दोघीच तर या फ्लॅटमध्ये राहतो. तुला काय अडचण आहे?"

"अडचण आहे. मला इथं स्वातंत्र्य नाही. प्रत्येक गोष्ट तुझ्या सुपरव्हिजनखाली."

"अगं, काय बोलतेस काय तू?"

"इना, तू अजून विनोबा, गुरुजी या प्रकरणातून बाहेरच पडत नाहीयेस."

"प्रकरण काय? आणि वाईट करतेय का काही?"

"वाईट आणि चांगलं– माणसानं काळाबरोबर बदलायला नको? तुझं आपलं– कोण आले? का आले? हा कोण? तो कोण? ...प्रश्न संपतच नाहीत. अगं, आम्ही कॉलेजची मुलं आहोत का?" नंदिनी कडवटपणे बोलली.

"आम्ही म्हणजे? नाथा, तुलाही तसंच वाटतं?"

"हे बघ इना, तुमचे प्रश्न तुम्ही सोडवा. मी तिथं सुखी आहे. स्वतंत्र आहे. मला लग्न करायचंय. मराठीच मुलगी हवी. लग्नाला तू पण हवीस. म्हणून मुद्दाम महिन्यासाठी आलोय."

"पण नाथा–"

"कळली तुझी शंका. तो यशवन्त परत आलाय तिकडून– त्यानं चुगली केली असेल."

"हे बघ, तुम्ही काही सांगितलं नाही तरी लपून राहणाराय थोडंच? आणि तो काही बोलला नाही; त्याच्या आईकडून कळलं."

"अर्धवट कळलं असेल, तर आता नीट ऐक. मी तुला मुद्दाम कळवलं नव्हतं. तुझ्या आदर्श पॅटर्नमधे ते बसलं नसतं. इना, तरुण वयातला स्वतंत्र

वातावरणात राहणारा मुलगा एवढी वर्षं कोरडाच राहिला असेल, असं कसं वाटलं तुला?''

''मला काहीच वाटलं नाही. शिक्षण पूर्ण झाल्यावर जेव्हा तू कळवलंस की, तुला तिथंच राहायची इच्छा आहे; तेव्हा मी काय ते समजले. वर तू हेही लिहिलं होतंस– आहे काय त्या दरिद्री भारतात? तुझी जन्मदात्री तुझ्या वाटेकडे डोळे लावून बसलीय, हेच तू विसरला असशील; तर बाकी कशाला काय अर्थ आहे?''

''डोन्ट बी टची. तू फार विचार करतेस बुवा. स्वप्नात जगतेस आणि मग दु:खी होतेस. अगं, माणसाचं एकच एक आयुष्य... मजेत घालवावं.''

''मला अशी मजा कधी कळलीच नाही बघ.''

''आता नीट ऐक. मी लग्न केलं– माझ्याच असिस्टंटबरोबर. ती गोरी मुलगी होती. आवडली. पण मी सावधपणं विचारलं, 'पुढे आपलं पटलं नाही तर?' आणि आम्ही कॉन्ट्रॅक्ट मॅरेज केलं. तीन वर्षांचं कॉन्ट्रॅक्ट.

''त्या तीन वर्षांत आमच्या दोघांच्याही लक्षात आलं, आम्ही जन्मभर एकत्र राहणं दोघांनाही सुखावह होणार नाही. आम्ही सेपरेट झालो. आम्हाला एक मुलगाही आहे.''

''आणि? त्याचं रे काय तुमच्या या लग्नाच्या व्यवहारात?''

''तो आईबरोबर राहतो. मी त्या दोघांना पैसे देतो. फिनिश्!''

''फिनिश! किती सोपं गणित! पैसे देऊन सगळे प्रश्न सुटतात? पोटच्या गोळ्याच्या बाबतीत तुम्ही एवढे कोरडे आहात तर–''

''ए, असे गुंतत राहिलो, तर आमची 'इना' होईल. असं नाही जगता येत बाई! इथं भारतातच हे ठीक आहे. अरे, आम्हाला काही आमचं लाईफ आहे की नाही? आता मी लग्न करणार आहे– चक्क भारतीय सरळ-साध्या मुलीशी.''

''मग एखादी विधवा किंवा डिव्होर्सी–''

''इम्पॉसिबल! मला कुठलीच सेकंड-हँड गोष्ट आवडत नाही.''

''मग तू आहेस फर्स्ट हँड?''

''इनफ्– आय से. नंदिनी म्हणते, ते खरंच आहे. तुझे प्रश्न संपत नाहीत. गुन्ता करून ठेवायचा आयुष्याचा. आमचं आम्हाला जगू द्या ना! माझा चॉईस काय असावा, हेही तू ठरवणार? शिट्....''

नंदिनी समजुतीच्या सुरात म्हणाली, ''इना, रागावू नकोस. तू कशाला त्याच्या खासगी बाबतीत लक्ष घालतेस?''

"त्याची खासगी बाब? मग मी कोण तुमची? अरे, आपल्या नात्याला काही अर्थच नाही काय?"

"खरं सांगू इना? तू आमच्या दृष्टीनं विचार कर. तू जन्मभर एकटी, एकाकी जगलीस. झगडलीस. मार्ग काढत राहिलीस. तुला प्रेमाचा ओलावा मिळालाच नाही. त्यामुळे तुझ्या वागण्यात कडवटपणा आला, कठोरपणा आला. आम्ही मोठे झालो तरी तुझी जबाबदारी संपलीय, असं तुला वाटतच नाही. किती दिवस आम्हाला बोट धरून चालवणार आहेस? आणखी एक बोलू?"

"आता बोलतेच आहेस, तर बोलून मोकळी हो. म्हणजे मलाही माझी मुलं समजून घेता येतील."

"तुझ्याचसाठी सांगते, तू जर दुसरं लग्न वेळीच केलं असतंस तर–"

"एकदम चूप बस नंदे. तू आईशी बोलतेस, हे लक्षात घे."

"मी आई नावाच्या मैत्रिणीशी बोलतेय. बोलू दे ना मला–"

"मी दुसरं लग्न केलं असतं तर आज तुम्ही कुठं असता?"

"डॅडनं हा विचार केला?"

"आम्ही दोघांनीही असं वाऱ्यावर सोडून दिलं असतं; तर तुम्ही अनाथ, पोरके झाला नसतात? मी अशी बेफिकीर नाही राहू शकले."

"इना, सगळेच पुरुष काही डॅडसारखे नसतात. कदाचित तुझ्या दुसऱ्या नवऱ्यानं आम्हाला ॲक्सेप्टही केलं असतं."

"थांबवू या का आपण ही चर्चा?" आई रागानं उसळून म्हणाली.

"इना... नंदे, अशी चर्चा हवीच कशाला? पुट इट इन अदर वर्ड्स– इना, तू अजून लग्नाचा विचार का करत नाहीस?"

"प्लीज, शट अप बोथ ऑफ यू! मी काय करायचं, हे मला ठरवू दे. तुमचे मार्ग ठरवताना तुम्ही मला विचारलंत?"

"काम डाऊन इना! थोडा प्रॅक्टिकल विचार कर. नंदीला तिचे व्याप आहेत. मी आता गेलो की निदान तीन वर्षं तरी येणार नाही. तुला सोबत नको?"

"म्हणजे, गेली ५-६ वर्षं तुम्ही सोबत करत होतात की काय मला? तू कधी तरी आठ दिवसांतून एकदा फोन करणार. नंदिनीला आईसाठी वेळ कुठं आहे?"

"इट्स ओ. के. आता तुझी पन्नाशी आली. खरी सोबतीची गरज आताच आहे. आणि हळूहळू आम्ही आमच्या जगात रमणार. तुला तुझा विचार केला

पाहिजे. बी प्रॅक्टिकल. नंदी आताच वेगळं व्हायचं म्हणते, याचा अर्थ तू समज. मी आहे तोवर तू शांतपणानं विचार कर.''

''तू आहेस, नंदिनीही आहे. किती अर्थ राहिलाय या असण्याला? आपण नेमके एकमेकांचे कोण आहोत? तुम्हाला तुमचे मार्ग मोकळे व्हावेत म्हणून मला का अडकवताहात?

''लग्न ही तीन किंवा पाच वर्षांची तरतूद नव्हे, ती नुसती गरजही नसते; ती भावनिक गुंतवणूक आहे. एवढी वर्षं असं एकटेपणी आयुष्य रेटल्यावर आता दुसरी सोबत... मला गंभीरपणं विचार करू द्या. माझ्यापुढे पर्याय ठेवून तुम्ही हात झटकून मोकळे झालात. जन्माची गुंतवणूक करताना मला अनेक अंगांनी विचार करायला हवा.'' काही तरी उत्तर देऊन तिला विषय थांबवायचा होता.

''लिव्ह-इन रिलेशनशिप हा एक उत्तम पर्याय आहे. पण तू-''

''यू जस्ट शट् अप्- शट् अप्! मी हा विषय थांबवतेय. यापुढे आपण कुणीही यावर बोलणार नाही आहोत. इट् जस्ट गेट्स ऑन माय नर्व्हज.'' इना आत उठून गेली.

प्रचंड मनस्तापानं तिचं डोकं ठणकत होतं. आपण चाळिशी-पंचेचाळिशीच्या होतो; तेव्हा या दोघांना काही विचार सुचला नाही. आता माझी पन्नाशी आलीय, ती दोघं व्यवस्थित सेट्ल झालीयत- अशा वेळी आईची जबाबदारी टाळण्यासाठी उदार मनानं दोघं पर्याय सुचवतायत. ही मुलं की गतजन्मीचे वैरी? स्वतः-पलीकडे कसला विचाराच नाही. खुद्द जन्मदात्रीचासुद्धा नाही. मुलं आईच्या संदर्भात असा विचार करू शकतात?

कात्यायनी विमनस्क मनानं इथं येऊन बसली होती. आपण या मुलांना का जन्म दिला? जबाबदाऱ्या टाळून नाहीशा होणाऱ्या नवऱ्याचा संसार का सांभाळत राहिलो? आपण सगळ्यांसाठी आयुष्य वेचलं आणि आता आपल्यासाठी कुणालाच सवड नाही. त्यांच्या सोईसाठी आता नवा डाव मांडायचा. नवा भिडू. नवी विटी, नवं राज्य. आणि, तेही फसलं तर? फक्त पराभव.

तिला आपल्या आईचा, आजीचा संसार आठवला. बाबा जमदग्नीचा अवतार. पण आई न कुरकुरता जन्मभर संसाराच्या भोज्ज्याला धरून राहिली. जे मूठ-चिमूट घरात होतं, त्यातच संसार केला. पापणीआड आसवं लपवत हसू पेरत राहिली. घराचं नंदनवन केलं. आई गेली आणि सहा महिन्यांत बाबांनी इहलोकीची यात्रा संपवली. अबोलपणीच ती एकमेकांसाठी आणि एकमेकांत

जगत होती. एकाचं जगणं दुसऱ्यावाचून अशक्य होतं.

आजी तर अठराव्या वर्षी विधवा झाली. पदरी दोन मुलं. त्यांना तिनं कसं वाढवलं असेल? स्वत: कशी जगली असेल? आयुष्याचं वैराण वाळवंट झालं, तरी मुलांचं जग तिनं फुलवलं. त्यांनी कुणी घरादाराचा त्याग नाही केला. तिचं तारुण्य करपून नाही गेलं? त्या त्यागाचा अर्थ कसा लावायचा? ती संस्कृती कुठं गेली? घराचं घरपण संपवायला निघालेल्या या मुलांना संस्कृतीचा अर्थ कुणी समजवायचा? त्यामागं असलेला गाढ विश्वास, प्रेम, श्रद्धा कशी समजावून सांगायची?

यांना घडवण्यात आमचीच पिढी कुठे चुकली का?– या विचारासरशी कात्यायनी चमकली.

तिला एकदम अंगातलं बळ संपल्यासारखं झालं. समुद्राला ओहटी लागली होती. लाटा खालमानेनं मागे-मागे जात होत्या. गर्जनेऐवजी त्यांचा क्षीण आवाज पराभवाची जणू कबुली देत होता. दिशांतून अंधार दाटत होता. कात्यायनीला वाटलं, आपणही त्या अंधाराचाच एक भाग झालोय.

आजूबाजूला नीरव शांतत होती. आपण एकट्याच एका बाजूला इतका वेळ बसून राहिलो, या जाणिवेनं सटपटून ती उठली. हातातल्या बॅटरीनं तिनं समोरचा रस्ता उजळला आणि झपझप चालायला सुरवात केली.

* * *

१९. टेन्शन-टेन्शन

मी डॉक्टरांसमोर गंभीर चेहरा करून बसले होते. डॉक्टर काही बोलतच नव्हते. त्यांनाच काही होत नसेल ना? मी हाक मारली, "डॉक्टरऽऽ"

"अं?" तंद्रीतून भानावर यावं तसे ते जागे होत म्हणाले.

"नाही– म्हणजे, तुम्हाला काही होतंय का? माझं दुखणं ऐकून तुम्हाला टेन्शन तर नाही आलं?"

"नाही हो. दुखणं ऐकून मलाच टेन्शन यायला लागलं, तर प्रॅक्टिस बंद करावी लागेल."

"तुम्ही गप्पच बसलात. चिन्ताक्रान्त चेहरा करून–"

"हो, म्हणजे तुमच्या दुखण्याचाच विचार करत होतो. मोठं चमत्कारिक दुखणं आहे तुमचं."

"असं म्हणू नका हो. तुम्हीच असं म्हणायला लागलात, तर आम्ही कुणाकडे पाहायचं?"

"आता सध्या तुम्ही माझ्याकडे पाहा. हं, आता सांगा– तुम्हाला नक्की काय काय होतंय?"

"तेच– म्हणजे, मी बाहेरगावी जायला निघाले की, मला धडधडायला लागतं."

"का?"

"म्हणजे, मला खूप टेन्शन येतं."

"कशाचं?"

"म्हणजे असं की– मी ज्या टॅक्सीनं निघालेय, तीच वाटेत बंद पडली तर?"

"बरोबर आहे. टॅक्सीच ती, केव्हाही बंद पडू शकते. अहो, दुसरी टॅक्सी करायची."

"ऐनवेळी दुसरी टॅक्सी नाही मिळाली तर?"

"तर प्रश्नच आहे. तुम्ही काय करता मग?"

"टॅक्सी बंद पडत नाही हो. मी स्टेशनवर पोचते. पुन्हा आपलं धडधड-धडधड."

"काय ट्रेन?"

"नाही हो, माझ्या हृदयाचे ठोके!"

"आता काय? पोचलात ना स्टेशनवर?"

"पोचले हो– पण हमाल नाही मिळाला तर?"

"बरंच सामान असतं का?"

"हो ना! कपड्यांची बॅग, पुस्तकं-वह्यांची बॅग, खाण्याचे पुडे आणि पाणी– त्याची हँडबॅग; शिवाय माझी पर्स, औषधांची एक छोटी पिशवी–"

"किती दिवस मुक्काम असतो?"

"मुक्काम एकच दिवस असतो, पण तिकडे जर व्यवस्था नीट नसेल तर? आणि केव्हाही, काहीही घडू शकतं म्हणून औषधं– फर्स्ट-एडचं साहित्य, शिवाय कुणी एकटी बाई बघून हल्ला केला तर... चाकू, सुऱ्या–"

"आपण 'हमाल नाही मिळाला तर?' इथपर्यंत आलो होतो. पुढं बोला."

"हो. हमाल मिळतो हो, पण–"

"काय? पुन्हा धाड्धाड्?"

"हो ना! एक मोठा धोका असतो डॉक्टर."

"कसला?"

"समजा, हमाल सामान घेऊन पळून गेला तर? मेले सगळे सारखेच दिसतात आणि सामान घेऊन सुसाट धावत सुटतात."

"मग तुम्ही काय करता?"

"त्याच्या शर्टाचं टोक पकडते आणि मी पण त्याच्याबरोबर धावते."

"गुड!"

"गुड् कसलं? बॅडच. धाप लागते मला. एकदाचं सामान लागी लागतं आणि पैसे घेऊन हमाल उतरतो, तोच–"

"तोच काय? सामानाची बॅग हरवलेली असते का?"

"नाही हो. सामान व्यवस्थित असतं. पण तो हमाल उतरायच्या आत गाडी सुरू झाली, तर?"

"होईना का!"

"होईना काय? समजा– मी खाली राहिले असते आणि हमाल गाडीत सामानाजवळ–"

"अरे हो, आफतच की!"

"माझा पल्सरेट हाय जातो."

"साहजिकच आहे."

"रात्री गाडीत सामसूम होते. दिवे विझवतात. गाडीचं धाड्धाड् आणि माझं थाड्थाड्."

"का? निवान्त झोपावं की!"

"झोपतेय कसली? समजा, ट्रेनमध्ये चोर शिरला आणि नेमकी माझीच बॅग उचलली तर?"

"प्रश्नच आहे."

"मी उठते. पिशवीतून नाडी बंडल काढते."

"कशाला?"

"ऐका तर! पायाला नाडी गुंडाळते. त्याचं दुसरं टोक पिशवीतून ओवते आणि दोन्ही बॅगांना बांधते. मग तेच टोक माझ्या दुसऱ्या पायाला बांधते. म्हणजे चोरानं बॅग ओढली की लगेच माझ्या पायांना इशारा मिळेल."

"काय विलक्षण डोकं आहे हो! कशा काय अशा कल्पना सुचतात तुम्हाला? ग्रेट!"

"कसलं ग्रेट? अहो डॉक्टर, अशा जखडलेल्या अवस्थेत मी उठणार कशी? कात्रीनं नाडी कापून बॅग उचलून चोर केव्हाच पसार होईल!"

"मग तुम्ही 'चोर-चोर' ओरडता का?"

"ओरडायचा प्रयत्न करते, पण आवाजच फुटत नाही. हृदयात ठक्-ठक् ठक्–"

"म्हणजे हार्ट ॲटॅक!"

"नाही हो डॉक्टर, मी डोळे उघडे ठेवून रात्रभर पडून राहते. चोर येतच नाही. पण आता नवीनच टेन्शन."

"आता कसलं?"

"मी ठरलेल्याच स्टेशनवर पोचते की नाही?"

"मग पोचता की नाही?" –डॉक्टरांचा सूर काळजीचा.

"पोचते. सामान कसंबसं उतरवते. पण–"

"आता काय आणि?"

"मला न्यायला येणारी माणसं आलीच नाहीत तर? या अनोळखी गावात मी जाऊ कुठे? उतरू कुठे? आणि उतरले एखाद्या हॉटेलात आणि तेच

नेमकं गुंडांचा अड्डा असलेलं असेल, तर?''

"काय कराल हो तुम्ही?''

"काय करू? काळजीनं जीव जातो माझा!''

"जीव जातो? म्हणजे तुम्ही जिवन्त स्त्री नाही आहात?''

"अहो, मी जिवन्त आहे– ही काय तुमच्यासमोर बसून–"

पण डॉक्टरच ठो-ठो बोम्ब मारत सुटले. रिसेप्शनिस्ट, कंपाउंडर, प्यून, गुरखा– सगळे धावत आले. पेशंटबरोबर आलेले एक-दोन दांगडेश्वर पण घुसले. डॉक्टरांचा चेहरा पांढराफटक पडला होता. कपाळावर घाम डवरला होता.

"त्यांना बाहेर जायला सांगा.... त्या बाईंना–" लोकांनी माझ्याकडे चमत्कारिक नजरेनं पाहिलं. मी अपराधी चेहऱ्यानं सांगत होते,

"मी जिवन्त आहे हो! डॉक्टरांना वाटतंय, मी मेलेय म्हणून.''

मी कशीबशी घरी आले. माझ्याकडे बघून यांनी काळजीनं विचारलं, "काय झालंय तुम्हाला? अशा काय दिसता?''

"मला जरा पाणी देता?'' यांनी धावत जाऊन पाण्याचा ग्लास, दुधाचा कप आणि सरबताची बाटली बाहेर आणली. "डॉक्टरांना बोलावू का?''

"नकोऽऽ'' मी मोठ्यानं किंकाळी फोडली.

"अहो, अशा खिंकाळता का? डॉक्टर काय चावला का काय तुम्हाला?''

"नाही, नाहीऽऽ मीच–"

"तुम्ही डॉक्टरला चावलात? बापरे! काय भयंकर बाई आहात! डॉक्टर म्हणजे काय नवरा वाटला तुम्हाला?'' हे कडाडले.

"ओऽ यू शटप्. मूर्ख मनुष्य!''

"कोण? मी, की डॉक्टर?''

"दोघंही. दुसऱ्याला बोलू द्यायचं नाही, बोललेलं ऐकायचं नाही– बोंबलत सुटायचं.''

"बोंबललं कोण? मी, की डॉक्टर?''

"दोघंही.''

"आता तुमच्याशी लग्न केलं म्हणजे मी महामूर्ख आहे, हे सिद्ध झालंच. पण त्या बिचाऱ्या डॉक्टरचं काय? आता तुम्ही जर त्याला चावला असाल–"

"चावायला मी काय कुत्रा आहे?''

"तुम्हीच तर म्हणालात–"

"काय म्हणाले? दुसऱ्याला बोलू देत नाहीत रे बाबा! शप्पथ! कुठून

तुमच्याशी लग्न केलं–"

"माझ्या लग्नाचा आणि डॉक्टरांचा काय संबंध? तरीच-"

"क्याय तलीच्य?"

"डॉक्टर तुमच्या पूर्वायुष्यातला–"

"चूऽऽप– एकदम चूप. ऐकते म्हणून वाटेल ते बोलाल की काय? काय नवरा आहात की सोंग?"

"आता मी सोंग काय? तो डॉक्टर भेटला ना! तरी मला शंका आलीच, ही बाई सारखी त्या सायकिॲट्रिस्टकडे का जाते म्हणून!"

"अहो, काय बोलता काय तुम्ही? काय तोंड आहे की पिठाची गिरणी?"

"पिठाची गिरणी काय? आत्ता त्या डॉक्टरला फोन करून विचारतो, डॉक्टरकी करतोस की प्रेमाचे चाळे?"

"अहो– असे काय बोलता तुम्ही? अहो, तो डॉक्टर आपल्या मुलाच्या वयाचा आहे. असलं घाणेरडं बोलवतं तरी कसं तुम्हाला? तुमचा–"

मला एकदम हुंदकाच फुटला. मी मोठ्यानं रडायला लागले. एवढ्यात धाकटा आला. बाबा रागानं धुसफुसतायत, आई गळा काढून रडतेय– हा (नेहमीचा) सीन बघून त्यानं विचारलं, "काय झालं आईला?"

"धाड भरलीय." बाबा वरच्या पट्टीत ओरडले.

"ते कळलं; पण कशानं धाड भरली? काही घडलं का?"

चिरंजीव शांतपणे विचारते झाले.

"तिलाच विचार काय पराक्रम करून आली ते."

"कुठं गेली होती पराक्रम करायला?"

"डॉक्टरकडे."

"डॉक्टरकडे? काही सीरियस आहे का?"

"होय, फार सीरियस. चावली त्या डॉक्टरला!"

"आई डॉक्टरला चावली? का पण? आई गं, तू–"

"नका रे छळू मला. ते एक अर्धवट, तापट आणि आता तू पण...."

"मी अर्धवट, तापट, जमदग्नी... आणि तो डॉक्टर पुरतवट, थंड डोक्याचा, कण्वमुनी!"

"अहो, असं काय करता? मला बोलू द्या तरी–"

मी पुन्हा भोकाड पसरलं.

"आता रडारड थांबवता, की फोन करू त्या हरामखोर डॉक्टरला?"

"करा, फोन करा. बोलवा. तमाशा करा. कळू दे जगाला तुमचं खरं रूप. मीच जीव देते आता."

"गप्प होता की नाही दोघं– की मीच पळून जाऊ घर सोडून?" चिरंजीवांनी रुद्रावतार धारण केला.

घरात एकदम शांतता पसरली. मुलानं मला धरून आतल्या खोलीत नेलं. कॉटवर झोपवलं. यांना बाहेर हॉलमधे नेऊन कोचावर बसवलं. बाईंना कॉफी करायला सांगितली. बाई कॉफी घेऊन आल्या. त्यानं बाईंना विचारलं, "बाई, नक्की काय झालं घरात?"

"देवा– परमेश्वरा! नवरा-बायकोच्या गोष्टी आपण कद्दीच ऐकायला जात नाय. आपल्याला काय पंचाईत दुसऱ्यांच्या भानगडीची?"

"अहो बाई, भानगडी ऐकू नका– पण इथं जगाला ऐकू जाईल असं ठो-ठो बोंबलून आरडाओरडा झाला, तरी तुम्हाला ऐकू नाही आलं काही? तुम्ही काय कानांत बोळे घालून बसला होतात?"

"हे बघा भाऊ, असलं-बिसलं काय बोलू नका मला. मला सवय नाय उणंदुणं ऐकायची. आता आरडाओरडा म्हणाल, तर तेवढं बरीक कानावर आलं."

"अहो, तेच विचारतोय मी."

"तर बघा भाऊ– साहेब नेहमीप्रमाणं ओरडले आणि बाई नेहमीप्रमाणं रडायला लागल्या."

"ते कळलं हो मला. असं सांगा– साहेब काय म्हणाले?"

"म्हणाले की, बाई म्हणे डॉक्टरला चावल्या. तर, साहेबांना काही तरी शंका आली. ते म्हणाले की, बाईंचं काही तरी प्रेमप्रकरण हाय म्हणून. काही तरीच एक-एक साहेबांचं. म्हणाले, मी डॉक्टरला आत्ताच्या आता फोन करतो. तर बाई म्हणल्या... म्हणल्या कसचं– रडायलाच लागल्या की भोकाड पसरून! आता बाईमाणूस– काय करणार हो अशा नवऱ्याला? तुम्ही सांगा भाऊ–"

"मी काहीएक सांगत नाही. तुम्ही आत जा आणि स्वयंपाकाला लागा बघू."

"मी रिकामटेकडी थोडीच हाय? आणि अशी बातमीपत्रं द्यायची घाणेरडी सवय पण नाय मला. तुम्हीच इच्यारलंत..." बाई पुटपुटत आत गेल्या.

चिरंजीवांनी माझ्याकडे मोर्चा वळवला. "आई, काय झालं?"

"झाली रेड्याला म्हैस! तुझ्या बापाला नाही अक्कल. आणि तू पण मोठा विद्वान! त्या बाईला विचारतोस?"

"अगं आई, माझ्या विद्वत्तेचं मग बघू. आधी सांग, तू डॉक्टरला चावलीस?"

"अरे, मी काय वेडी आहे चावत सुटायला? तुझे बाबाच म्हणाले की, तुम्ही डॉक्टरला चावलात म्हणून."

"असं का म्हणाले ते?"

"चक्रम म्हणून. आता म्हणतात, त्याच्यावर प्रेम करता म्हणून! शिकस्त झाली या माणसापुढे."

"अगं, हा कोण डॉक्टर?"

"अरे, तो सायकिॲट्रिस्ट जगदीश वाघमारे."

"कोण, तो जग्या? आमच्या छग्याचा धाकटा भाऊ? अगं, ते पोरगं आत्ता डॉक्टर झालंय. आपले बाबा तरी काय सॅम्पलच आहेत! पण आई, तू सायकिॲट्रिस्टकडे कशाला गेली होतीस?"

"अरे, मला टेन्शन येतं ना–"

"कसलं?"

"आता हा असला माणूस नवरा असल्यावर टेन्शन नाही येणार?"

"अगं, पण आई, तऱ्हेवाईक नवऱ्यासाठी डॉक्टर बायकोला काय औषध देणार– कपाळ?"

"अरे, मी वेगळ्याच कारणासाठी गेले होते."

"कुठल्या?"

"मी कार्यक्रमासाठी बाहेरगावी जाते ना, तर मला वाटतं– वाटेत टॅक्सीच बंद पडेल. मग वाटतं, हमाल माझं सामान घेऊन पळून जाईल. नंतर वाटतं, माझी गाडीच चुकेल... मला न्यायला येणाऱ्यांची माझी चुकामूक होईल आणि शेवटी मीच हरवून जाईन."

"आई, तू जरा शांतपणे ऐकशील का?"

"हो."

"हे बघ, यापुढे तू तुझ्या सुनेला घेऊन कार्यक्रमाला जात जा. म्हणजे, टॅक्सी पंक्चर होणार नाही. झालीच, तर ती दुसरी टॅक्सी करेल. हमाल सामानासकट पळून जाणार नाही. ती बरोबर लक्ष ठेवील. ती तुला गाडीत वेळेवर चढवेल, म्हणजे गाडी चुकणार नाही. तुला न्यायला येणाऱ्यांची चुकामूक झालीच, तर ही तुला चांगल्या हॉटेलात घेऊन जाईल. त्या लोकांना मोबाईलवरून कळवेल, आणि तुझी गाठ घालून देईल. तुला सुखरूप घरी घेऊन येईल. मग तर झालं?"

"हो."

"मग आता काय? आता डोक्याला हात लावून का बसलीस?"

"काय नाही रे."

"अजून टेन्शन वाटतंय का? तर मग नको जाऊस बाहेर कार्यक्रमाला."

"अशक्य! माझा जीव कासावीस होईल. माझ्या रसिक श्रोत्यांचं काय होईल? आणि माझं–? माझं तरी काय होईल? वेडी होईन रे घरी बसून राहिले तर. एवढी हिंडते, चार लोकांत जाते म्हणून थोडं तरी डोकं ठिकाणावर आहे. घरीच बसून राहिले, तर या माणसापायी–"

"कोण माणूस?"

"तुझा बाप. त्यांना आधी त्या सायकिॲट्रिस्टकडे घेऊन जा. सारखं काही तरी टुमणं. तुम्ही गप्प का बसलात? आणि बोलत असेन तर, बोलताच का? कुणाशी बोलता? काय बोलता? का बोलता? उच्छाद मांडतात नुसता!"

एवढ्यात हे दारात येत म्हणाले, "ऐकतोय, ऐकतोय परिसंवाद! चांगले कान भरा लेकाचे. नको केलंय या बाईनं जगणं. छळ–छळ मांडलाय माझा. आता जातो पळून, नाही तर त्या वृद्धाश्रमात जाऊन राहतो. कटकट मिटली."

"होय तर! तिथं पाच-पाच मिनिटाला कॉफी कोण करून देईल? वृद्धाश्रम म्हणजे बायकोचं माहेर नव्हे. आणि वसा-वसा केलंत, तर ऐकून कोण घेईल? मी गरीब बापडी, म्हणून सहन करते."

"गरीब कोण? तुम्ही?" हे हात नाचवत म्हणाले.

"आता तुम्ही दोघं गप्प बसता, की मीच पळून जाऊ? अरे, काय घर आहे का मच्छी मार्केट?"

आम्ही दोघंही गप्प झालो. ते हॉलमध्ये फेऱ्या मारत राहिले. मी कपाळाला बाम लावून पडून राहिले. ठरवून टाकलं– यांच्याशी जाम बोलायचं नाही. जेवायची वेळ झाली. मी देवापुढची घंटी वाजवली. सगळे आले स्वयंपाकघरात. सून हवं-नको बघत होती. मी भराभरा जेवले आणि माझ्या खोलीत जाऊन वाचत बसले.

रात्री बारा वाजता दार वाजलं. चिरंजीव आत येत म्हणाले, "हे काय, झोपली नाहीस?"

"नाही रे, झोप येतच नाही."

"आता काय झालं? कसली काळजी करतेस?"

"मला फार टेन्शन आलंय रे."

"आता कसलं टेन्शन?"

"तुझा बाप आहे, चक्रम डोकंफिरू. खरंच उठून जायचा वृद्धाश्रमात."

''जाऊ देत की, तुझा त्रास तर मिटला.''

''असं कसं म्हणतोस? त्यांना सतरांदा कॉफी लागते. तिथं कोण देईल रे? चांगलं-चुंगलं खायला लागतं. कोण करून घालेल? आणि मुख्य म्हणजे, भांडायला माणूस लागतं. तिथं कोण भांडेल आणि कोण ऐकून घेईल?''

धाकटा मोठ्यानं हसला आणि म्हणाला, ''बाबा मघाशी नेमकं हेच बोलत होते बघ. आता तू शांत झोप. ते कुठंही जाणार नाहीत.''

मी आरामात डोळे मिटले. सगळे प्रश्न सुटले होते. आता डॉक्टरकडे जायचीही गरज नव्हती. पण मेली कशी ती झोपच येईना. उठून बसले. कागद ओढले आणि लिहीत सुटले.

रात्री २॥ वाजता दार वाजलं. चिरंजीव जांभई देत आत आले. ''दिवा दिसला म्हणून डोकावलो. आई, २॥ वाजले गं. झोप ना आता.''

''झोपच येत नाहीय. मला खूप टेन्शन आलंय रे!''

''आता कसलं टेन्शन? सगळं प्रश्न सुटलेत. आता नको ना टेन्शन घेऊस.''

''अरे वेड्या– चहा घेऊ नको, कॉफी घेऊ नको; तसं टेन्शन घेऊ नको सांगतोयस. टेन्शन कुणी घेतं का? ते येतं.''

''मला मान्य आहे आई, पण काही तरी कारण हवं ना? तुला काय झालंय टेन्शन यायला?''

''खरं सांगू? काहीही, कशाचंही टेन्शन नाही, याचंच मला टेन्शन आलंय.''

''म्हणजे? तू काही तरी चमत्कारिक बोलतेयस, असं नाही वाटत तुला?''

''नाही. मला प्रचंड रितेपण आलंय. कसलंच टेन्शन नाही. काळजी नाही. असं टेन्शन-फ्री जगता येतं? अरे, वेडा होऊन जाईल माणूस. टेन्शन आलं की, माणूस काळजी करतो. काळजी असली की, विचार करतो. विचार पोखरायला लागला की, लिहायला लागतो. लिहिता-लिहिता विचार करायला लागतो. विचारांचं मंथन सुरू झालं की टेन्शन येतंच. टेन्शन आलं की–''

''ओ गॉश! आई, तू बोलायची थांबशील? मी वेडा होईन, हे असलं ऐकून.''

''नको रे! तू वेडा होणार? मला टेन्शन आलं बघ–''

२०. शपथ– जन्मजन्मान्तरीची

तिची चाल मंदावली. थकली तर होतीच, पण तिला भीती वाटली– चपलेची वादी तुटेल, म्हणून. त्यानं वळून पाहिलं. ''का गं, दमलीस?''

''नाही रे, पण–''

''आपण बसू या. नाजूक आहेस. जरा चार पावलं पुढं येशील? तिथं एक चौथरा आहे. छान आहे जागा.''

ती दोघं एका विशाल वृक्षाच्या दाट छायेखालच्या चौथऱ्यावर बसली. ''इथून आकाशाचे रंग बघ किती छान दिसतात! मला रंगांचा संग आवडतो. संगातलं संगीत आवडतं. त्यात रमतो. स्वत:ला विसरतो. जगाला विसरतो. कधी काळी परमेश्वराकडे जाईन तेव्हा त्यानं विचारलं, 'तुला काय हवंय? माग–' तर सांगेन, तुझ्या पायाशी आसरा दे. पुनर्जन्म नको आणि जन्माला घातलंसच, तर मला फक्त संगीत दे. त्यातच जगू दे.

''संगीत म्हणजे जीवनभराचा आनंद. मला कधी एकटं वाटतच नाही. माझ्यासोबत संगीत असतं. खरंच– या वाद्यकारांनी, संगीतकारांनी आपल्याला किती श्रीमंत केलंय! अरे, तू अशी गप्प का?''

''गप्प कुठे? ऐकतेय ना रे!''

''ऐकत्येय ना! लाडोबा! गोड बोलायला सांगा. आणि हसतेस तरी कशी– कुठं शिकलीस एवढं निर्मळ हसायला? तुझ्या हसण्यातून अनेक अर्थ पोचतात. तू ना...''

''काय? सांग ना रे–''

''काही नाही. मनुली– अगं, काय करून ठेवलंस माझं!''

''काय?''...

''काय होय? मी माझा राहिलोच नाही. हसतेस ना! हास–हास, पुरता वेडा करून टाक मला.''

''म्हणजे, आधी शहाणा होतास?''

"तसा वेडाच आहे मी. उद्या तुझा वाढदिवस. काय देऊ तुला?"

"काय देशील? देणं-घेणं संपतं रे. अख्खा तू मिळालायस, मला सगळं पोचलं."

"बालिके, मी तुला मिळालोय ना? केवढं तुझं भाग्य! मी तुला आशीर्वाद देतो!"

"तू इतका ठार वेडा आहेस, हे नव्हतं मला ठाऊक."

"एवढा तुझ्या संगतीत आल्यावर शहाणा राहणारच कसा? अशी कशी गं तू? तू परमेश्वराचं वरदान घेऊन आलीयस. तू कधी वयानं वाढणारच नाहीस. एवढीच राहशील– अल्लड, बालिश, खट्याळ आणि निर्मळ हसणारी. तुझ्यासारखी माणसं दुसऱ्याचं आयुष्य उजळतात."

"किती प्रेम करतोस! म्हणूनच तुझ्या नजरेला हे सगळं दिसतं. पण एक सांगू? असं नातं फार काळ नाही टिकत."

"असं म्हणजे?"

"म्हणजे तुझं-माझं आहे तसं."

"असं का म्हणतेस?"

"कारण आपण वाढत असतो. प्रगल्भ होत असतो. जबाबदाऱ्या येतात. आयुष्यातलं कठोरपण वाट्याला येतं. मग ही मानलेली नाती पेलवणं कठीण होतं. मग आपण कारणं शोधतो. स्वतःला शिक्षा करून घेतो."

"असा का विचार करतेस? ही नाती म्हणजे जगण्याची शक्ती. त्यामुळं सगळे आघात झेलता येतात. मी खूप सहन केलंय. जवळचे, आपले म्हणवणारे, नात्या-गोत्यातले.... गेल्या जन्मातले सूडकरी. तू भेटलीस आणि सगळं सुख, सगळा आनंद तुझ्या रूपानं मला मिळाला."

"तू भावनेच्या आहारी जाऊन बोलतोस. असं नाही जगता येत. घरचे, दारचे आपल्याला जगू देणार नाहीत. प्रत्येक नात्याला एक संदर्भ लागतो. एक लेबल हवं असतं."

"तुला नात्याची पट्टी हवीय?.... किती जमिनीवर आणलंस! मी एक स्वप्न जगत होतो... फक्त तुझा विचार करत होतो."

"ऐकायला बरं वाटतं– आपलं जग! स्वप्नातलं जग! पण प्रत्यक्षात फक्त व्यवहारच जगावा लागतो. कविता लिहायला आणि वाचायलाच चांगली असते; ती जगता येत नाही. एक सांगू? आई-वडील, बहीण-भाऊ जन्मानं मिळतात. नवरा-बायको हे धर्माचं नातं– कायद्यानं मान्यता दिलेलं. या नात्यांना

रूढीची, समाजाची मान्यता असते. आपलं नातं म्हणशील तर आकाशासारखं– अनन्त! न मोजता-मापता येणारं. पण तुटलं तर....? नुसती माती रे!''

"तू काय बोलतेस, कळतं तुला? मला असलं काही सांगू पण नकोस. हे नातं मागच्या जन्मातून येतं आणि पुढच्या जन्मीही–''

"थांबशील जरा? मला भीती वाटते रे! कोसळतोस असा धबधब्यासारखा. दुसरं माणूस गुदमरून जाईल. कधी कोरडा होशील, तेव्हा मी संपून जाईन रे–''

"आपण काही तरी चांगलं बोलू या. तू फार शहाणी आहेस, म्हणून काही तरीच विचार करतेस. आपण उद्याबद्दल बोलू. काय बेत आहे?''

"बेत कसला? मैत्रिणी येतील. खाणं-पिणं, गप्पा. आम्ही ना, कॉलेजमध्ये असताना खूप भटकायचो. या टोकाला बसला चढायचं, ते दुसऱ्या टोकाला उतरायचं. खारे शेंगदाणे घ्यायचे. पुन्हा त्याच बसमध्ये चढायचं. कण्डक्टरनासुद्धा माहिती झालं होतं.''

"मनुली वेडी आहे म्हणून. तुला फुलं खूप आवडतात ना?''

"आवडतात, पण कोमेजलेली नाही आवडत.''

"शहाणीच आहेस. अगं, ज्याला जन्म आहे, त्याला मृत्यू असणारच. पण जेवढा वेळ फुलं बहरतात, तोवर आसमन्त दरवळून टाकतात. सौंदर्यांचा साक्षात्कार घडवतात.

"तू तशीच आहेस. खरंच सांगतो. मला जे वाटतं, ते मी बोलून मोकळा होतो. तू काय आहेस, ते फक्त मला ठाऊक आहे. म्हणून तुला मी एक छान गिफ्ट देणार आहे.''

"खरं?''

"अगदी खरं!''

"काय देणार? सांग ना–''

"आधी नाही सांगणार.''

"असं रे काय? उद्या आपण कसे भेटणार?''

"मी असणार ना तुझ्याबरोबर.''

"नको– नको.''

"नको काय? मी नेहमी तुझ्याबरोबरच असतो.''

"लाडू, पेढे, बर्फी....''

"म्हणजे गं काय?''

"हे– हे तुझं बोलणं ऐकलं ना, की जगातले सगळे गोड पदार्थ एका

वेळी तोंडात कोंबल्यासारखे होतात. कुठून सुचतं तुला असं गोड-गोड बोलायला? आता विषय न बदलता सांग, गिफ्ट काय देणारायस?''

"सांगतो. आता मला पण राहवत नाही. सांगू?''

"सांग ना!''

"बघ हं- हसायचं नाही.''

"नाही हसत. पण हसू आलं तर?''

"मग मी सगळं विसरतोच. तुझ्याचकडे बघत बसतो.''

"आता मी पाठ फिरवते. बोल-''

"बोलू?''

"हुं!''

"सांगू?''

"जा- मी बोलतच नाही तुझ्याशी.''

"बरं, ऐक. मी तुझ्यावर एक कविता केलीय.''

"अंऽऽ?''

"म्हणजे झाली गं. त्या कवितेत फक्त तू आणि तूच आहेस. आवडेल तुला. आवडून घे. हे गिफ्ट तुला आणखी कुणीच देऊ शकणार नाही.''

"किती करतोस रे माझ्यासाठी!''

"किती बरं? इतकं- चल, आता कविता छान कागदावर लिहून काढेन. आणि... तू मला स्वप्नातलीच वाटतेस...''

"कळलं. उठा आता. अंधारायला लागलंय.''

★ ★

एक आठवडा सरलाय. तीच जागा आणि ती दोघं-

"वेळ आहे तुला?''

"तुझ्यासाठी आहे. बोल रे!''

"मला काही प्रश्न पडतात-''

"कसले प्रश्न?''

"तू एवढ्या उशिरा का माझ्या आयुष्यात आलीस? आलीस ती आलीस, पूर्ण बळकावूनच बसलीस. व्यापून राहिलीस. आपल्या दोघांच्या आई-बाबांनी फार घोळ घातला.''

"ए वेड्या, जरा थांबशील बोलायचा? काय बोलतोस! अरे बाबा, आपली भेट होणं आणि मग हे असं गुंतणं- सगळं नियतीच्या संकेतानुसारच

घडत असतं. त्याला इलाज नसतो.''

''इलाज आहे. पुढच्या जन्मी अशी चूक करू नकोस. समज– मी उद्या मेलो–''

''मेलो काय? माझ्या आधी तू मरणार नाहीस. वचन दे मला.''

''बरं. तू शंभर वर्षं जगणार आहेस ना? आणि तुझी शंभरी मी साजरी करणाराय. पण पुन्हा प्रश्न उरतोच.''

''आता काय?''

''तू आधी कबूल कर– तू मरणार नाहीस म्हणून! तू जर मेलीस, तर माझं काय होईल?''

''पण मी काय अमरपट्टा घेऊन आलेय?''

''गळपट्टा, कमरपट्टा, पोटपट्टा.''

''तू काय बडबडतोयस? जेवला नाहीयेस का?''

''केव्हा जेवू? वेळच मिळाला नाही. मर-मर मरतोय कामाखाली. कुणाला त्याचं काही नाही.''

''कुणाला काय असणाराय? तू इतरांची काळजी करतोस?''

''मी फक्त तुझी काळजी करतो. तुझ्याकडून अपेक्षा करतो. तू लहान मुलासारखी आहेस. दुष्टपणा तुला स्पर्शच करत नाही, म्हणून तुझी काळजी वाटते. माझ्यानंतर तुझं कसं होणार?''

''हेच बोलणारायस का आज? तर, मी जातेच कशी. आणि कायम लक्षात ठेव– मी तुझ्या आधी मरणार आहे. आणि आपण आता जगण्याबद्दल बोलू या. हे जग खूप सुंदर आहे, कारण त्यात तुझ्यासारखी जीव लावणारी माणसं आहेत. पण खरं सांगू? मला तुझी फार भीती वाटते रे!''

''माझी? का बरं?''

''कारण तू इतरांपेक्षा निराळंच बोलतोस; निराळाच वागतोस.''

''कारण मी, 'मी' आहे. इतरांपेक्षा निराळा. तू कशी आहेस, ते मला विचार. ते तुला कळत नाही; ते फक्त मला–''

''प्लीजऽऽ थांबशील? मी वेडी होईन रे तुझ्या या धो-धो कोसळण्यानं!''

''परमेश्वरानं तुला निर्माण केलं आणि त्याच्या इच्छेनुसार तू माझ्या आयुष्यात आलीस, हे किती चांगलं झालं!''

''मला तुझं बोलणं कळतच नाही.''

''मी सांगतो ना समजावून! तू लहान आहेस ना, म्हणून तुला काही

कळत नाही. तर, मी तुला शिकवेन.''

"होय गुरुजी!''

"बालिके, तुझे कल्याण असो!''

"भेटलास रे बाबा! माझ्या डोक्यावर काय हात ठेवतोस? आपण सार्वजनिक ठिकाणी आहोत, याचं तरी भान ठेव. लोक हसतील आपल्याला!''

"लोक कोण? मला फक्त तू दिसतेस. भेटलो ना तुला; आता जन्मात सोडणार नाही. खरंच सांगतो– तू भेटलीस आणि माझा हरवलेला आनंद मिळाला. मी पुन्हा पहिल्यासारखा हसायला लागलो. तू अशी आहेस– ज्याच्या आयुष्यात जाशील, तिथं फुलं फुलवशील.''

★ ★

मध्यंतरी महिन्याचं पान उलटलंय. तो उत्सुक, ती दुखावलेली.

"अगं, कुठायस तू?''

"रस्त्यात. घरी चाललेय.''

"नको जाऊस. मी पाच मिनिटांत तुला गाठतोय. मला सांग, जवळ एखादं चांगलं हॉटेल आहे?''

"हो, 'नील सरोवर.' का रे?''

"तू आत जाऊन बस. मी आलोच–''

"फार नाही ना वाट बघावी लागली? आपण जेवू या. मी सकाळपासून उपाशीच आहे. तू ऑर्डर दे, मी हात धुऊन येतो.''

"काय मागवू तुला?''

"तुला आवडेल ते. तेच मी आज खाणार आहे.''

"बस. आज विशेष खुशीत?''

"तू भेटलीस, यापेक्षा आणखी कसली खुशी असू शकते.''

"आता गोड बोलून सारवासारव करू नकोस. महिनाभर अज्ञातवासात होतास. भेटणं दूरच, फोनदेखील उचलला नाहीस. मी बोलणारच नाही तुझ्याशी.

"मी आजारी होतो.''

"आजारी होतास? मला कळवायचं नाही?''

"कसं कळवू? मी हॉस्पिटलमधे होतो.''

"एवढा आजारी होतास? आणि तुला भेटावंसं वाटलं नाही?''

"असं वाटतं तुला? पण काही वेळा आपण परस्वाधीन असतो.''

"मी अशी वागले असते, तर सहन केलं असतंस तू? तू तुझ्या मनाप्रमाणं वागतोस. तू वागशील ते योग्य. तुझा इगो जपायचा. तुझी इच्छा, तुझं मन, तुझं मत प्रमाण. दुसऱ्याची–"

"दुसऱ्याची वगैरे नाही हं. मला नाही आवडणार. आणि मन्या, तू माझी चौकशी करशील की भांडतच राहशील?"

"म्हणजे मी भांडखोर; तू जे वागलास, ते योग्य. बाकी तुला काही बोलायचं नाही म्हणा; तू कधी चूक करत नाहीस, चुकतात ते बाकीचे. मी काय समजायचं रे, तू असा वागलास तर? कुणाला विचारायचं? कुठं शोधायचं तुला?"

"आता कुणाला काही विचारू नकोस आणि मला शोधू पण नकोस. सगळी उत्तरं तुला आज मिळणार आहेत."

"म्हणजे रे?"

"म्हणजे, आता मनापासून जेवायचं. अजिबात बोलू नकोस. रडायचं तर नाहीच. आणि हे बघ, दोन माणसांचं मागवू नकोस."

"तू जेवणार नाहीयेस?"

"जेवणार तर! पण एक माणसाचंच पुरतं आपल्याला. तू चिऊ आहेस ना! एवढं– तर खातेस!"

"हे बघ– चिऊ-काऊ सगळं सवडीनं बोलू. आधी–"

"आधी तू बोल, खूप बोल."

"महिना-महिना भेटू नकोस; मग म्हणायचं, बोल. मला रात्र होईल रे घरी जायला."

"आज घरी जायचंच नाहीय."

"म्हणजे रे? रात्रभर जेवतच बसायचं?"

"सांगतो. तुझा देवावर विश्वास आहे?"

"आहे तर! त्याच्या इच्छेनुसार तर हे जग चाललंय. मोरोपंतांची एक केका आहे बघ–"

"चिऊताई, चिऊताई, जेव ना घासभर! किती गोड हसलीस. ए, मी जेवू की नको? की तुझ्याकडे बघत बसू? त्या मोरोपंतांना पण जेवू दे शांतपणानं."

"बरं-बरं. आधी सांग, एवढ्या घाईत असं का बोलावलंस?"

"सांगतो. मी दूर जायचं ठरवलंय."

"कुठं?"

"नको विचारूस. इथलं सगळं इथंच टाकून भटकत-भटकत जाईन. ओळखीपासून लांब– माणसांपासून दूर.''

"असं का पण?''

"कंटाळलोय या जगण्याला, त्यातल्या खोटेपणाला. सगळे दुटप्पी, सोंगाडे!''

"मीही त्यातलीच? मुखवटे घेऊन हिंडणारी?''

".........''

"बोल ना रे!''

"तू माझी बोलतीच बंद केलीस. मी इतरांबद्दल बोलतोय. तू 'इतर' आहेस? माझ्यातच आहेस ना– पूर्ण व्यापून राहिलेली. मी मला टाकलं, तरी तू मला चिकटलेली असशील. मी कल्लोळापासून दूर म्हणतोय. तू कसं समजलीस तुझ्यापासून दूर? झाऽलं! डोळे भरून आले? नको ना अशी वागूस. मी मग कासावीस होतो बघ. आता हास बघू! कोजागरी पौर्णिमा अवतरलीयसं वाटलं बघ. आधी मला वचन दे–''

"कसलं?''

"पुढच्या जन्मी तू माझ्याबरोबर असशील म्हणून.''

"किती लहान मुलासारखं बोलतोस! पुढचा जन्म कुणी पाहिलाय? आणि या गोष्टी आपल्या स्वाधीनच्या असतात रे?''

"होय! चल माझ्याबरोबर.''

"एवढ्या रात्री? कुठे पण?''

"चल म्हणतो ना!''

★★

"आपण समुद्रावर आलोय. गर्दीपासून दूर. फक्त समुद्राची गाज. आपण पाण्यात जाऊ या.''

"एवढ्या रात्री? त्या लाटा बघ कशा जबडा पसरल्यासारख्या पुढे-पुढे येतायत. वाळूत पाय ठरणार नाहीत... आणि मला पोहता येत नाही रे!''

"मला ठाऊकाय ते. घट्ट धर मला. या स्पर्शाला डोळे असतील... फार मोठा अर्थ असेल.''

"तू असं काय बोलतोयस? मला भीती वाटते?''

"घाबरतेस कशाला? मी आहे ना! मला घट्ट मिठी मार– पहिली आणि अखेरची. मी पाण्यावरून चालत जाणार आहे, समुद्राच्या तळाशी मी पोहणार

नाही. देवाला कळू दे, या जन्मी नाही, तर पुढच्या जन्मी.... जन्मोजन्मी....."

"डोकं फिरलंय तुझं? का असा वागतोयस?"

"मनू, तू माझ्यासोबत येणार नाहीस? शपथ मोडणार आहेस? मनू, माझ्या गळ्यात हात टाक. या लाटांवरून मी चालत जाणार आहे. शेवटचा श्वास तुझ्याबरोबर, तुझ्यात, तुझ्या-माझ्या....मनू....."

★ ★

आवाज शांत होतात. फक्त लाटा... त्यांत भोवरा.

दोन टिंबं– अस्पष्ट, धूसर, क्षितिजरेषेशी एकरूप.

साक्षीला चंद्र, रोंरावणाऱ्या लाटा, फिकट चांदणं, कोंडलेले श्वास... अखेरचे ...अखेरचा– दोघांचा एकत्र....

★ * ★

२१. साक्षात्कार

'दिवे लागले रे, दिवे लागले रे
तमाच्या तळाशी दिवे लागले....'

शरावतीनं पुस्तक मिटून बाजूला ठेवलं. कशाला हे कवी असं लिहितात? डोळ्यांपुढे मृगजळ उभं करतात? कोण प्यायलाय त्यातलं पाणी? अंधाराच्या तळाशी काय असतं? अंधाराचे दिवे! दुःखाचे दिवे! आयुष्य थांबलंय, हे सुचवणारे यातनांचे दिवे! या अलीकडे आणि पलीकडेही काही नसतं.

नाही तर आज जे वाचलं-अनुभवलं, तसं कधी घडलंच नसतं. कुठं गेली सारिका? काय झालं तिचं? आणि जे झालं ते असं आणि इतकं विचित्र का घडलं? दैव? पूर्वजन्मीचं फळ? जाणिवे-नेणिवेपलीकडचा हा पूर्वजन्म- असा सूडकऱ्यासारखा येऊन का आपल्याला खेळवत असेल? नाही तर सारिकेसारख्या निष्पाप-गोड मुलीच्या आयुष्याचं असं...

सारिकेचं ते पत्र मिळाल्यापासून ती पार उपटून-निपटून गेली होती. सारिका आणि शरावती सख्या मैत्रिणी. बघावं तिथं दोघी एकत्र. शरी अभ्यासात पुढे, तर सरू रूपानं उजवी. पण तिच्या गरीब घराला तिचं रूप म्हणजे शापच वाटायचा. सरू जन्मली आणि वाढत गेली. वाढता-वाढता फुलत गेली. बहरत गेली. दहा जणांच्या नजरा खेचत गेली. ताऱ्या-वाऱ्याबरोबर हसत राहिली. डोळ्यांनी बोलत गेली.

अशा वेडीला ठेवायची कुठं? आई-वडलांना घोरच लागला. ....आणि एकदा असाच कुणी अकस्मात भेटला. त्याच्या मखमली शब्दांवर सरू भाळली. तिला जगाचे हिशेब कळायचेच नाहीत. पण आपल्या जीवलग मैत्रिणीच्या गळ्यात हात टाकून ती कानगुजली, "शरे गं, तो खूप चांगला आहे."

"खूप म्हणजे? कळशीभर?"

"ज्जा बाई, मी सांगतच नाही."

"सरू, तू यडाबाई आहेस, म्हणून काळजी वाटते गं. पट्कन कसं

कुणाला चांगला ठरवून मोकळी होतेस!''

"तू चट्कन कसा संशय घेतेस शरे?''

"संशय नव्हे गं– कुणाला वाईट म्हणू नये, तसं चांगुलपणाचं लेबल पण चिकटवू नये. पारखून-निरखून मग मत बनवावं.''

"शहाणी आहेस! पारखायला तो काय मोत्याचा दाणा आहे? तू एकदा बोल त्याच्याशी... कसा गोड बोलतो गं! मी तर खुळावूनच गेले.''

"आमच्याशी नाही कुणी गोड बोलत ते?''

"तुमच्याशी काय बोलणार– कप्पाळ! तू प्रेम करण्याऐवजी प्रेमावर व्याख्यानच देत बसशील. फायदे-तोटे सांगत बसशील आणि शेवटी, निरपेक्ष प्रेम अन् ताबा मागणारं प्रेम, आकर्षण अन् अनासक्ती याचं स्वरूप विशद करून असं काही बौद्धिक घेशील की; प्रेम करण्याऐवजी तो जन्मभर ब्रह्मचारी राहण्याची प्रतिज्ञा करेल!''

"कळली अक्कल! दुसऱ्याचे शब्द वापरून विद्वत्ता दाखवू नका. आपला हा नग कुठं भेटला, सांगाल का?''

"कुठं? शरावतीबाई, प्रेमिक जिथं भेटतो, तोच स्वर्ग असतो. रस्त्यावर हॉटेलात, कॉलेज कट्ट्यावर किंवा पारिजातकाच्या झाडाखाली– कुठंही भेटला–''

"ए बेअक्कल, जरा नीट जागेपणी उत्तर दे. हा कोण? कुठला? काय करतो? घरी कोण आहे? हा नीट सांभाळेल का तुला? अगं, हसतेस काय?''

"हसू नको तर काय? प्रेम करणारा असा विचार करून उत्तरं मागायला लागला, तर लग्न होईस्तो म्हातारा होईल. यडी काकू! तू आयुष्यात कधी प्रेम करू शकणार नाहीस; फक्त प्रेमाच्या कविता वाच आणि पोराटोरांना शिकव!''

दोघींचे वाद तिथंच संपायचे. शरीनं कधी तो मुलगा पाहिलाच नाही. पाहिला तो एकदम सरूच्या लग्नात. त्याला पाहून तिला धक्काच बसला. आवडावं असं काय होतं त्याच्यात? गोऱ्यापान सरूला हा काळा-हडकुळा मुलगा का आवडला असेल? फार मोठा शिकलेला नव्हे, की घरचा गडगंज नव्हे. मग ही कशावर भाळली? केवळ शब्दांवर? हळुवार बोलण्यावर? असं शब्दांवर पोट भरत असतं, तर आज निम्मं जग सुखी झालं असतं– निम्मं कशाला, अख्खंही झालं असतं!

घरच्या गरिबीत, ओढाताणीत, कावलेल्या वातावरणात तिला त्याच्या वागण्याचाच मोह पडला असावा. आई-वडिलांनी फारशी चौकशी केली नाही.

रांगेनं चार पोरी उजवायच्या होत्या. खाणारं एक तोंड कमी झालं, हीच जमेची बाजू. सरू हसत-हसत त्याच्याबरोबर गेली. मागं वळून बघावं, एवढाही तिचा जीव त्या घरात गुंतला नव्हता.

हा कोण, कुठून आला, कशाला आला– काही कुणाला कळलंच नाही. आला आणि रानवाटेवरचं एक देखणं फूल खुडून घेऊन निघून गेला. कुठं गेला? सारिकाचं काय झालं? पुन्हा माहेरी का नाही आली? चिठ्ठी नाही, चपाटी नाही– निदान स्वत:चं वैभव मिरवायला तरी यायचं. इतरांना विसरली ते ठीकच; पण जीव की प्राण असलेल्या आपल्या प्रिय शरावतीला पण विसरली?

शरीला सुरवातीला फार जड गेलं. दोघी शाळेपासूनच्या मैत्रिणी. एका ताटात दूध-भात जेवलेल्या. हिला मारलं, तर तिचा गाल हुळहुळायचा. चोरून कैऱ्या खायच्या आणि खाली मान घालून मिळून शिव्या खायच्या. कॉलेजच्या पहिल्या वर्षात ती ब्यूटी क्वीन ठरली, तर हिनं पहिलं येण्याचा मान काही सोडला नाही. शरी कॉलेजात गेली, म्हणून हट्टानं सरूनं वर्षाकरता नाव नोंदवलं. बस, तेवढंच. मग मे महिन्यात लग्न होऊन गेली. पण शरीला जग भकास वाटायला लागलं. सुख-दु:खातली भागीदारीण गेली. आता मनच्या मनचं कुणाला सांगायचं? ती इतकी एकटी पडली की, पुस्तकांपलीकडच्या जगाची दारंच तिनं स्वत:करता मिटवून घेतली.

–आणि अचानक आज एक मळकं, चुरगळलेलं चिटोरं तिच्या हाती आलं. वर नाव, गाव, पत्ता अर्धवट लिहिलेला.

'शरे, मी खूप संकटात आहे. त्याच्या घरून सुटका करून घेतली. पुढचं? ठाऊक नाही. जमलं, तर भेट.

तुझी दुर्दैवी,
सरू.

शरावतीनं जंग-जंग पछाडलं. तिच्या घरी, तो उतरला होता तिथं, मुंबईच्या दिलेल्या पत्त्यावर, ओळखी-पाळखीत– जिथं शक्य होतं तिथं. ''काय कल्पना नाही'', एवढंच उत्तर मिळायचं. सगळ्याला पूर्णविराम मिळाला. मुळात घरच्यांनीच जबाबदारी झटकली. सरू हे नाव फक्त आठवणीत बंदिस्त झालं. त्यावर काळाची पुटं चढत गेली. शरावती आपलं घर, नोकरी, जबाबदाऱ्या यांत गुरफटून गेली.

एकदा तिच्या कामानिमित्त बाहेरगावी उमेदवारांच्या मुलाखती घ्यायला

गेली. ज्यांच्या घरी जेवण ठरलं होतं, तिथं गप्पा चालल्या होत्या. मऊ सूत पोळ्या खाता-खाता तिनं विचारलं, "सांजोऱ्या खूप छान, नाजूक झाल्यायत. आजकाल विस्मरणातच गेल्यायत."

"आमच्याकडे बाई आहेत. आम्ही मावशीच म्हणतो त्यांना. खूप चांगल्या आहेत. त्याच सगळं प्रेमानं करतात. ठरवतात पण त्याच."

"आजकाल चांगले नोकर मिळणंही अवघड झालंय."

"नोकर नकाच म्हणू. माझ्या सासूबाईंना त्या देवळात भेटल्या. त्या घेऊन आल्या आणि घराला घरपण आलं. घरचे हिशेब पण त्याच बघतात. सासूबाईंनंतर आम्हाला त्याच वडिलधाऱ्या वाटतात."

विषय तेवढाच राहिला. जेवून हॉलमध्ये आल्यावर बारीक किनऱ्या आवाजात गाण्याचे स्वर कानावर आले.

"मावशीच गातायत वाटतं?"

"हो. चिंटूला झोपवतायत थोपटून." शरावती उठलीच. पाऊल न वाजवता चिंटूच्या खोलीच्या दाराशी जाऊन उभी राहिली.

ती ४०-४५ वर्षांची प्रौढा असावी, कदाचित अधिकही. हडकलेली– केसांवर पांढुरकी छटा. रया गेलेल्या माणसाच्या वयाचा अंदाज बांधता येत नाही; आवाजावरून तर नाहीच नाही. चिंटूच्या आणि मावशीच्या त्या छोट्या जगाला धक्का न लावता शरावती दारातच थांबली. गाणं तिच्यापर्यंत अर्थासकट पोचत होतं–

"यवढं यवढंसं पाखरू
लाल लाल गं त्याची चोच
गुंजावानी गं त्याचे डोळे
साताभातानी बाळ खेळे
की पाखरू माझंऽऽ"

शरावती स्वत:ला विसरली. ते परकं घर विसरली. आपण काय करतोय, हे कळण्यापूर्वीच तिच्या ओठांतून स्वरांचे सर ओघळले–

"दह्या-दुधानी भरल्या वाट्या
वर साखर राय-पिठी
माझा जेवणार जगजेठी
की पाखरू माझंऽऽ"

दोघींनी एकदमच एकमेकींकडं पाहिलं. आणि "तूऽऽ?" एवढा एकच उद्‌गार बाहेर पडला. काय होतं त्या उद्‌गारात? आनंद, दु:ख, करुणा, वेदना.... एक अननुभूत अशी लाट सर्व देहातून उसळली, थांबली आणि दोघींचे पुतळे झाले.

"मावशी... शरावतीताई... अहो, काय झालं? तुम्ही दोघी... अहो बोला– ताई, बऱ्या आहात ना? मावशी, काय झालं?" गोंधळलेली चिंटूची आई दोघींना हलवत होती. तिनं शरावतीला कॉटवर बसवलं. दोघींना पाणी प्यायला दिलं. दोघींनी डोळाभर एकमेकींकडं पाहिलं आणि गळामिठी पडली. चिंटूची आई हळूच बाजूला झाली.

दोघी किती तरी वेळ नुसत्याच रडत होत्या. "सरू, सरू... अगं, काय झालं हे? कळवावंदेखील वाटलं नाही गं! किती परकं केलंस मला!"

"नाही गं शरे, माझं दुर्दैव घेऊन कुठं येऊ तुझ्याकडे? जन्मले ती गरीब आई-बापाच्या पोटी. ते कमी होतं म्हणून..... नकोच ते सगळं आठवायला."

"आज माझ्याबरोबर माझ्या हॉटेलवर येशील? तिथं बोलू– गेल्या वीस वर्षांतलं."

–आणि रात्रीपुरती परवानगी काढून सारिका शरावतीच्या खोलीवर गेली. आता रात्र त्या दोन बालमैत्रिणींची होती आणि वेदना त्या रात्रीपेक्षा अधिक दाट अन् अधिक मोठी होती.

कुठून आणि कशी सुरवात करावी, हेच सारिकाला कळत नव्हतं. गेल्या वीस वर्षांचा स्मृतीचा पडदा अलगद बाजूला झाला होता. एक यातनापर्व डोकं उंच करून उभं होतं.

"बोलतेस ना सरू?" शरावती मैत्रिणीला विनवत होती.

"बोलते. नाही तरी ही कहाणी सांगावी, असं कोण आहे माझं? आई-बाबांना मी जडच झाले होते. मी त्यांना दोष देत नाही गं, ते तरी काय करतील? इथं फाके पडण्यापेक्षा पोटभर जेवेल, सुखात राहील– एवढा एकच विचार. चूक माझीच– आयुष्यभराची चूक. कशी भाळले, आड रस्त्याला गेले... हे सगळं अघटित घडायचं होतं... घडलं.

"त्या दिवशी कॉलेज कॅन्टीनमध्ये कोक घेत बसले होते. एक तरुण समोर येऊन बसला. कॅन्टीनवाल्यानं दोघांचं बिल दिलं. त्यानं शंभरची नोट ठेवली. म्हणाला, 'मला सुटे हवेयत, म्हणून मी दोघांचंही बिल दिलं. किमान

दहा-पंधरा रुपये तरी बिल व्हायला हवं.' मग सुटे पैसे येईपर्यंत कोण, कुठली, पुढं काय विचार आहे वगैरे जुजबी प्रश्न. मी स्पष्टच सांगितलं, 'अहो, मी कुणी हुशार मुलगी नाही. त्यामुळं पुढचा काही विचारच केला नाही. त्यातून आमच्या घरची स्थिती सामान्य. चार तोंडं खाणारी अन् बाबा एकटे मिळवते. कॉलेजचा खर्च कसा झेपणार?'...''

"हे सगळं पहिल्या ओळखीत बोललीस?"

"हो. कुठे काय बोलावं आणि कुठे थांबावं, याचा पाचपोचच नाही ना! कुणी विचारतंय म्हटल्यावर बोलत सुटायचं. तिथंच तर सगळं बिघडलं.

"ओळख झाली. तो भेटत गेला. ओळख वाढत गेली आणि..... पुढचं तुला ठाऊकाय."

"अगं, पण आयुष्य त्याच्या स्वाधीन करताना काय विचार केलास तू?"

"विचार? विचार कुठला गं! तो खूप प्रेमानं बोलायचा. हळुवार बोलायचा. कठोर शब्द त्याला ठाऊकच नव्हते. मला हे सगळं नवीन होतं. त्याच्यालेखी मी म्हणजे जगातली सर्वश्रेष्ठ स्त्री. तो मला बरोबर मुठीत घेतोय, हे लक्षातच आलं नाही.

"तुला माहीत आहे– माझं घर कसंय ते. चार भिंती आणि छप्पर, याला घर म्हणायची पद्धत आहे म्हणून; बाकी काय होतं तिथं? भांडणं, कचकच, आदळ-आपट, हे नाही न् ते संपलं. कुणी तरी ओरडायचं आणि मग दुसऱ्यानं रडायचं. म्हणून तर मी तुला चिकटले. तुझं घर धरून ठेवलं. दिवसाचा तेवढाच वेळ आनंदात जायचा.

"त्यानं मागणी घातली, तेव्हा हाच विचार डोक्यात आला. मला केव्हा तरी आनंदानं हसता येईल, मोकळं गाता येईल, स्वप्नं फुलवता येतील. मुख्य तर ते घर 'माझं' असेल. तिथं माझा विचार करणारं आपलं माणूस असेल. दागिने, कपडे, चैन, मौज-मजा– कशाचाच हव्यास नव्हता गं मला. फक्त चार प्रेमाचे शब्द हवे होते. तो स्पर्श मला त्याच्याकडून मिळेल, ही अपेक्षा होती. पण सगळं वेगळंच घडत गेलं."

"छळलं का गं त्यानं? .....सेक्शुअल हॅरॅसमेंट?"

"छे गं! या सगळ्या वरवरच्या गोष्टी."

"म्हणजे सरे, नेमकं काय केलं गं?"

"लग्नानंतर चारच दिवसांत आम्ही गाव सोडलं. मुंबईला त्याचं हेड ऑफिस होतं म्हणे. काही तरी एक्स्पोर्टचा धंदा. गम्मत म्हणजे, ज्या माझ्या

सौंदर्यानं त्याला मोहिनी घातली होती, त्याला त्यानं स्पर्शच केला नव्हता.''

''म्हणजे? मी नाही समजले.''

''म्हणजे त्याची आई म्हणाली, आधी कुलदैवताचं दर्शन घेऊन येऊ; मग पुढचे विधी.''

''कुठलं कुलदैवत?''

''सांगते. मी तर आजवर ऐकलं नव्हतं, तूही ऐकलं नसशील. दुसऱ्या दिवशी आमची फ्लाइट होती.''

''कुठं?''

''मला विमानतळावर गेल्यावरच कळलं. आम्ही बँकॉकला निघालो होतो!''

''काय?''

''होय. तिथं यांच्या पूर्वजांनी मंदिर बांधलं होतं म्हणे. तेव्हाच मला शंका आली– हा काही तरी दगाफटका आहे. तो सारखी कुणाची तरी वाट पाहत होता. तेवढ्यात कुणी आलं, म्हणून तो त्या दिशेनं गेला. मी सासूला सांगून टॉयलेटला गेले. मी सरळ लेडी पोलीस गाठली. तिनं मागच्या बाजूनं मला बाहेर काढलं. थेट टॅक्सीत बसवून दिलं. म्हणाली, 'तू इथून पळ. कुठंही जा. आम्ही त्याला पाहून घेऊ.' माझ्या हातावर पंचवीस रुपये ठेवले. मला तिच्यात कुलदेवतेचं रूप दिसलं.'' सारिका एकदम थांबली. पुढं काही न बोलता केविलवाणी रडत राहिली.

''शरी गंऽऽ मी गाव सोडून कधी बाहेर पाऊल टाकलं नाही– कुठं गं जाणार होते मी? ही अफाट मुंबई, इथले रस्ते... काही काही माहीत नव्हतं मला. त्या टॅक्सीवाल्यानं मला एका अर्भकालयासमोर नेऊन सोडलं.

''मी तिथल्या मुख्य मॅडमना भेटले. त्यांनी त्याच दिवशी मला स्वयंपाकाच्या कामाला नेमून टाकली. शरे, जगात वाईट माणसं खूप आहेत; पण काही देवमाणसंही आहेत. त्यांच्या पावित्र्यावर तर जग चाललंय.''

''सरू, अगं, किती शहाण्यासारखं बोलतेस गं! कुठं शिकलीस हे शहाणपण?''

''माणूस नावाच्या पुस्तकात! या ४५ वर्षांत किती जन्मं मी जगले अन् कितीदा मेले! तू रडू नको शरे. मी म्हटलं ना, जगात देवमाणसंही आहेत. अर्भकालयाचे अध्यक्ष तात्यासाहेब असेच देवमाणूस. त्यांनी विचारलं– 'माझ्या घरी काम करायला आवडेल? माझी पत्नी आजारी आहे. सून-मुलगा नोकरी करतात. मी कुठे कुठे पुरा पडणार? तिला कुणी तरी सोबतीला हवं. तुम्ही नोकर

म्हणून नव्हे, तिची मैत्रीण म्हणून या.' ती माणसं शब्दाला जागली. परमेश्वरच तात्यासाहेबांच्या रूपानं माझ्यासाठी धावला.

"पहिलं वर्ष तर मी घरातच तोंड लपवून राहिले. मी त्याची भीती घेतली होती. हळूहळू ती कमी झाली. तात्यासाहेबांनी कधीच काही विचारलं नाही. पण सांगायचे– 'घाबरू नका. आम्ही तुमचीच माणसं आहोत. भित्यापाठी ब्रह्मराक्षस लागतो. निर्भयपणं जगायला शिका.' मी धीट झाले. आत्मविश्वासानं वावरू लागले."

"किती भोगलंस! एका चुकीची किंमत आयुष्यभर मोजतेयस. विसर आता सगळं."

"पण शरे, तू का नाही लग्न केलंस? का एकटी राहिलीस?"

"मी करिअरच्या मागे. कोण जोडीदार भेटेल, काय सांगणार? नाही त्याला आवडलं, तर आयुष्याची माती. जन्मभर फ्रस्ट्रेशन. समजून-उमजून कशाला अंधारात उडी घ्यायची? आणि एकटी कुठंय मी? पुस्तकं आहेत, अभ्यास आहे."

"एवढं पुरतं आयुष्याला?"

"आयुष्याला काहीच पुरत नाही. किती मिळालं तरी काही तरी उणं राहतंच. माणूस फार हावरट असतो गं. मग कुठे तरी विवेक जागा ठेवायचा. घर, संसार, मुलं यांत मी रमणार होते? नसेन; तर ती जबाबदारी स्वीकारणं, हा स्वतःशीच द्रोह झाला असता. मी हा मार्ग स्वीकारला."

"किती विचारी आहेस! तू पहिल्यापासून अशीच आहेस."

"तर मग आणखी एक शहाणपणाचा मार्ग सुचवते. आपण एकत्र यावं, हा नियतीचा संकेत. एवढ्या वर्षांनी भेटलो; आता कधीच दूर राहायचं नाही. माझ्याबरोबर गावी चल. तू घर सांभाळायचं, मी दार. मधले दिवस पूर्ण विसरायचे. आयुष्याचा उत्तरार्ध आपण आनंदात घालवू."

"मी आनंदातच आहे शरी. तुझ्याकडे आले, तर आयती बसून खाईन. ते बरोबर नाही. कष्टाचं खाल्लं की, स्वाभिमानानं जगता येतं.

"शिवाय या घरानं माझ्या संकटाच्या वेळी आधार दिला. माझ्या जगण्याला हेतू दिला. ताठ मानेनं, निर्भय मनानं जगायला शिकवलं. खरं सांगू? ही जागा मला साक्षात्कारी वाटते."

शरावती उठली, आपल्या बालमैत्रिणीच्या खांद्यावर प्रेमानं हात दाबले.

सारिका परत जायला रिक्षात बसली. शरावतीनं हात हलवून निरोप

दिला. विचार करत ती जिना चढू लागली– एवढी पुस्तकं वाचून आपल्याला आयुष्य अधिक कळलं की, 'माणूस' नावाचं पुस्तक वाचून सारिकेला त्याचा अर्थ अधिक उमगला?

✳ ✳ ✳

२२. कथकली

चांदणगाणं

'श्री'

ऑगस्ट २००९

प्रिय धनन,

पोस्टमननं पाकीट हातात दिलं. 'एअर मेलं'चा मळवट बघितला आणि आश्चर्य वाटलं. कुणाचं असावं? दादाचं की जयन्ताचं? पण आता मधेच? पत्र उलट-सुलट करून पाहिलं आणि हसू आलं. प्रेषक लिहितात तिथं लिहिलंस, 'गेस हू?'

असे यडे चाळे तुझ्याशिवाय आणखी कोण करणार? किती रे, पूर्ण वर्ष झालं ना भेटून? या वर्षभरात तुला एकदाही वाटलं नाही....? पण थांबतेच, पुढं काही न लिहिता. तू चक्क दम भरलायस, 'ए बाई, प्लीज रागावू-भांडू-बिंडू नकोस.' खरं तर या वाक्याचा पण राग आला. चूक करायची, वर शहाजोगपणं दुसऱ्यालाच दोषी धरायचं. पत्राचं उत्तरच पाठवणार नव्हते. पण तुझी पुढची कैफियत वाचून (नेहमीप्रमाणं) विरघळलेच. तू म्हणतोयस, 'इथं साद घालायला बुलबुल येत नाही, रंग बदलणारे ढग मोकळ्या जागी बसून पाहता येत नाहीत आणि आकाशात खच्चून भरलेलं चांदणंपण दिसत नाही. माझ्या मनातलं गाणं पण हरवलंय. खूप एकटं वाटतं.'

तुला चांदण्यांचं गाणं ऐकू येत नाही? नसशील ऐकलं, तर आता बंद दाराआडून पण ऐक. अरे वेड्या, ते आकाशातच पाहता येतं आणि तिथूनच ऐकू येतं– हे कुणी सांगितलं तुला? तू तुझ्या मनाचं आकाश कर, म्हणजे ते सुगंधी चांदणं तिथं उतरेल आणि तुलाही ती स्वराली ऐकू येईल.

मी ती ऐकलीय. केव्हा, कशी– ते सांगू? नीट ऐक, म्हणजे तुलाही तुझं ते हरवलेलं गाणं सापडेल. आपण ते शोधायचं असतं रे, म्हणजे आपोआप स्वर

कानी पडतात. एक गम्मत सांगू? गाणं नुसतं ऐकायचं नसतं, ते पाहायचंही असतं.

मी माझं पहिलं पुस्तक दादांना द्यायला गेले. ते मी त्यांना आणि तात्यांना अर्पण केलं होतं. दादांच्या हातात मी पुस्तक ठेवलं. त्यांनी पुस्तकाकडे पाहिलं. त्याच्या मृखपृष्ठावरून मायेनं हात फिरवला. माझ्या नावाकडे डोळेभरून पाहिलं. मी घाईत म्हटलं, ''दादा, आतलं पान उघडा ना!'' दादांनी पान उलटलं. वरची अर्पणपत्रिका वाचली आणि ते ती अक्षरं बघतच राहिले. म्हणाले, ''देवी.... खूप मोठी हो बाळ!'' मी दादांच्या गळ्यात पडले. त्यांचा हात माझ्या मस्तकावर होता. माझे डोळे झरतच होते.

अगदी त्या क्षणी माझी जाग-जाण मिटली होती. मला अतिसुंदर मखमली स्वर ऐकू येत होते– आजवर न ऐकलेले. ते चांदणगीत होतं!

तसं गाणं मी पुन्हा एकदा ऐकलं. खुलताबादाच्या डाक बंगल्यात, मावळतीच्या सोनपिवळ्या उन्हात, आकाशाच्या विशाल छपराखाली– शान्तादेवी तडवी-परदेशी यांना प्रथम भेटले, तेव्हा!

शान्तादेवी या जुन्या पिढीतल्या मान्यवर कवयित्री. माहेरच्या रजपूत. चंद्रवंशातल्या. आणि तडवीसाहेब हे जज्ज होते. मुसलमान, पण उपनिषदं वाचलेले. आपल्या धर्मावर प्रखर निष्ठा, पण अन्य धर्मांचा आदर करणारे.

बाईंना मी भेटले, तेव्हा त्यांनी सत्तरीचा उंबरठा ओलांडला होता. पण रूप असं देखणं की, पाहणाऱ्यानं हरावं. बांधा ठेंगणा-ठुसकाच, वर्ण गव्हाळ... पण डोळे असे विशाल, बोलके की वाटावं– जन्मभर या बाईनं प्रेमच केलंय. प्रेम आणि कारुण्य यांचं बेमालूम मिश्रण होतं त्यात. मी नमस्काराला वाकले. त्यांनी मला अलगद वर उचललं. म्हणाल्या, ''आपण वाकायचं नाही. आपण सरस्वतीचं वरदान घेऊन आलाय.'' आणि त्यांनी मला मिठीत घेतलं. त्या स्पर्शात काय नव्हतं? खरंच, स्पर्श किती बोलका असतो; नाही? फक्त तो करणाऱ्याचं मन निर्मळ हवं. त्या एका स्पर्शानं मला माँ मिळवून दिली. हे नातं अखेरच्या श्वासापर्यंत राहिलं.

वाचतोयस ना तू?

धनन, अरे, हळूहळू तुझ्याही गतकाळातले स्मृतींचे मखमली पडदे बाजूला होतील, त्यातून एकेक चेहरा समोर येईल... तुझ्या मनातली रातराणी बहरून येईल.

तू केकी मूस हे नाव ऐकलंयस? तुझ्या चेहऱ्यावरचा गोंधळ मला

एवढ्या लांबूनही दिसतोय. ऐकच तर मग! जागतिक कीर्तीचा छायाचित्रकार. मोठी विलक्षण वल्ली. अंतर्बाह्य कलावन्त. जगाच्या कुठच्याच नियमांच्या चौकटीत न बसणारा. कलंदर! आपल्या प्रिय मातेच्या मृत्यूनं त्यांनी जगाची दारं बंद केली. बाहेरचा सूर्य ४५ वर्षं पाहिला नाही, की चंद्राचं लोभसवाणं दर्शन घेतलं नाही. स्त्रीसुख तर जाऊ देतच, स्त्रीमुखही पाहिलं नाही. जगाशीच काडीमोड घेतला जणू.

पण मला त्यांना भेटायचं होतं. या लोकविलक्षण माणसाला पाहायचं होतं. मी भीत-भीतच फोन केला. म्हटलं, फोन ऐकून शट् अप् म्हणाले तर? तर, तेरी चुप्-मेरी चुप्! पण, आश्चर्य म्हणजे ते मला "या" म्हणाले. मी उडालेच. तरंगत-तरंगत त्यांच्या दाराशी ठेपले. बेल वाजवली. उरात धडधड. दार उघडलं. दारात साक्षात मूससाहेब!

मी शब्द हरवल्यागत बघत राहिले. मूससाहेब... सहा फूट उंच, दुहेरी शरीरयष्टी, मानेपर्यंत रुळणारे रुपेरी केस... अवघ्या विश्वाचं सौंदर्य त्या दोन डोळ्यांनी झेललेलं. त्या माणसाच्या नुसत्या उभं राहण्यानं ती चौकट कशी गर्भश्रीमंत वाटत होती. एखाद्या ऋषीसारखा वाटणारा तो तपस्वी हात जोडून म्हणाला, "नमस्कार!"

त्या क्षणाला हजारो घंटा माझ्या कानांत किणकिणाल्या. भर दुपारी मला आकाशगंगेतलं ते चांदणगीत ऐकू आलं. आयुष्यातले काही क्षण– काहीच क्षण असे देवाघरून येतात आणि सौंदर्याचा साक्षात्कार घडवून जातात.

तसं तू सुधीर फडक्यांचं गाणं कधी ना कधी ऐकलंच असशील. सुधीरजींचं गीत रामायण ऐकलं नाही, असा मराठी माणूस शोधावाच लागेल.

स्वा. सावरकरांच्या बोलपटासाठी निधी जमवणं चाललं होतं, तेव्हाची हकिगत आहे ही. कल्पना नसताना मला सुधीरभाऊंचा फोन आला, "तुम्ही कथाकथनाचे कार्यक्रम विनामूल्य द्यायला तयार आहात?" एक तर कारण थोर आणि फोन खुद्द सुधीरभाऊंचा; नाही म्हणण्याचा प्रश्नच नव्हता.

एकूण तीन कार्यक्रम ठरले. कार्यक्रमाच्या पहिल्या भागात माझं कथाकथन आणि दुसऱ्या भागात त्यांचं गाणं. मला ही पर्वणीच वाटली. पहिले दोन कार्यक्रम व्यवस्थित पार पडले. तिसऱ्या कार्यक्रमाच्या वेळी सुधीरजी म्हणाले, "आज मी तुमच्या आवडीची गाणी म्हणणार आहे. कुठली म्हणू, सांगा." मी हरखलेच. हा माझा केवढा मोठा सन्मान होता! समोर श्रोत्यांत पालक, शिक्षक आणि वरच्या वर्गातले विद्यार्थी होते. सुधीरभाऊंच्या परवानगीनंच मी व्यासपीठावरून

उठले आणि समोर श्रोत्यांत जाऊन बसले.

"तोच चंद्रमा नभात–" प्रचंड दाद घेऊन गेलं. आणि श्रोते अवघ्या देहाचे कान करून ऐकत होते. सुधीरभाऊंचा रेशमी-मुलायम आवाज ओळीतलं शब्दसौंदर्य प्रकट करत होता. गाण्यातल्या जरतारी स्वरांनी तो हॉलच नादलुब्ध झाला होता. आणि शेवटचं गाणं सुरू झालं–

"देहाची तिजोरीऽऽ" ...५०० किशोरांच्या तोंडून धृवपदाच्या ओळी पुनरुक्त झाल्या–

"उघड दार देवा आता
उघड दार देऽऽवा...."

देवाची दारं केव्हाची उघडली होती. भक्तिरसाचा महापूर लोटला असता, तो बंद दरवाजात कोंडून राहणार होता थोडाच? आनंदाचा थरार काय असतो, तो मी अनुभवला. लक्षातच राहिलं नाही, मी समोर बसलेय. गाल भिजत होते. ते आनंदगान अवघ्या देहात भिनलं होतं. असले चांदणक्षण जन्माचं दान देऊन जातात. सांग मला, हा आनंद कधी संपणार आहे?

तू तर आता फार मोठ्या जगात गेलायस. किती तरी पाहायला मिळेल, ऐकायला मिळेल... आणि कदाचित नवं घडवायलाही. कळव मला तुझ्या पद्धतीनं. म्हणशील– मी काही लेखक नाही तुझ्यासारखा. शेवटी लेखक म्हणजे काय रे? तो आकाशातून पडतो थोडाच? याच मातीतला ना?

तू रसिक आहेस, कविमनाचा आहेस. कदाचित ही तुझ्या सृजनाची पहाट असेल. मला अनुभवू दे तो श्रीकार. तुझ्या गच्च भरलेल्या वेळापत्रकात थोडी जागा माझ्यासाठी. सवडीनं लिही, पण लिही. जे आतून येतं ना, तेच साहित्य!

बरं तर, थांबते.

तुझी मित्रा.

श्रावणसर

'श्री'

फेब्रुवारी २०१०

धन्य धन्य तेचि जन..... असं म्हणायची वेळ आणलीस. अरे धनन, सहा महिन्यांपूर्वीचं 'उदासवाणं वाटतंय' सांगणारं पत्र आणि आज चक्क लिहितोयस, 'मी मस्त मजेत आहे?' बेटा, कुछ तो गडबड है! आणि काय रे, कुणाची काही

चौकशी नाही– स्वत:ची खुशाली नाही, सरळ पानभर त्या 'नरसोपंता'बद्दल लिहिलंयस. चार दिवस तू हॉस्पिटलमध्ये जाऊन पडतोस काय, ती नर्स तुझी शुश्रूषा करते काय आणि तू एकदम.... इज इट लव्ह?

असे कसे रे तुम्ही एकदम प्रेमात पडता? मला ठाऊकाय, तू मनात म्हणाला असशील– ही यडी काकूच आहे. असू दे. पण खरं सांगू धनन, काळजी वाटते रे. परदेशातल्या या तोंड रंगवलेल्या बाहुल्या आपल्या मुलांना एकदम आवडून जातात. मग आपल्या मुली गावंढळ, बावळट वाटतात. कारण त्यांना खोटी स्टाईल जमत नाही ना!

मला काहीच विरोधात म्हणायचं नाहीय. तुझ्या पत्रातून तुझी खुशी कळली. नुसती खुशी असेल तर ठीक, पण त्याहीपेक्षा अधिक काही असेल, तर जरा जपून. विचार करून निर्णय घेशील, हा विश्वास. पुढलं पत्र लवकर येईल, असं वाटतंय. वाट बघतेय.

तुझी,
मित्रा.

शुभमंगलऽऽ

'श्री'

मार्च २०१०

माननीय धनंजयराव सरपोतदार, शुभमंगल, सावधाऽऽन!

एकदाचे बोहल्यावर चढलात तर! एवढी घाई झाली होती रे? इथे येऊन लग्न केलं असतंस, तर बिघडलं असतं? आम्ही पण डोळे भरून पाहिलं असतं की!

धनन– मेल्या, तुला काही लाज? अरे, फोटो पाठवताना जरा ताळतंत्र तरी ठेवायचंस. केक कापतानाचा फोटो छान आहे. पण दुसरा? ती चक्क तुझ्या गालाचा.... आणि वर लिहितोयस, 'हा गाल मी जन्मभर जपून ठेवणार आहे'... तू अगदी, 'घालीन लोटांगण, वंदीन चरण–' म्हणायची वेळ आणलीस आमच्यावर!

धन्या, तुझी जोडीदारीण गोड आहे रे! नाजूक परी. केतकी रंगाची, निळ्या डोळ्यांची, शेलाट्या बांध्याची... पण तुझ्यासारखा घननीळ तिला कसा काय आवडला? तिथल्या मुलींना आपली मुलं आवडतात खरी बुद्धिमत्तेमुळं,

वागण्यातल्या सौजन्यामुळं, की श्यामल वर्णामुळं; कोण जाणे!

मला लहानपणीचा तू आठवलास.... आमची मधू चिंच खात-खात आली. म्हणाली, "रमा, तुला हवी चिंच्य?" तू विचारलंस, "ही गं कोण?" मी म्हटलं, "माझी नात."

"मग एवढ्या मोठ्या बाईला अशी नावानं हाक मारते?"

"अरे, त्यात काय झालं? आपल्याला जे नाव आवडतं, त्या नावानं हाक मारावी."

"मग मी पण तुला रमा म्हणू?" तशी मधू गाल फुगवून म्हणाली,

"वा रे वा! ती माझी आज्जी आहे. तू कोण तिला रमा म्हणणार?"

"पण ती माझा मित्र आहे. मी काय वाट्टेल ते म्हणेन."

"अेहेरे! मित्र पुरुषाला म्हणतात, बाईला नव्हे काही."

"मग मी तिला.... मित्रा म्हणेन." आणि तू १५ वर्षांचा छोट्या मला 'मित्रा' म्हणायला लागलास. एकदा मोठेपणी तुझ्या आईनं तुला दटावलं, तर म्हणालास, "अगं, ती माझी फ्रेंड, फिलॉसॉफर आणि गाईड आहे."

–आणि आता एवढा मोठा झालास की, प्रेमात पडल्यावर लग्न करून मोकळाही झालास! मला विचारावं, निदान चर्चा करावी– असं वाटलंही नाही तुला? सगळं दृष्टिआड आहे, म्हणून काळजी वाटते रे! आता दोघं सुखात राहा. खूप प्रेम करा आणि खच्चून भांडादेखील, पण तुटण्याइतकं नको हं! जेवणात चटणी-लोणचं घेतो ना, तेवढंच.

आता केव्हा तरी यायचं ठरव. तुझ्या घरच्यांची काय प्रतिक्रिया? काहीही असली, तरी माझं दार नेहमीच स्वागताला सज्ज आहे. तुम्हा दोघांना आशीर्वाद.

तुझी,
मित्रा.

काजळकडा

'श्री'

मे २०१०

प्रिय धनन,

आज तुझ्या पत्राला काजळकडा आहे. तीन-चार महिन्यांत काही कळलं नाही; म्हटलं, रमला असशील. रंग ओला आहे ना अजून! पण या पत्रानं मी

बरीच अस्वस्थ झालेय. तुम्हा मुलांचं काही कळतच नाही. पुरतेपणी एकमेकांना समजून घेण्याच्या दिवसांत भांडता रे कसचे?

मला एक कळत नाही धनू– ती नर्स आहे, हे लग्नाआधी माहीत होतं ना तुला? मग ती ज्या हॉस्पिटलमध्ये काम करते, तिथले डॉक्टर्स तिचे स्नेही नसणार? ते एकमेकांची थट्टा-मस्करी नाही करणार? त्यातून ती मोकळ्या जगात वावरणारी, स्वतंत्र विचारानं जगणारी. इथले दंडक तिथे नको लावूस. ती ते खपवून घेणार नाही.

थोडं स्पष्ट लिहिते. (आपण नेहमीच मोकळेपणानं बोलत आलोय. तुझं लहानपण मी कधी आड येऊ दिलं नाही आणि माझं वडिलधारेपण तू कधी ध्यानात घेतलं नाहीस.) तूही आडपडदा न ठेवता लिहिलंयस. तिनं तुझा मुका घेतल्यावर तू, 'मी हा गाल– म्हणजे अनुभव– जन्मभर जपणार आहे' असं म्हणालास. ही कोवळीक त्यांच्यात नसते. मिठी मारणं, मुका घेणं या गोष्टी सरसकट चालतात. त्यांच्या लेखी तो 'अनुभव' नसतो. भारतीय मनाची जडणघडण वेगळी असते. खरं सांग, तू तुझ्या मैत्रिणींशी मोकळा नाही वागत? ते जर क्षम्य आहे, तर मग बायकोच्या बाबतीत हे मापदंड काय म्हणून? तू जर असा संशय घ्यायला लागलास, तर तुमचं सहजीवन सुखावह कसं होईल? वेड्यासारखा तिला नोकरी सोडायला सांगणारायस? आणि ती घरी बसून करणार काय? आपणच आपले प्रश्न अधिक गुन्तागुन्तीचे करतो, असं नाही तुला वाटत?

बाहेरचं जग पाहिलेल्या, मोकळा श्वास घेणाऱ्या, स्वत:ची मतं असलेल्या या स्वतंत्र विचारांच्या मुली– नवरा आणि चूल या रिंगणात नाही बंदिस्त होऊ शकत. मला गम्मत वाटते तुझी. स्वत:साठी कोणतंही बांधन न मानणारा तू, आपल्या जवळच्या माणसांना मात्र स्वत:च्या हातातलं बाहुलं कसं करू शकतोस? शेवटी पुरुष! तुझा इगो, तुझं स्वामित्व यातून बाहेर पडणार कसा तू?

धनन, एक सांगू? अति ताणू नये. तुटतं मग. मी न पाहिलेल्या त्या मुलीची बाजू घेते, असं समजू नकोस. जग पाहिलंय, अनुभवलंय– म्हणून प्रेमानं सांगते रे! सांभाळ आणि सावर. स्वामित्व प्रेमाचं असावं, दुरभिमानाचं असू नये– अर्थात उभयपक्षी.

कळावे.

उत्तराची वाट बघणारी,
मित्रा.

काजळकडा

'श्री'

डिसेंबर २०१०

धनंजय, घडू नये ते घडलं. वाईट वाटलंच. हा लुटुपुटीचा खेळ झाला. कौतुक-सहवास-प्रेम आणि मग..... वर्षसुद्धा लोटलं नाही रे तुमच्या सहजीवनाला.

आमचे श्री. पु. भागवतसर सांगायचे, "खूप वेळा तरुण माणसं प्रेमापेक्षा प्रेमाच्या कल्पनेवरच प्रेम करतात आणि मग लवकरच वैफल्य येतं. त्याचंच चित्रण आजच्या कथा-कादंबऱ्यांतून पाहायला मिळतं."

तुझ्या एका पत्रात मी शान्तादेवी तडवी-परदेशी या कवयित्रींचा उल्लेख केला होता बघ! त्या सांगत होत्या, "१००० वर्षं एक पुरुष आपल्या स्त्रीला जे सुख देऊ शकेल, तेवढं सुख मी १४ वर्षांत साहेबांच्या सहवासात अनुभवलं." केवढं भव्य अन् उदात्त प्रेम! आणि तो अनुभव घेणारे किती थोर! यात काय फक्त शारीर अनुभूती आहे? नाही रे दोस्त, ती अंतरीची हाक आहे. तुला सांगते, त्यांनी मोठ्या विश्वासानं त्यांची प्रेमपत्रं मला वाचायला दिली होती. जज्साहेबांनी अतिशय स्वच्छ मनानं आपली जीवनव्यापी भूमिका मांडली होती. त्यांची तत्त्वनिष्ठा, प्रेम आणि सारासार विचार यांचा तो बोलका पट होता. खरंच, असं प्रेम करणं आणि त्या प्रेमाला पात्र असणं, ही किती पवित्र अन् सुंदर गोष्ट आहे!

तुला बरं वाटावं, म्हणूनच हे सगळं लिहिलं. तू विचारी आहेस. एकटेपणा तुला अधिकच बोचत असेल. कळतंय मला. या दीड वर्षात इकडे आला नाहीस. जमलं तर बघ. आपल्या माणसांत, इथल्या वातावरणात कदाचित सुखावशील.

आईला कळवलंस? नसशील, तर कळव. काही लपवू नये. खोटं तर सांगूच नये. खऱ्या-खोट्यासाठी नव्हे; आपल्याच मनावरचा बोजा वाढतो. विचार कर. पत्र पाठवच. थोडं हलकं वाटेल. पत्राचा एक फायदा असतो. रोखून पाहणारे डोळे आपल्यासमोर नसतात, त्यामुळं आपल्या माणसापुढे मोकळं होताना दडपण वाटत नाही. खरं ना? तेव्हा खुशाली कळव.

गुड बॉय!

तुझी,
मित्रा.

पोकळी

'श्री'

जाने. २०११

धनू,

पत्र नाही. का? वेळ नाही? काळजी करतोस?
रागावलास? असा वागू नको रे!

मी.

१५ फेब्रु. २०११

धनन,

प. का. ना? का. वा.
(वाचायला वेळ नसेल म्हणून हे शॉर्टहॅण्ड.
'पत्र का नाही? काळजी वाटते.')

३० जून २०११

चिरंजीव,

'थकले रे नंदलाला.....'

मी.

नवा बहर

'श्री'

ऑगस्ट २०११

धनन्,

दीर्घ प्रतीक्षेनंतर तुझं अक्षर वाचतेय. त्यातून तुलाही शोधतेय. काही तरी बदल झालाय. दुरून रातराणीचा गंध यावा– पण कुठून ते कळू नये, असं काहीसं झालंय. नक्की काय घडलंय? घडतंय? सांगशील? एक गंमत सांगतेय–

एकनाथ आव्हाड नावाच्या एक तरुण कवीची नुकतीच ओळख झालीय. त्याच्या काव्यसंग्रहाचं माझ्या हस्ते प्रकाशन झालं. चांगला झाला कार्यक्रम. त्यानं बाबांच्यावर एक सुरेख कविता लिहिलीय. असे बाबा जर घरोघरी मुलांना

मिळतील, तर मुलं किती संस्कारक्षम होतील, हे त्यातून त्यानं व्यक्त केलंय. विशेष म्हणजे, तो बोलताना भरभरून फक्त आईबद्दल बोलतो. तिच्यात हरवून जातो. त्याच्या डोळ्यांत त्याची आई असते. मी विचारलं, ''अरे, शिक्षकांवर लिहितोस, मुलांवर कविता करतोस. फक्त आईला कशी बाजूला ठेवलीयस? ती तर तुझं दैवत!'' ....तो गप्पसा राहिला. मग म्हणाला, ''असं झालंय खरं–'' त्याला उत्तर देता येईना.

तुला सांगू, जे माणूस आपल्या मनातला अणू-रेणू व्यापून राहतं, त्यावर लिहिणं अतिकठीण. मी वयाची ४५ वर्षं माझ्या दादांबरोबर वाटचाल केली. दादा म्हणजे माझं आभाळ! त्याच्या जाण्यानं मी रिती-रिती झाले. किती वेळा त्यांच्यावर लिहिण्याचा प्रयत्न केला. पण त्यांच्यावर लिहिणं म्हणजे माझ्या आयुष्यावर लिहिणं. काय लिहू रे? किती अवघड! हा संघर्ष १४ वर्षं चालला होता. एक दिवस आतूनच काही तरी उफाळून आलं आणि पंधरा दिवसांत ते उफाळणं कादंबरीच्या रूपात जन्माला आलं– 'आभाळमाया.'

तर, हे जे काही घडणं-बिघडणं-घालमेल होणं-पुन्हा बहरणं– यातूनच सृजनाचा क्षण पकडायचा. कदाचित तू कविता केल्याही असशील, मी आपली तुला जागं करते.

आता सांग, काय छान घडलंय? प्रमोशन? की एखादं नवं क्षितिज हाती गवसलंय? की काही कल्पनेपलीकडंच लिहायला घेतलंयस? मनोज नीलेकणी किंवा विक्रम शेठच्या वाटेनं चालायचा विचार तर डोक्यात नाही? गुड!! आगे बढो! मध्यंतरीच्या वादळातून सुखरूप बाहेर पडलास, याचा आनंद वाटला.

आता साहेबा, तुझं हे अडीच ओळीचं प्रगटीकरण बंद कर आणि माझ्यासारख्या अडाणी स्त्रीच्या डोक्यात प्रकाशकिरण सोड.

कळावे,

तुझी,
मित्रा.

अंधारून आलंय

'श्री'

८ ऑगस्ट २०११

चि. धनन्,

पत्र मिळालं. खरंच हादरलेय. तुझं पत्र तीन वेळा वाचलं. हे सगळं खरंच खरं? तू असा आणि इतका कसा रे बदललास? विचार बदलतात; बदलायलाही हवेत. Change is the Law of Life, हे तत्त्व सत्य आहे. पण बदल म्हणजे मूल्यं बदलतात? नैतिक अधिष्ठान बदलतं? संस्कार फोल ठरतात? अरे, काय धनू? तुझ्या वागण्याचा अर्थच कळेनासा झालाय.

तू दुसरं लग्न केलंस? ठीक. मला वाटतं, तुझ्या एकाकीपणामुळं तू हा झटपट निर्णय घेतला असावास. तू स्पष्टच लिहिलंयस, 'शरीर ही माणसाची फार मोठी गरज आहे. मी तसाच राहू शकत नाही आणि भूक भागवण्यासाठी स्त्री वापरू शकत नाही.' मला पटलं. म्हणून तू तुला आवडलेली परदेशी मुलगी केलीस– तीही नटी. लहानसहान कामं करणारी. आणि ती 'टिकून' राहील की नाही, म्हणून Contract मॅरेज केलंस? एक वर्षाचा करार. वर्षानंतर? पुन्हा नव्यानं शोधाशोध? आणि तिचं काय? प्रत्येक नव्या नाटकाबरोबर नवा जोडीदार? एकरूपता, समजून घेणं, रुजणं– हे काही आवश्यक नाहीच? अरे, भावनिक गुन्तवणूक असं काही जगात आहे की नाही? तू कुठल्या रसायनातनं घडलायस? तू जर तिच्यात मनानं गुन्तलास, तर पुढे किती जड जाईल याचा विचार केलास? का मन खुंटीला टांगून फक्त शरीराचाच विचार केलास? कॉन्ट्रॅक्ट हा शब्द धंद्यात येतो. तुम्ही लोक मनाचाही धंदा करता का रे? मग लग्न का केलंस? तशीच 'मजा' करायची ना?

आणि समजा– दरम्यान तिला दिवस गेले तर.... तर, त्या मुलाचं काय? ते कुणाचं? त्याचा बाप कोण? त्याचं भवितव्य? मी फार कठोरपणे विचार मांडतेय ना? जीव तुटतो रे, म्हणून बोलते. तू रंगवलेल्या चेहऱ्यांमागे लागशील, यावर विश्वास नाही बसत. ती तुला नादी लावेल आणि वर्षानंतर शांतपणे गेट आऊट ऑफ हिअर म्हणून घालवून देईल. करार संपला– नातं संपलं. ओ गॉश! मी विचारच करू शकत नाही.

वर लिहितोस, 'आई-बाबांना मी हे सांगणार नाही.' का? काही चुकीच्या मार्गानं चाललायस, हे तुला कळलंय? तरीही तू....? आणि त्यांना कुठून

कळलं, तर त्यांची काय स्थिती होईल? बाबा डोक्यात राख घालतील, पण आई? ती कुढून -कुढून संपेल. धनू अरे, काय बोलू? आता मी तुझ्या घराकडे फिरकणारच नाही.

तरीही कळवत जा. काही चांगलं घडावं. कदाचित ती मुलगीच शहाणी निघाली तर–

रमाई.

'श्री'

ऑक्टोबर २०११

धनंजय,

पत्र मिळालं. भारतात येतोयस? ये, शांत मनानं ये. सगळी वादळं तिथल्या समुद्रात बुडवून ये. अवघ्या दोन महिन्यांत सगळं आटोपलं? 'सुटलो एकदाचा' म्हणतोयस. मी तर सुन्न झालेय. आई-बाबांना मी काही सांगितलं नाही, सांगणार नाही; मलाच काही उमगत नाही, तर त्यांना रे काय सांगू? इतिहास संपलाय....

तूच कुणी नवीन होऊन माझ्यासमोर येतोयस. नव्यानं तुझी ओळख करून घ्यायला हवी. नुसता चष्म्याचा नंबर नाही, तूच बदललायस. काय बोलायचं, ते बोल– सांग, समजाव. मी तुझ्या घरी येणार नाही. तू मला भेट. मग....? कदाचित मलाही टाळशील तू. अपराधी वाटतच नसेल तुला, तर मला काहीच बोलायचं नाही. चूक कबूल करायलाही मन मोठं लागतं. मी योग्यच वागलो, बाकीचेच दोषी– असाच हेका धरणार असशील, तर बोलणंच खुंटलं. मला वाटतं, तू कधी तरी दुसऱ्यांनाही समजून घे. (दोघीही वाईटच होत्या? चूक तुझी नाहीच?)

आई-बाबांना काय सांगायचं, ते तू ठरव. पण विनंती करते, माझ्यापुढे मुखवटा घालून येऊ नकोस. दुःख होईल....

कळावे,

मी.

संवाद संपला

धनंजय,

गावातल्या गावात हे पत्र लिहितेय. तुझ्या-माझ्यातलं नातं तू संपवलंयस. विचारानं तर आपण कधीच जवळ येऊ शकणार नाही. ही वैचारिक मतभिन्नता नाही, हे विचारांचं अध:पतन आहे. पण ते तुझ्यापुढे स्पष्ट होणं गरजेचं आहे.

परवा तुझ्या आईनं 'येच' म्हणून निरोप धाडला; मला यावं लागलं. आपण समोरासमोर जेवत होतो, पण तू मला ओळख द्यायलाही तयार नव्हतास. डोळ्यांत डोळे घालून खरं बोलायला नैतिक धैर्य लागतं.

तुझी आई म्हणाली, "परदेशात तू एकटं राहू नयेस. लग्न करून जा. एकटेपण खायला उठतं बाबा." मला वाटलं, खरं काय ते सांगून टाकशील. पण माझ्याकडे पूर्ण दुर्लक्ष करून तू म्हणालास, "आई, मी लग्नाला तयार आहे. पण आता इथलीच मुलगी बघ– कुमारी. २०-२१ वर्षांची. या परदेशी मुलींचा काय भरवसा?" मला जोरदार ठसका लागला.

दोन मुली वापरून तुला तिसरी हवी– तीही अनाघ्रात? का रे? तू आहेस कोरा? निर्मळ? तिला द्यायला तुझ्याजवळ काय आहे? मुली म्हणजे काय तुला भाजीपाला वाटला? त्यांना भावना नाहीत? स्वप्नं नाहीत? अपेक्षा नाहीत? कपडे बदलावेत तेवढ्या सहजतेनं प्रेमविषय बदलतोस? का नाही या कॉन्ट्रॅक्ट मॅरेजचं बोललास? तुला सुख हवं आहे– तेही चोरटपणानं.

तुझ्या आईनं विचारलं, "रमा, तुला काय वाटतं?" मी काही बोलण्यापूर्वीच तू सट्कन बोललास, "बाहेरच्या माणसाचं मत काय घेतेस? प्रश्न घरचा आहे. माझा, आई म्हणून तुझा."

एका वाक्यात तू मला परकं करून टाकलंस. मी कोण होते तुझी? 'फ्रेंड-फिलॉसॉफर-गाईड–' म्हणजे कुणीच नाही. मानलेली नाती म्हणजे चिकटवलेले कुले. सुकले की गळून पडणारच. इतक्या दिवसांचा स्नेह-बंध एका वाक्यात तोडून मोकळा झालास. आम्ही जुनी माणसं– शब्दाला जागणारी, जीवननिष्ठा जपणारी, आपलेपण जोपासणारी, जीव लावणारी. कळत नाहीत रे बेगडी शब्द अन् खोटी जवळीक. मी खाली मान घालून ढास मारत राहिले. पाणीच नाही, मनातला आकांत पण गिळला.

तू कसं वागावंस, हे मी कोण ठरवणारी? मुळात मीच कुणी नाही तुझ्या माणसांतली. मन:पूत जगणं, हा तरुण पिढीचा हक्कच आहे. आता हे नवं वारं कसं झेलायचं, याच विवंचनेत मी पडलेय. आम्ही फक्त कागदोपत्री 'श्रद्धेय.'

एक हात जोडून विनंती– मला नमस्कार करून नमस्काराचा अपमान करू नकोस. आजच्या पुढारलेल्या जगात तू यशस्वी ठरशीलही; पण माझ्यासारख्या अडाणी बाईला एकच सांगावंस वाटतं– आपण काय गमावलंय याचा कधी तरी विचार कर. आत्म्याचा आवाज ऐकायला शीक– निदान स्वतःला फसवू नकोस.

हे पत्र वाचून तू उरलंसुरलं नातं पण तोडून टाकशील. खरं तर आता उरलंयच काय? तरीही लिहिलं– राहवलं नाही म्हणून. आणखी काय लिहू? तुला अपेक्षित सुख तुला भेटो!

तुझी कुणीही नसलेली,
मी.

★ ★ ★

२३. ते तीन तास

अपरात्री कुठलं तरी स्टेशन आलं. दीर्घ श्वास टाकत गाडी थांबली. बाहेरचा भगभगीत उजेड आत शिरला– थेट डोळ्यांत. ती जागीच होती, पण हा उजेड नकोसा वाटला. दिवसा उतू जाणारी गर्दी आता दिसत नव्हती. चहाच्या स्टॉलवर बसलेला पोऱ्या एखादं गिऱ्हाईक येतं का, पाहत होता. गल्ल्यावरच्या मालकाचा चेहरा परातीत ठेवलेल्या बटाटावड्याइतकाच शिळा वाटत होता. पोऱ्यावर भरवसा ठेवून तो जागीच पेंगुळला.

तिनं खिडकीतून घड्याळाकडे पाहण्याचा प्रयत्न केला. त्यात सकाळचे की रात्रीचे नऊ वाजले होते. आपण इथं वेळ दाखवण्यासाठी आहोत याचा त्याला विसर पडला असावा. तिचं निरीक्षण चालू होतं. तेवढ्यात कूपेचा पडदा सरकला. कुणी तरी प्रवासी आत आला. आता हा दिवा लावणार, मग अंथरूण पसरणार– म्हणून वैतागानं ती पाहत होती. पण त्या तरुणानं बॅटरीच्या उजेडात आपला नंबर पाहिला. वरचा बर्थ होता. आश्चर्य म्हणजे, चार लोकांच्या त्या कूपेत एकच पॅसेंजर. बाकी तिन्ही जागा रिकाम्याच होत्या. समोरच्या बेडवरच्या बाई जाग्या आहेत, उठून बसल्यात– हे त्यानं पाहिलं.

"तुम्ही जाग्या आहात म्हणून विचारतो, तुमच्या समोरचा बर्थ रिकामाच आहे. मी तो घेऊ? माझा बर्थ वरचा आहे."

"माझी हरकत नाही. पण पुढच्या स्टेशनवर जर कुणी आलं, तर तुम्हाला उठावं लागेल. झोपमोड होईल."

"झोप? मी झोपणार नाहीचय. म्हणजे, मी प्रवासात कधीच झोपत नाही. तुम्ही पण–"

"मला झोप येत नाही."

"का?" तिच्या समोर बसत त्यानं विचारलं. त्याला उत्तर द्यावं की नाही, या विचारात ती गप्प राहिली. आपण उगाच जादा बोललो का, या कल्पनेनं तो थोडा अस्वस्थ झाला.

“किती वाजले?” विषय बदलत तिनं विचारलं.

“तीन. उजाडायला पूर्ण तीन तास आहेत. तुम्हाला झोप येईपर्यंत आपण एक गेम खेळू या?” त्याचा पोरकटपणा बघून ती बुचकळ्यात पडली. म्हणाली,

“गेम? एवढ्या रात्री? या कूपेमधे?”

“हो. का? आपण क्रिकेट खेळणार आहोत थोडेच?”

ती हसली. “बोला, कसला गेम?”

“आपण २५ वर्षं मागं जायचं– भूतकाळात. तुम्ही तुमचं आयुष्य उलगडायचं, मी माझं. तीन तासांचा बोलपट. मधे दहा मिनिटांचं मध्यंतर, कॉफी ब्रेक. पहाटे चार-साडेचारला कसली तरी कॉफी मिळेल की. एखादा पोऱ्या येईल हाळी मारत. दोन पात्रांचा अंधाराचा बोलपट.”

“अंधाराचा?” आता तिलाही त्या बोलण्यात रस वाटू लागला.

“हो. आपण दिवा लावणार नाही आहोत. म्हणजे, एकमेकांच्या चेहऱ्यांवरचे भाव पण दिसणार नाहीत. २५ वर्षांपूर्वीचे आपण आत्ताच्या आपल्याशी बोलणार आहोत. एकट्याला मोठ्यानं बोलता येत नाही. लोक वेडा म्हणतात. मग समोर कुणी ऐकणारं हवं, सोबत हवी.”

“सोबत! आयुष्यात सोबत असते? तो भास असतो. आपण एकटेच एक तर चालत असतो. हात सुटत जातात. सगळं क्षणिक तर असतं.”

“म्हणूनच तर. त्यातले काही क्षण आपण सोबतीनं जगू या.”

“इतक्या अनोळखी, परक्या माणसाबरोबर?....”

“ज्यांचा हात धरतो, ते तरी कुठे ओळखीचे असतात?”

“खरंय ते. तुम्हाला कविता आवडते?”

“आवडते, पण खूप काही कळत नाही त्यातलं. तुम्ही कवयित्री आहात?”

“नाही तर!”

“द्या टाळी! मी या कविलोकांना फार घाबरतो. असे पिसाटल्यासारखे-”

“पण मला कविता आवडते.”

“सॉरी, मी गम्मत केली. मला गाणं आवडतं.”

“आणि ते गाणारे आऽऽ करत रेकत राहिले तर–”

“किती छान भांडता हो तुम्ही! चला, आपण खाली उतरू या आणि मोठमोठ्यानं भांडू या. पुढच्या स्टेशनवर उतरू या?.....अरे, किती छान हसलात! छान आणि निर्मळ.”

“खरंच, आजवर मला हे कुणी सांगितलंच नाही.”

"मला पण–"

"काय?"

"माझ्यात काही चांगलं आहे– हे कधी कुणी बोललंच नाही. नुसते वाद, टोचून बोलणं, हिशेब. प्रत्येक गोष्टीचा हिशेब– जगण्याच्या प्रत्येक क्षणाचा. नको ते सोबतीनं जगणं–"

"तरी या तीन तासाला तुम्हाला सोबत हवीशी वाटली."

"कारण इथं देणं-घेणं नाही. जाब विचारणं नाही. जगण्यातले आनंदाचे क्षण वेचायचे. अशी एखादी कविता आहे का हो– जिथं हिशेब नाही, प्रश्न नाहीत, तक्रार नाही. आनंद देत-घेत जगायचं. आहे असं काही?"

"आठवते–" मधले काही क्षण स्तब्ध, शांत. फक्त गाडीची लय–

"कशासाठी? आनंदासाठी

काही क्षण जगण्यासाठी....."

तो अंधारातच तिच्या मनाची स्पंदनं ऐकतो, त्यांतून तिला शोधतो.

"एक कविता आठवली– शान्ताबाई शेळक्यांची. ऐकवू?" ती उल्हसून म्हणाली.

"जरूर! आणि कळली नाही तर–"

"त्याची काळजी नको. शान्ताबाई नेहमी कळणाऱ्यांसाठीच लिहायच्या. ऐका हं–"

तो सरसावून बसला. पहाटेची ४-४॥ ची वेळ. अंधार अधिक गडद झालेला. थंडीची हुळहुळती हजेरी. पानं झाडाला बिलगलेली. दूर कुठे शेताला जाग-जाण देणारी दमदार पावलं. अंधाराच्या टोकाला प्रकाशाचे इशारे करणारे लुकलुकते दिवे. त्याकडे झेपावणारी गाडी. आणि या कशाचाही स्पर्श नसणारे ते दोन प्रवासी. अनोळखी, तरीही गतजन्मीच्या नातेबंधांनी एकमेकांच्या आयुष्यात अचानक ठाकलेले.

"मम नाव काय, मी असा कोण-कोठील?

हा हवा कशाला रुक्ष तुला तपशील?"

"अरे वा! बहोत बढिया!!"

"अज्ञातच सखया परस्परांना राहू

अनुभवू स्वप्न ते आपण तन्मयतेने

अन् पहाट येता निरोप घेऊन जाऊ...."

"अरे, किती छान!! सलाम त्या शान्ताबाईंना!"

"पण हे फक्त कवितेतच असतं. प्रत्यक्षात–"

"प्रत्यक्षात आपण आता जगतोय, ते काय?"

"खरंच! किती चांगल्या पद्धतीनं जाणवून दिलंत मला! वाटतंय, आज मी कविता जगतेय. प्रत्यक्षात जगले ती फक्त भूमिती...." आता ती काचे-पलीकडचं जग पाहत होती. शेतावर पसरलेली अंधाराची चादर. ती दिसण्यापुरताच मलूल उजेड. गाडी मागे जात होती का? स्टेशन नसलेला प्रवास– नुसतं धावणं. ऊरपीट, अश्रू आतल्या आत जिरवणं. दुःख तरी कुणाला सांगायचं? ऐकणारा असेल, तर बोलणाऱ्याच्या शब्दांत ताकद येते. नाही तर नुसतंच अरण्यरुदन.

गाडी थांबली, तीही. पण २५ वर्षांपूर्वीच्या काळात....

तिची अस्वस्थ शांतता त्याला जाणवली. पण तो गप्प राहिला. तिची भावसमाधी मोडावी, असं त्याला वाटलं नाही. आता तिचा पुतळा झाला होता. त्याला वाटलं, बॅटरीचा झोत टाकून तिचा फोटो घ्यावा. एन्लार्ज करून प्रदर्शनात ठेवावा. नाव द्यावं, 'वेदना.' पण नको. आपण दुःखाचंही मार्केट करतोय का? नकोच तो विचार. या क्षणाची, काही तासांची ही सोबत तरी निखळ राहू दे.

आता ती इथली नव्हती. तरीही तिचं भान हरपलं नव्हतं. एका वेगळ्या मनोवस्थेत ती आयुष्याची पानं उलगडत होती. खूप विश्वासानं या अनोळखी मित्राला गतकाळचा अल्बम दाखवत होती. दाखवता-दाखवता ती त्या चित्रांतलीच एक झाली. जरा मोठ्यानं स्वतःशी बोलू लागली.... अंतरातल्या गूढ अंधाराशी बोलू लागली. समोर कुणी होतं का? कुणास ठाऊक! कदाचित ते दुःखच मानुष्य रूप धारण करून तिला बोलती करत असावं–

तो एकाग्र होऊन तिच्याकडे पाहत होता. समोरच्या चौकटीतल्या चित्राचे ओठ हलले. आता ते चित्र चौकटीतून बाहेर आलं होतं. अगदी त्याच्या शेजारी ती आकृती टेकली. त्यानं मान किंचित तिरकी केली. तिच्या खांद्यावर हळूच टेकली आणि तो हळूच कानगुजला,

"बोलतेस ना?"

"हो, सांगत्येय ना!" आवाज दूरून येत होता. आत कुठून तरी, खोल गर्भागारातून–

"त्यानं मला त्याच्या आयुष्यातून पुसलं आणि माझ्या जगण्यातल्या आनंदखुणांवर मी फुली मारत गेले. बोल-बोल म्हणता त्यानं रस्ता बदलला आणि माझ्या दिशा ओक्याबोक्या झाल्या. माहीत नव्हतं की, तो या वळणावर

तोंड फिरवून वेगळी वाट धुंडाळणार आहे. नेमकं असं काय घडलं की, त्याच्या चांदण्यांचे निखारे व्हावेत? काय चुकलं होतं? कुणाचं? माझं हे बोलणं विचित्र वाटतं ना? पण तसं नाहीये. तो अपघातानं माझ्या आयुष्यात आला आणि सगळं आयुष्यच बळकावून बसला. मी एवढी मुभा का दिली? कठीण असतं आयुष्याचं गणित. खरं तर आयुष्याचं गणित मांडावंच का? त्याची कविता करावी, कथा करावी. पण माझ्याबाबतीत ते किचकट गणित होऊन बसलं– काळ-काम-वेगाचं. दोन तोट्या गळणाऱ्या आणि एक तुटलेली. हौद भरणारच कसा? पण मी ते गळकं आयुष्य माझ्यापरीनं जगत होते... आणि तो प्लंबर झाला. गळक्या तोट्या दुरुस्त करणारा, तुटलेली तोटी जोडून देणारा. मग मी मोठ्या विश्वासानं सगळ्या चाव्या त्याच्याच हाती दिल्या. अख्खं जगणंच त्याच्या ओंजळीत टाकलं. तो त्याच्या कलावन्त हातांनी माझ्या जगण्यात रंग भरत गेला.

"निळ्या रंगच्छटा घेऊन पसरलेलं आकाश आणि त्याच आरशात आपलं रूप पाहणारं पाणी. कुणाचं प्रतिबिंब कुणी झेललं होतं– सांगणं कठीण! पण एक दिवस तोच म्हणाला, 'तू माझं आकाश आहेस. माझ्या अस्तित्वाची दुसरी बाजू. म्हणून तर मी निळा झालो.' मी फक्त हसले. काय बोलणार? कारण त्याच्या शब्दांना म्हटलं तर ब्रह्मांडाएवढा अर्थ होता; नाही तर काहीच नव्हता. तो माझ्यातून जगण्याची ऊर्जा घेत होता आणि पुन्हा मलाच जगण्याला श्वास पुरवत होता. शेवटी मी त्याच्या वागण्या-बोलण्याचा अर्थ लावणं सोडून दिलं. भन्नाट चक्रीवादळ– एवढंच त्याचं वर्णन.

"आणि अचानक एक दिवस आकाशच कोसळलं. मी अनन्त पोकळीत भरकटत राहिले. जगण्याचं प्रयोजन बदललं. मार्ग बदलला. आणि माझा प्रवास सुरू झाला– अथक. वाटेत यात्रिक भेटले, मांत्रिक भेटले, जादूगार भेटले आणि देवऋषीही. कुणी उपदेश केला, कुणी मंत्र दिला, कुणी आशीर्वाद. चालताना खड्डे लागले, काटे बोचले; पण मी प्रवास थांबवला नाही. मला ध्रुवताऱ्याला स्पर्श करायचा होता."

"हं!" त्यानं दीर्घ श्वास टाकला.

ती दचकली. भानावर येत म्हणाली,

"का? काही चुकलं माझं? स्त्रीनं काही ध्येय ठेवूच नये? ध्रुवाला–"

"बाई, तू सगळं ग्रहमंडल तुझ्या केसांत माळ. मला काहीएक म्हणायचं नाही– फक्त आता कॉफीब्रेक."

ती मनापासून हसली. "तुम्ही छान बोलता. असेच टेन्शन फ्री जगता?"

''ठाऊक नाही. मी नको ते सगळं विसरतो, हवं तेवढंच आठवतो. इतकं स्वत:ला गुन्तवतो की, कुठल्या भावनिक गोष्टींना थाराच देत नाही.''

''मग आत्ता आपण बोलतोय, हे भावनिक की तात्त्विक?''

''हे– हे ना? मानसिक.'' तेवढ्यात त्यानं हाकारलं, ''ए पाणीवालाऽऽ''

''पानी नहीं साब, कॉफी है! दे दूँ?'' त्यानं एक ग्लास तिला दिला, एक स्वत: घेतला. तेवढ्यात बाजूच्या पडद्याआडून कुणी तरी बरळलाच. ''छ्या! काय कटकटाय. ए पोऱ्या, जल्दी जा बाबा.''

पडदा सारत तो म्हणाला, ''बघितलंत? अशी माणसं भेटतात. आपण लक्ष द्यायचं नाही, आपला आनंद मारायचा नाही.''

''तुम्ही हवं तसं जगता? आनंद मिळवता?''

त्यानं खांदे उडवले. ''ठाऊक नाही. पण मी फारसं मनाला लावून घेत नाही. नाही तर फार त्रास होतो. मला विस्मरणाचं वरदान आहे.''

''खोटं. ज्याला असं वरदान असतं, तो आपण काही विसरलोय हेच आठवत नाही. तुम्ही नकोय ते विस्मृतीच्या कप्प्यात प्रयत्नपूर्वक टाकता. खरं ना? मग आपली ओळख, हा प्रवास?''

''कमॉन! तुम्हीच मघाशी कोट केलंत– उद्याचा दिवस उगवला की 'आज' हा भूतकाळ होतो.''

''किती चलाख उत्तर दिलंत! आपला जन्म हा भूतकाळ. जन्मदाते, बहीण-भाऊ, मित्र-मैत्रिणी.... एकूणच यदृच्छेनं मिळालेली आणि आपण जोडलेली सगळीच नाती एका टप्प्यावर भूतकाळ होतात ना!''

''तुम्ही वकील आहात का हो? फॉर आरग्युमेन्ट्स सेक, तुम्ही योग्य बोललात. मी तुम्हाला शब्दांत नाही पकडू शकत; पण एक सांगतो, मी मनाला आनंद देणाऱ्या गोष्टी आठवतो. पटलं नाही, तर तोडून टाकतो.''

''आणि ज्यांना तोडता, त्यांचं काय? त्यांच्या मनाचं? त्यांच्या भावनाचं, गुन्तवणुकीचं, दिलं-घेतलेल्याचं? वस्तू परत करता येतात; मनाचं काय?''

''मग माझ्या मनाचं काय? माझ्या गुन्तण्याचं काय?''

''हे गुन्तणं उभयपक्षी असतं. आपण दुसऱ्याला जेव्हा आपलं मानतो, तेव्हा जोडताना किंवा तोडताना 'आपल्या-तुपल्याचा' विचार करायचा असतो; एकट्याचा नव्हे.''

''सही! पण आपण हे काही तरीच बोलत कुठल्या तरी वळणावर आलो. आता हे कपाळावर काळजीचं जळमट नको. स्माईल प्लीऽऽज. जरा वेळानं

उजाडेल. काही तासांत आपण दोन दिशांना जाऊ. कदाचित पुन्हा कधीच न भेटण्यासाठी..... तेव्हा काही तरी वेगळं, छान बोलू. मी एक गम्मत सांगू?'' तिचा होकार-नकार न बघताच तो त्याच श्वासात बोलत राहिला. ''मला गाणं फार आवडतं. एकदा झटका आला आणि गेलो एका खाँसाहेबाकडे. दोन महिने इमानेइतबारे जात होते. वाटलं, सहा महिन्यांत मी झकास मैफल रंगवेन.''

''सहा महिन्यांत? मग काय झालं?''

''चार महिन्यांत घरी बसलो. अहो, तो खाँसाहेब सा-रे-ग-मच्या पुढे बोलायलाच तयार नाही. म्हटलं, नहीं चाहिये. तसा मी बरा गातो. गाऊन दाखवू?''

ती हसतच राहिली. ''नको-नको. मघाशी एकच पडदा किलकिला झाला; आता सगळेच आपल्या पडद्याशी येऊन उभे राहतील!''

''अरे, माझा आवाज एवढा वाईट नाही.''

''मी तेच म्हणते ना! तुमचा आवाज ऐकून लोक 'वन्स मोअर' द्यायला जमतील.'' त्यावर दोघं मनमुराद हसत सुटली.

''आता कसं, मस्त वाटलं ना! सखी शेजारिणीऽऽ तू हसत राहा–''

''भिंतीत खिळे ठोकीत राहा–''

''अरे, बहोत बढिया! शेजारीण अशीच असते, नाही? आणि तुमच्यासारख्या शेजारणी फक्त प्रवासात भेटतात.''

''तेच ठीक आहे. एकमेकांचं मैत्र जमायचं असेल, तर दोन गोष्टी होऊ नयेत.''

''कोणत्या?''

''एक तर शेजारी होऊ नये– आणि नवरा-बायको तर मुळीच होऊ नये.''

''का बुवा?''

''अति परिचयात् अवज्ञा.''

''हे आपल्याला बिलकुल मान्य नाही.''

''काय पण?''

''तुमचं हे संस्कृत. शुद्ध मराठीत बोला.''

''मी कुठे अवघड बोलले? अहो, संस्कृत ही जननी आहे.''

''आता मला तुमची भीती वाटायला लागली.''

''का बरं?''

"हे जननी वगैरे म्हणजे टू मच्. आई म्हणा ना! आवशी म्हटलं तरी चालेल. जननी वगैरे ऐकून मला एकदम पवित्र वाटायला लागलं हो!"

तिला हसू आवरेना.

"बाहेर चांदणं पडलंय का हो?" –त्याचा खट्याळ प्रश्न.

"चांदणं? आत्ता, पहाटे पाच वाजता?" तिला त्याचा प्रश्न कळला नाही.

"हो! तुम्ही हसलात ना, तेव्हा मला असंच वाटलं. मागे एकदा असंच वाटलं होतं..."

"केव्हा?"

"तिला मी प्रथम जवळ घेतलं होतं, तेव्हा! ते दिवस खूप छान होते. कविता जगण्याचे, चांदणं पांघरण्याचे, सुरात सूर मिसळून गाण्याचे.... पाणी पिताना म्हणायची, 'मी इकडून प्यायलेय, तू तिकडून पी. उष्टा नाही हं ग्लास.' गोड बोलायची. मी डोळ्यांनी तिलाच पीत राह्यचो. मग लग्न झालं. एकमेकांचे झालो. मग व्यवहार आला. हिशेबी भाषा आली. स्वभावाचे कंगोरे घासायला लागले. हक्क आला. अपेक्षा लादणं आलं आणि.... विस्कटलंच सगळं चित्र. एकच समजलो– प्रियकर-प्रेयसी हे नातं छान असतं. न-वरा म्हणतात, तेच खरं. हंऽऽ चला, एक पर्व संपलं."

आता विचित्र शांतता. दोघं समोरासमोर असूनही नसल्यासारखे. गाडीचं त्याच पट्टीतलं घोरणं. स्टेशनं मागे पडतायत. गाडीला थांबायला सवड नाही. तेवढ्यात लाल चोचीचं हिरवं कौतुक आकाशात नक्षी कोरत गेलं. तो एकदम उत्तेजित स्वरात म्हणाला,

"प्रिये, पहा! रात्रीचा समय सरुनि
येत उषःकाल हा–

"बघितलंत– आकाशात कशी रंगपंचमी झालीय! आपण किती भाग्यवान आहोत– परमेश्वरानं हे सुंदर जग दाखवायला आपल्याला मनुष्यजन्म दिला. तिकडे पूर्वेला बघा.

"पूर्वेच्या देवा तुझे, सूर्यदेव नाऽम..."

ती चकित होऊन पाहत राहिली. किती झटपट मूड बदलला त्यानं! तेवढ्यात त्यानं सूटकेस बाहेर काढली.

"हे काय?"

"किती वाजले बघ–"

“सहा.”

“निरोपाची वेळ आली. माझं स्टेशन आलं. मी म्हटलं ना, तीन तास फक्त! आपल्या सहप्रवासाची ही रात्र मी कधीच विसरणार नाही.”

“पुन्हा भेटणार आहोत ना?” तिच्या आवाजात कंप जाणवत होता. त्यानं थेट तिच्या डोळ्यांत पाहिलं. हळूच गुणगुणाला–

“आज पहाटे श्रीरंगाने मजला पुरते लुटले गंऽऽ

-----मी मज हरपुनि बसलेऽ गंऽऽ!”

डोळे भरून येत होते आणि हसूही फुटत होतं.

“एकदम श्रावणसर? आयुष्य असंच असतं. वीज-वादळ-वर्षा. कधी तरी वणव्यात सगळं भस्मसात होतं... त्या राखेतूनच उभं राहायचं. पुन्हा नवं जगणं सुरू करायचं. सूर सापडतोच.”

“आता कधी पुन्हा गाण्याची मैफल– कवितेची रात्र?”

“कदाचित पुढच्या जन्मी– नक्कीच!”

तो उतरला. ती दाराशी निरोप द्यायला उभी.

“शिटी झाली– तुम्ही आधी आत जा बघू.”

“मग तुम्ही कसे दिसाल?”

गाडी हलली. दोघांचे निरोपाचे हात. आता स्टेशनभर पाणी– हलतं, बोलतं. तरंगणाऱ्या आकृत्या. अस्पष्ट होत जाणारे चेहरे, चेहऱ्यांची टिंबं....

गाडी पुढे निघाली. स्टेशन नि:शब्द उभंच होतं.

* * *

२४. मी चालतेच आहे...

त्या लांब-रुंद रस्त्यावरून मी एकटीच एक चाललेय. कळत नव्हतं, तेव्हा आधाराचं बोट घेऊन अडखळत पावलं टाकली. पुढे वाटलं, सोबत मिळेलच. कुणी कुणी हात पुढे केला. तेही हात सुटले. त्या कुणी पायवाटा शोधल्या, कुणी दिशा बदलली. मी खंबीरपणे चालतच राहिले... खाच-खळगे चुकवत, काटे-सरटे बाजूला सारत रस्ता तुडवत राहिले.

एका थांब्यावर लक्षात आलं, या वाटेवर सोबत नसतेच. तो मनाचा विभ्रम आहे. मग दमदार पावलं टाकत ताठ मानेनं निघाले. वाटेत फुलं टपटपली. सुखावले, धुंदावले. मधेच लाल-पिवळ्या पाकळ्यांचा गालिचा दिसला. त्यावरून पावलं टाकताना मनाचं पंचरंगी मोरपीस झालं. पापण्या मिटल्या. सोनेरी स्वप्नं डोकावली. तशीच पुढे निघाले, तर मस्तकात कळ गेली. तो गालिचा केव्हाच संपला होता... आता होते धगधगते निखारे, त्यांचे पेटते निःश्वास, लाल-पिवळ्या डोळ्यांतून बरसणारा संताप! अरे, पण मी काय केलं म्हणून हा भोग? डोळे मिटून चालले म्हणून? अज्ञानाला क्षमा नाही. किती उशिरा कळलं हे! पूर्ण ७८ वर्षांची वाटचाल संपता-संपता शांत-क्लान्त मनानं मी उभी आहे. नको, आणखी चालणं नको...

हे मलाच का वाटावं? बाकीच्यांचं काय? पायवाट, पळवाटा शोधून ते सुखी झाले? त्यांना जगण्याचा अर्थ कळला? नसेलच कळला, तर ते झापडं बांधून त्याच त्या रिंगणात का फिरतायत? नकोच ते विचार. ज्यानं-त्यानं आपला मार्ग आखावा, आपली गती सांभाळावी.

मी मात्र आज जगण्यातल्या सगळ्या नकारांचं गाठोडं पाठीवर मारून एका टोकाशी येऊन उभी आहे. पुढे अथांग आकाश अन् न संपणारी जमीन. यालाच जगणं संपलं म्हणायचं का? समोर धुकं आहे की गडद निळी पोकळी...?

'वरती नभ हे,
झरती भूतळ,
पृथ्वीच्या जात्याचे हे तळ–'

ते हेच का?

कॉटवर पडल्या-पडल्या माझ्या डोक्याचा भुगा झालाय. कशाचाही अर्थबोध न होता आजवर मी का जगले– याचं उत्तर जसं मला मिळत नाहीये; तसंच, मला अशी टोचणी लागावी अशी ही आसपासची माणसं का वागत गेली, याचंही उत्तर मिळत नाहीये. किती सहेतुकपणे मी जगण्याच्या खुणा पुसत आणल्यायत!

डॉक्टर गंभीरपणे मला समजावतायत, "कोणतीही रिस्क घ्यायला नको. केमो, रेडिएशनची तुम्हाला गरज नाही. दूषित भाग आपण काढून टाकू. निर्णय तुम्ही घ्यायचा आहे."

मी तर ब्रह्मगोलात फिरत होते. इथल्या प्रश्नांत मला मुळीच रस नव्हता. तरीही वाटून गेलं– मरणाच्या तोंडाशी आपलं पाऊल लडखडणार तर नाही? मी स्थिर चित्तानं फॉर्मवर सही केली.

आता रात्रीच्या नीरव शांततेत मी छताकडे पाहत पडले आहे. मला तिथं रंगी-बेरंगी चौकोन-अष्टकोन दिसत नाहीयत. कल्पना सुचत नाहीयेत. डोळे मिटले तरी झोप येत नाहीये, की स्वप्नांचे तुकडे वेगळ्या जगात घेऊन जात नाहीयेत. चराचराची हालचाल स्थिरावली तर नाही– केवळ माझ्यासाठी? मना सज्जना, एवढे हात सुटले– इतक्या सोबती वेगळाल्या झाल्या; तू कोण?

'कोऽहं'चा प्रतिध्वनी अजून ऐकू येत नाही? म्हणूनच आद्य शंकराचार्यांनी आपल्याला 'मूढमते' म्हटलंय, तेच खरं असावं. मी पहाटेचा कोंबडा केव्हा आरवतोय, याची वाट बघतेय. माझ्या आयुष्यात कधी नव्हे ते कोंबड्याला केवढं महत्त्व आलंय! उद्या सकाळी शस्त्रक्रिया व्हायची आहे. मी अस्वस्थ नाही, शांत आहे. तरीही आठवतेय भाऊजींचा अखेरचा आकान्त– "मला एवढ्यात मरायचं नाहीये रे! मला जगायचंय. काय करता येईल?"

.....काही करता येतं?

आणि ते दुसरे भाऊजी म्हणाले होते, "वहिनी, मी एवढ्यात मरणार नाही, मी जगणार आहे. हे माझं पुस्तक आवडलंय ना तुम्हाला? हे घ्या– मी काढून ठेवलंय. दादा-वहिनी; इकडे या. या विश्रांतीच्या काळात मी बाग फुलवलीय. बघा ना– ही फुलझाडं. ही ब्रह्मकमळं बघितलीत? आणि ही..."

मला दिसत होतं, पण कळत नव्हतं काहीच. कारण ठाऊक होतं– फुलं उद्या-परवाकडे सुकणार आहेत. भाऊजी आठ दिवसांत गेले. जगण्याची एवढी असोशी असणाऱ्यांना मरण का कवेत घेतं?

मला कुणी विचारलं होतं माझं मत? प्रत्येक जण आपापल्या स्वभावधर्मानुसार वागत गेला. आता पद्मावतीला कुणी सांगितलं होतं, पावणेदोन वर्षांच्या बाळाला दूर सारून लगबगीनं निघून जा म्हणून? माझं मायेचं आभाळ ती घेऊन गेली, तरीही मी आयुष्याची दोरी घट्ट पकडून जगत आले. म्हणजे, बाकीच्यांनी मला मरणाची संधीच दिली नाही.

—आणि दादांशी तर मला भांडायचंय— जाब विचारायचा आहे त्यांना— का जगवलंत मला? का एवढी माया केलीत? आयुष्याला कशी चिकटून राहिले गोचिडासारखी? कदाचित असं तर नसेल— तो 'चंद्रदिवा' मला दिसावा, म्हणून तर त्यांनी मला या वाटेपर्यंत आणून सोडलं नसेल?

मला आठवतो तो प्रकाशाचा पहिला स्पर्श— ते स्वप्न होतं का? नाहीऽऽ नाही; ते नुसतं स्वप्न नव्हतं. मी ते नुसतं पाहत नव्हते, अनुभवतही होते. त्या सगळ्या घटना घडत असता, माझ्या जाणिवा जाग्या ठेवून मी वावरत होते; मी त्यातली एक होते... तो स्वप्न-दृष्टान्त!

त्या निळ्या पारदर्शी पाण्यातून मी चालत होते समोरचं मंदिर गाठायला. चालताना पाणी दुभंगत होतं. पाय रक्ताळले होते. जखमा होत होत्या; पण मी चालतच होते समोरचं संगमरवरी मंदिर गाठायला.

मी मंदिरात शिरले. पाहते, तर देव नाही. धूप, दीप नाही. पण तिथं सौम्य-शांत प्रकाश होता. आजूबाजूच्या रानफुलांचा वास भरून राहिला होता. वारा मंत्रजागर करत होता. मोहिनी टाकणाऱ्या त्या शांत निळ्या प्रकाशाकडे पाहत मी विचारलं,

"हा चंद्रदिवा इथं कुणी लावला?"

कुठूनसं उत्तर आलं, "मी!" त्या मीचे प्रतिध्वनी उमटत गेले.

"तू? तू कोण?"

"ओळखलं नाहीस?"

"तू दिसतच नाहीस, तर ओळखू कशी?"

"वेडे, अंतर्मनात जरा डोकावून बघ. पाण्यातून येताना काठावर झाडं पाहिलीस ना? त्यांच्या पानांतला हिरवेपणा, म्हणजे मी! ज्या पाण्यातून चालत आलीस, त्यातला चंदेरी पारा म्हणजे मी!! आणि हा भोवतालचा प्रकाश पाहिलास? तो म्हणजे मी!!! आणि तुझ्या अंतर्मनातल्या 'मी'चा शोध घे— तो मीच आहे.

"काठावर उभं राहून हलती झाडं पाहावीत; त्यांना स्पर्श करायला जाऊ

नये. अग्नीचं रौद्र रूप दुरून बघावं; त्याच्या मोहात पडू नये.''

''आणि स्पर्श करायचा झाला तर?''

''...तर तू अग्नी हो, पाणी हो, चंद्रदिवा हो.''

''मला चंद्रदिवा व्हायचंयऽऽ''—मी मोठ्यानं ओरडले. प्रकाश निमाला. पाणी अदृश्य झालं आणि अग्निशिखा....? कुठं, कुठं गेलं सारं? मी ते पाहिलं. मीच चालत गेले– ते पाणी, ते मंदिर, तो झपाटून टाकणारा प्रकाश? खोटं कसं म्हणू? खरं तरी कसं समजू? मी अंथरुणावर होते, पण ते स्वप्न निश्चित नव्हतं; तो जाणिवेचा दृश्य आविष्कार होता. ती प्रतिभेची जाग होती. तो चंद्रदिवा माझ्यातल्या 'मी'ला जागवून गेला होता. मी का जगले, याचं उत्तर तेव्हाच मिळालं.

आता तसं वाटत नव्हतं. वाटचाल केली होती– चंद्रदिवा हाती घेऊनच. धावले ती आयुष्याच्या फूटपट्टीवर. थांबायला, वळून बघायला उसंतच मिळाली नव्हती. एकदाच मध्यंतर झालं होतं–

असंच हॉस्पिटलचं आवार. कॉटवर होते खरी– पण मी जागी आहे, यावर विश्वास बसत नव्हता. भोवताल चक्राकार फिरत होतं. नर्स तोंडात झोपेची गोळी कोंबून गेली होती. माझ्याच शरीराकडे मी त्रयस्थासारखी पाहत होते, कारण मी त्याचा त्याग केला होता ना! यम, रेडा वगैरे माझ्या फंदात पडले नव्हते. पण अशरीरी अशी मी वेगानं पुढे निघाले होते.

त्या अंधारगुहेत सन्नाटा होता. पण न अडखळता माझा प्रवास चालला होता. काही अंतरावर मला भगभगीत प्रकाश दिसला. मोठ्ठी चुलाणं –सारवलेली, लखलखीत; पण कधीच न पेटलेली. त्यावर लांब-रुंद फरशी. त्यावर दोन वृद्ध स्त्रिया. हजारो वर्षं त्या तिथं तशाच बसल्या होत्या. अजगरासारखे त्यांचे जबडे. मी थेट त्यात जाऊ शकले असते; पण कुठल्या तरी अनामिक शक्तीनं मला थांबवून धरलं. कुणी चकार शब्द बोलत नव्हतं, तरीही मला ऐकू येत होतं– ''जा, परत जा. सध्या तुला जागा नाहीये.'' आणि त्याच क्षणी मी भिरभिरत येऊन माझ्या देहात शिरले. तेव्हा मी मरणार नव्हते, मला मरायचं नव्हतंही! तसा विचार मला स्पर्श करून गेला नाही. शांत होते.

आतादेखील! पण तेव्हाचं शांत असणं भविष्याची ग्वाही देणारं होतं... आणि आताचं? आनंद-दु:ख, निराशा, हर्षामर्ष– या सगळ्यातून अलग पडलेलं. मी भावनाविरहित झाले होते. शरीर नावाच्या या अस्तित्वावर काही काही घडत होतं. ते माझं शरीर होतं. पण मी म्हणून कुणी शिल्लक होते का? लोक किती

घाबरतात तो शब्द उच्चारायला! मी घाबरले निश्चित नव्हते. पूर्ण ७८ वर्षं जगले. आता नवं काही घडणार नव्हतं. ते नवं घडण्यासाठी मला वेगळा जन्म हवा होता. वेगळा जन्म– वेगळं प्राक्तन, वेगळ्या घटना– फक्त या जन्माची सावली पुसून मिळणार होता. आणि अशा गतजन्मीच्या खुणाच पुसल्या गेल्या, तर नव्या जन्मात जुने संदर्भ कसे मिळणार? गेल्या जन्मी मी कोण होते, काय केलं, काय भोगलं हे सगळं लक्षात राहिलं– तरच नव्याचा स्वीकार करता येईल; नाही तर भूत-भविष्य सगळंच अंधारात.

मला नवा जन्म हवाय तो या जन्मीचे शाप-उ:शाप, घटना-विघटना यांचं पक्कं स्मरण ठेवूनच. पण पुढचा जन्म कोण म्हणून? आणि दोन जन्मांतल्या मध्यंतरात मी कुठे असणाराय?

मी उत्तर शोधते आहे.

एकदा एका तेराव्याला गेले होते. गुरुजी गंभीर आवाजात प्रवचन करत होते– "तो प्रदेश मोठा सुंदर आहे– आल्हाददायक आणि शांत. या जगापेक्षा ते दुसरं जग अतिरम्य आहे. तेव्हा विचलित होऊ नका. शोक करू नका–" वगैरे.

या गुरुजींना कुणी सांगितलं त्या दुसऱ्या जगाबद्दल? आणि जर ते इतकं नितान्त सुंदर आहे, तर ते स्वत: या जगात का गुंतून राहिलेत?

श्रोते खाली मान घालून ऐकत होते. गुरुजी उठले. सर्वांनी नमस्कार केला. गुरुजींना यजमानांनी दक्षिणा दिली. गुरुजी मार्गस्थ झाले. इतरेजनही याच जगातल्या व्यापात पुन्हा शिरले. ती कुणी एक भकास चेहऱ्यानं फोटोसमोर बसून राहिली.

असं तर घडतंच– घडत राहणार. कुणी कुणासोबत जात नाही. त्या न पाहिलेल्या सुंदर जगात जाण्याचा ध्यास घेत नाही. मी रिकामी होते. कॉटवर पडून होते. लिहू-वाचू शकत नव्हते. बोलण्याचे त्राणही शिल्लक नव्हते. त्यामुळं आपोआप विचार करत होते. लेखकाला सगळ्या गोष्टी सोडून जाऊ शकतात, पण त्याचं संवेदनशील मन त्याला अखेरच्या श्वासापर्यंत सोबत करतं. माझं तसंच झालंय. शरीरासोबत वेदना आणि मनाच्या संगतीनं विचार. पण त्यात सुसूत्रता नव्हती.

आज आषाढी. कॉटवर पडल्या-पडल्या मी लहान पडद्यावर विठ्ठलाची मूर्ती बघतेय. डोळ्यांना आसवांची धार लागलीय. का बरं? यापूर्वी असं कधीच घडलं नव्हतं. कोल्हापूरच्या राधा-कृष्ण मंदिरातली देखणी मूर्ती पाहताना मी तन्मय झाले होते. मदुरेची मीनाक्षी मी डोळ्यांत साठवली होती. प्रत्यक्ष पंढरीला

विठोबाच्या गळ्यातला हार प्रसाद म्हणून माझ्या गळ्यात घातला, तेव्हा मला धन्य-धन्य वाटलं होतं... पण आताचे हे अविरत ओघळणारे अश्रू.... यांचा अर्थ कसा लावायचा?

मला आठवली माझी जुनी मैत्रीण– मीरा. श्रीकृष्णानं ज्या झाडांना लोण्याचा हात पुसला होता, त्या झाडांना मी स्पर्श करून आले म्हणून धुंदावून सांगणारी. एकदा माझ्याकडे गणपतीचं चित्र असलेलं कॅलेंडर तिनं पाहिलं. आणि किती वेळ तशीच त्या कॅलेंडरसमोर उभी राहिली. मी जवळ जाऊन पाहिलं. तिला जाग-जाण काहीच नव्हती. डोळे झरत होते. त्या डोळ्यांत फक्त गणेशाचं रूपडं होतं. भानावर आल्यावर म्हणाली, ''किती देखणं रूप आहे गं!'' मी चट्कन ते कॅलेंडर काढून तिच्या हातात दिलं. म्हणाले, ''हे तुझ्याच खोलीत लाव. तिथंच ते योग्य आहे. एवढी एकरूपता माझ्यात नाही.''

आज माझी अवस्था त्या मीरेसारखीच झाली असावी.

आता गाणं लावलं होतं, पण तिथं वारकरी दिसत नव्हते. भक्तीचा महापूर जाणवत नव्हता. ऊन-पाऊस-जेवण-झोप... कशाचीही पर्वा न करता पाय पंढरीची वाटचाल करणारे, हातांत टाळ आणि मुखात विठ्ठलनामाचा गजर– असे ते भक्तिरसात न्हालेले वारकरी मला पाहायचे होते. ते दृश्य मला परम प्रिय होतं. पण दिसत होतं ते इतरच. प्रवचन चालू होतं. गम्मत अशी की, त्या अनादि अनंतावर आरोप लादले जात होते ते मानवी भावभावनांचे. विठोबाराय आणि रखुमाईचा संवाद चालला होता. तिथं राधा आली. आता राधेला कळायला हवं ना, आपल्याला जर आपला श्रीहरी एकटा आणि अख्खा हवा, तर तो रुक्मिणीला नको? तिचा तर तो (कायदेशीर) हक्काचा. पण ही लाडोबा जाऊन चक्क त्याच्या मांडीवरच बसली. (काय धाडसाय! ग्रेट!) आणि तो महापुरुष तरी कसला? बावरला-गडबडला नाही मुळीच. कारण ती त्याचीच होती ना! हे भक्तीचं दुसरं रूप! हे रुक्मिणीला सहन होणं शक्यच नव्हतं. म्हणून चक्क– रुक्मिणी रुसली... कोपऱ्यात बसली– बरं का? म्हणूनच पंढरपुरात रुक्मिणी-विठोबा शेजारी नाहीत. त्या सावळ्यानं तिला कसं मनवलं आणि हिचे कसे लाड केले, ते त्यालाच ठाऊक! आजवर लक्षात होती ती पुराणकथा; आता दिसत होतं ते मनोहारी रूप, आणि ऐकू येत होती भक्तिरसात भिजलेली भीमसेनजींची चिरतरुण पल्लेदार तान–

''काया ही पंढऽऽरी
आत्मा हा विठ्ठल–''

मी तंद्रीतून जागले. मन भारावलं होतं. डोळे तृप्त होते. कान आतुरले होते. पण डोक्यात प्रचंड वादळ घोंघावत होतं. काया जर पंढरी असेल, तर या यातना का? हा देहदंड का? काया-वाचा-मनानं विठ्ठल चरणीं एकरूप होणार असू, तर देहाचे भोग असे विलग का पडावेत? मी भोगतेय ना! उजव्या कुशीवर वळताच येत नाही. नको हे शरीर, नको जगण्याचा मोह– ही एकच भावना जागी आहे आणि आत्मा विठ्ठलरूप असेल, तर मग त्यानं या देहाला का धरून राहावं? मुक्तीच्या वाटा तो विसरला काय? का त्यालाही कायिक उपभोगांचा मोह पडला?

मी उठून बसले. समोरची दृश्यं धूसर झाली. मला शंकराचार्यांची चर्पटपंजरिका अतिप्रिय असूनही त्यांचा अद्वैत भाव पटेना. माध्व मत अधिक जवळचं वाटलं. 'तो' आणि 'मी' दोन आहोत. तो विश्वव्यापी, एवढा पसारा लीलया हाताळणारा आणि हा कुणी एक क्षुद्र जीव, मुक्तीचा मार्ग शोधणारा. त्याच्या पायांवर मस्तक ठेवायला मिळालं तरी धन्य होणारा. जीवात्मा आणि परमात्मा हे भिन्नच आहेत. जीव व्यापा-तापात गुन्तलेला, मोह-मायेत हरवलेला. लडिवाळपणे राधेला मांडीवर घेऊन, मग रुक्मिणीचा रुसवाही काढणारा तो घननीळ कुठे आणि दोघींच्या गुन्त्यात कपाळ पिटणारा मग कुणावर तरी अन्याय करून स्वत: सहीसलामत सुटणारा सामान्य जीव कुठे! प्रवचनकारांची कथा राहू दे बाजूला, पण चित्स्वरूपाची बरोबरी होईलच कशी?

माझ्या डोक्यात विचारांचं वादळ उठलं– निमालं. पण एक लक्षात आलं– या 'मी'चा माझ्याशी जो वाद झाला, त्या अर्ध्या-पाऊण तासात वेदनांचा पूर्ण विसर पडला होता. मन-बुद्धी त्या एका ध्यासानं परिपूर्ण व्यापली होती. 'काया ही पंढरी-'चा अर्थ तोच तर नसेल?

मला आठवलं... तळेगावच्या विठ्ठल मंदिरात आषाढीला मुलांच्या दिंडीतून मी नाचत-नाचत गेले होते. त्या आनंदाला, बेहोषीला, एकरूपतेला तुलनाच नव्हती. हेच का अद्वैत?.....

आता मी घरी आले होते आणि सुसंगत विचार करू शकत होते. थोडी हुशारले होते. हळू पावलं टाकत मी खिडकीशी आले. वाऱ्याचा सुखावणारा स्पर्श अंगावर घेत खुर्चीवर टेकले. पूर्वेचा अंधार पुसला जात होता. अरे... पण हे सगळं पूर्वीही रोज-रोज घडत होतं ना? मग आजच मला ते इतकं विलोभनीय का वाटतं होतं?

गेले किती तरी दिवस, महिने, वर्षे प्रवास करत होते.... यापूर्वीही किती

दु:खं बघितली, किती आसवं सांडलेली पाहिली. कुष्ठरोग्यांच्या आश्रमातली डोळ्यांतला उजेड मिटून गेलेली माणसं; आपल्या विधवा मुलीला पदराआड लपवत मला प्रश्न विचारणारी आई– ''काय करू हिचं? खानावळीत जेवायला येणारे सांगतात, तुझ्या लेकीला पाठव वाढायला– कळतोय ना तुम्हाला अर्थ?'' आणि आशेच्या सगळ्या खुणा मिटलेली माझी कैदी मुलं मला विचारायची, ''माई, पुन्हा कधी येशील? लवकर ये, आम्ही वाट बघतोय.'' त्यांचा गळा दाटलेला, माझी आसवं पापणीआड थांबवलेली.... हे असं सगळं अनुभवूनही माझं दु:खं मला केवढं मोठं वाटलं! अंधार मीच मोठा केला होता.

आता त्या मृत्यूच्या लांब-रुंद सावल्या हळूहळू लहान होत चालल्यायत. मला प्रकाशाचा कवडसा नाचताना दिसतोय. माझ्या खिडकीच्या काचेतून तो माझ्या चेहऱ्यावर पडलाय... आता तो हातावर सरकलाय.

मी टेबलाजवळ खुर्ची सरकवली. कागद-पेन जसंच्या तसंच मांडलेलं होतं. गेले वीस दिवस त्यांना कुणी स्पर्श केला नव्हता. काही तरी लिहावं, असं आसुसून वाटलं. समोर संपादकांची पत्रं होती. 'कथा पाठवा', 'या वर्षी तुमची कादंबरी हवी. आमचा रौप्यमहोत्सवी अंक आहे.' कुठल्या संस्थेचं पत्र होतं– व्याख्यानमालेतलं पुष्प गुंफण्याचं आमंत्रण. एका मंडळाला कथाकथन हवं होतं. मला ते सगळे हाकारत होते, बोलावत होते. त्या सर्वांना, त्यांच्या वाचकांना, श्रोत्यांना मी हवी होते.

मी हॉस्पिटलमधून परत आले म्हणून एकनाथनं पेन आणून दिलं. ''तुम्ही बऱ्या झाल्यात ना!''

''हो रे!'' त्यानं वर बघून हात जोडले. ''मी तुमच्यासाठी पेन आणलंय.'' ते नवं पेन टेबलावर होतं. मी कागद समोर ओढले.

बाहेर खरंच उजाडलं होतं का? की, मला तो प्रकाश आतूनच जाणवत होता? लिहायला सुरवात केली आणि लक्षात आलं– बोटं किंचित थरथरतायत. पण मनातलं कोंडून राहीना. वेगानं उफाळून येत होतं आणि पेनच्या टोकाशी थांबत होतं. मी स्वत:ला आवरू शकत नव्हते. मी माझ्या पंढरीला निघाले होते. माझ्या जगण्याची शक्ती, आनंदाचं निधान होतं ते; तोच माझा मोक्ष होता. अद्वैताचा अर्थ मला पुन्हा नव्यानं उमगत होता.

मला नक्की ठाऊक होतं, आजूबाजूला कुणीही गात नव्हतं. तरीही अगदी स्पष्टपणे मला ऐकू येत होतं–

''काया ही पंढऽऽरी

आत्मा हा विठ्ठल-''

आता त्या ओळींचा अर्थ मी अनुभवत होते. तो यम आणि रेडा पुन्हा एकदा मागे फिरले होते. माझ्या अंतरीचा विठू मला सांगत होता- ज्या मार्गानं तू गेली पन्नास वर्षं श्रद्धेनं वाटचाल करते आहेस, तिथूनच तुला तुझं कैवल्यधाम गाठता येईल. थांबू नकोस. ज्यानं-त्यानं आपापला परमेश्वर शोधायचा असतो.

माझ्या बोटांना बळ आलं. मी वेगानं लिहायला सुरवात केलीय.

मला अजून खूप चालायचंय.

* * *